AF743061

ചരിത്രത്തിൽ
ഇല്ലാത്തവർ

charithrathil illathavar
bengali novel
•
bimal mithra
•
translated
k ravivarmma
•
first chintha edition
december 2010
•
second edition
march 2012
•
third edition
march 2012
•
typesetting & published
chintha publishers, thiruvananthapuram
•

•
cover
g biju
•

വിതരണം
ദേശാഭിമാനി ബുക്ക് ഹൗസ്
H O തിരുവനന്തപുരം–695 035
www.chinthapublishers.com
chinthapublishers@gmail.com

ബ്രാഞ്ചുകൾ
ഹെഡ്ഡാഫീസ് കുന്നുകുഴി • ഓവർബ്രിഡ്ജ് തിരുവനന്തപുരം • കെ എസ് ആർ ടി സി ബസ് സ്റ്റേഷൻ ആലപ്പുഴ • കെ എസ് ആർ ടി സി ബസ് സ്റ്റേഷൻ എറണാകുളം • മച്ചിങ്ങൽ ലെയ്ൻ തൃശൂർ • ഐ ജി റോഡ് കോഴിക്കോട് • കെ എസ് ആർ ടി സി ബസ് സ്റ്റേഷൻ കോഴിക്കോട് • എൻ ജി ഒ യൂണിയൻ ബിൽഡിങ് കണ്ണൂർ • സെൻട്രൽ ബസ് ടെർമിനൽ കോംപ്ലക്സ് താവക്കര കണ്ണൂർ

CR - 1126 / 2865

ചരിത്രത്തിൽ ഇല്ലാത്തവർ

ബംഗാളി നോവൽ

ബിമൽ മിത്ര

പരിഭാഷ

കെ രവിവർമ്മ

ചിന്ത പബ്ലിഷേഴ്സ്
തിരുവനന്തപുരം-695 035

ബിമൽ മിത്ര

ബംഗാളി നോവൽ - ചെറുകഥ സാഹിത്യത്തിലെ അതികായൻ. 1912 മാർച്ച് 18 ന് ജനിച്ചു. കൽക്കത്ത സർവകലാശാലയിൽനിന്ന് എം എ ബിരുദം. റെയിൽവെയിലും സി ബി ഐയിലും ജോലിചെയ്തു. പിന്നീട് മുഴുവൻ സമയവും സാഹിത്യ-സാംസ്കാരിക മേഖലയിൽ. *വിലയ്ക്കുവാങ്ങാം, പ്രഭുക്കളും ഭൃത്യരും, ഇരുപതാം നൂറ്റാണ്ട്* തുടങ്ങി എഴുപതോളം കൃതികൾ രചിച്ചു. നിരവധി കൃതികൾ മലയാളത്തിലേക്ക് മൊഴിമാറ്റം ചെയ്യപ്പെട്ടിട്ടുണ്ട്.

ബിമൽ മിത്ര

ഒന്ന്

ഇത് ഒരു ചരിത്രകഥയാകുന്നു.

എന്നാൽ ഈ കഥ നിങ്ങൾക്ക് ചരിത്രത്തിൽ വായിക്കാൻ കഴിയുകയില്ല. ഈ കഥ ചരിത്രത്തിൽ ഇല്ല. ഒരുകാലത്തും ഉണ്ടാവുകയുമില്ല.

കാരണം, എന്നെയും നിങ്ങളെയും പോലെയുള്ളവരെ ചരിത്രം ഓർക്കാറില്ല. രാജാക്കന്മാർ, ചക്രവർത്തിമാർ, പ്രസിഡന്റ്, പ്രധാനമന്ത്രി മുതലായവരെപ്പറ്റി ചിന്തിക്കാൻ മാത്രമേ ചരിത്രം സമയം കണ്ടെത്താറുള്ളൂ. അല്ലെങ്കിൽ സേനാപതിമാരെയും വ്യവസായികളെയും കോടീശ്വരന്മാരെയും റാണിമാരെയും പറ്റി എഴുതിയെന്നുവരും. സമാധാനകാംക്ഷികളായി ശാന്തരായി കഴിഞ്ഞുകൂടുന്ന ഇടത്തരക്കാരെ തിരിഞ്ഞുനോക്കുവാൻപോലും ചരിത്രകാരന്മാർക്ക് സമയമില്ല.

ഉദാഹരണമായി ഈ കഥയിലെതന്നെ ചിലരെ എടുക്കുക. അളകേശൻ, താരകൻ, നിഖിലൻ, കാളീപദൻ, അല്ലെങ്കിൽ മിസ്റ്റർ ഡഗ്ലസ് അഥവാ മിസ്റ്റർ സിംസൻ. ഇന്ത്യാ ചരിത്രത്തിൽ ഇവരിൽ ആരുടെയും പേർ ഇല്ല. എന്തിനേറേ, ഹരിമുക്തിയാറിന്റെ മകൾ പാരുൽബാലയെന്ന ഒരുവളെ മഷിയിട്ടുനോക്കിയാൽപോലും ചരിത്രത്തിന്റെ ഏടിൽ കണ്ടെന്നുവരില്ല. എന്നാൽ ഭാരതവർഷത്തിന്റെ സ്വാതന്ത്ര്യസമരചരിത്രത്തിൽ അവർക്കുമുണ്ടായിരുന്നു തങ്ങളുടെതായ ഒരു പങ്ക്. അവരും സ്വന്തം ജീവിതം അപകടപ്പെടുത്തി സ്വാതന്ത്ര്യസമരത്തിന്റെ വേലിയേറ്റത്തിലേക്കു കുതിച്ചുചാടുകയുണ്ടായി.

ചരിത്രത്തിൽ ഇവരുടെ പേർ രേഖപ്പെടുത്തപ്പെട്ടിട്ടില്ലെങ്കിൽ വേണ്ട. പക്ഷേ, ഇവരിൽ ഒരാൾ ഒഴികെ ബാക്കിയെല്ലാവരും ഇന്ന് ജീവിച്ചിരിപ്പുണ്ട്. അവരുടെ സുഖദുഃഖങ്ങളുടെ കഥ ഇന്നും മി. സിംസന്റെ മനസിലെ ഏടുകളിൽ കുറിച്ചുവെച്ചിട്ടുണ്ട്. അതുകൊണ്ടുതന്നെയാണ് ഇന്ന് അവ

രുടെ കഥ അറിയാൻ കഴിഞ്ഞിട്ടുള്ളത്, മാനവജീവിതം എത്ര വിചിത്രമാണ്; മനുഷ്യരുടെ സ്നേഹം എത്ര ഗഹനമാണ്; മനുഷ്യരുടെ വിശ്വാസവഞ്ചകത്വം എത്ര തീവ്രമാണ് എന്ന് മനസിലാക്കാൻ സാധിച്ചിട്ടുള്ളത്.

ലണ്ടനിൽനിന്ന് ഇന്ത്യയിലേക്കുള്ള യാത്രയിൽ വിമാനത്തിൽവെച്ച് മിസ്റ്റർ സിംസൻ ഇതൊക്കെയാണ് ഓർത്തത്. അയാൾ വിമാനത്തിൽ കയറിയിട്ട് ഏതാനും മണിക്കൂറുകളേ ആയുള്ളൂ. വിമാനത്തിലിരുന്നുകൊണ്ടുതന്നെ ലഞ്ച് കഴിച്ചു. പിന്നെ വൈകിട്ടുള്ള ചായയും രാത്രി എട്ടുമണിക്ക് ഡിന്നറും.

അതിനു ശേഷം ഇന്ത്യ.

വിമാനം ഡംഡം എയർപോർട്ടിൽ ഇറങ്ങിയപ്പോൾ മണി ഒൻപത്.

മിസ്റ്റർ സിംസൻ വിമാനത്തിൽനിന്ന് കോണിയിലൂടെ ഇറങ്ങിനിന്ന് നാലുപാടും ഒന്നുനോക്കി.

ഇത് അന്നത്തെ കൽക്കത്തതന്നെ.

എത്ര നാളുകൾക്കുശേഷമാണ് സിംസൻ കൽക്കത്തയിൽ വന്നിരിക്കുന്നത്. ഒരു കാലത്തെ ബ്രിട്ടീഷ് സാമ്രാജ്യത്തിന്റെ നടുപ്പതക്കം. 1911 വരെ ഇന്ത്യയുടെ തലസ്ഥാനം. അതിനും പുറമെ സിംസന്റെ യൗവനസ്മൃതികളോടലിഞ്ഞുചേർന്ന നഗരം.

സിംസന് ആകെപ്പാടെ നല്ല സുഖം തോന്നി. അന്ന് ഡൽഹി ഇത്ര വലിയതായിക്കഴിഞ്ഞിട്ടുണ്ടായിരുന്നില്ല. ബോംബെയും വളർന്നിരുന്നില്ല. ഇവിടെ ജോലിക്കായി അന്ന് വന്നിറങ്ങിയത് കപ്പലിൽ കയറിയായിരുന്നു. ഒരു മാസം പിടിച്ചു ഇവിടെയെത്താൻ – പക്ഷേ, പൊലീസ് ഡിപ്പാർട്ടുമെന്റിലാണ് പണി. വല്ലാതെ ഭയം തോന്നി. ഇവിടെ സിവിൽ സർവീസിൽ ജോലിയായി വന്ന എത്രയോ ഇംഗ്ലീഷുകാർ കൊലപ്പെടുത്തപ്പെട്ടിട്ടുണ്ട്. തനിക്കെന്തൊണാവോ വിധിച്ചിട്ടുള്ളത്! അന്നത്തെ കാലവും ഭയപ്പെടേണ്ടതുതന്നെയായിരുന്നു. ലണ്ടൻ ഓഫീസിൽനിന്ന് അയാളെ പറഞ്ഞു ധരിപ്പിച്ചിരുന്നു; ബംഗാളികൾ എത്രയും ഭയാനകമാംവിധം ആന്റി ബ്രിട്ടീഷ് ആണ്; അവറ്റ ഇംഗ്ലീഷുകാരെ ലേശവും ഇഷ്ടപ്പെടുന്നില്ല; വളരെ സൂക്ഷിച്ചുവേണം അവരോട് സംസാരിക്കാൻ; എത്രയും കരുതലോടെവേണം അവരോടടുക്കുവാൻ; അവറ്റയെപ്പോലെ കുപ്രസിദ്ധി നേടിയ ജാതി ഇന്ത്യയിൽ വേറെയില്ല; അവറ്റയ്ക്ക് ബോംബോ തോക്കോ കൈത്തോക്കോ പ്രയോഗിക്കാൻ ഒട്ടും കൂസലില്ല; ബംഗാൾ വിഭജനകാലത്ത് അവറ്റ നിരവധി ഇംഗ്ലീഷുകാരുടെ കഥ കഴിച്ചു; അവറ്റയെ പിടിച്ചു കെട്ടുന്നതിനുതന്നെയാണ് നിങ്ങളെ അയയ്ക്കുന്നത്; നിങ്ങൾ സാമ്രാജ്യത്തിന്റെ മാനം സംരക്ഷിക്കുമെന്നാണ് പ്രതീക്ഷ.

സിംസൻ അയാളുടെ സൂട്ട്കെയ്സിനായി വളരെ നേരം ബാഗേജ് കൗണ്ടറിൽ കാത്തുനിന്നു. അരമണിക്കൂറിലേറെ. ഒടുവിൽ ബാഗേജ് ഏറ്റെടുത്ത് അയാൾ എയർപോർട്ട് ബസിൽ കയറി. ഭേഷ്, വെരിഗുഡ്! കൽക്കത്തയിലെ നിരത്തിലൂടെ സഞ്ചരിക്കവേ സിംസനു തോന്നി–വെരി വെരി

ഗുഡ്! ഇത്രയ്ക്ക് സുഖമായി കൽക്കത്തയിൽ എത്താൻ കഴിയുമെന്ന് അയാൾ വിചാരിച്ചിരുന്നതല്ല.

കഴിഞ്ഞ ഏതാനും വർഷങ്ങൾകൊണ്ട് കൽക്കത്ത എത്ര മാറിപ്പോയിരിക്കുന്നു! ലോകം തന്നെ എത്ര മാറി? താൻ പിറന്ന ഇംഗ്ലണ്ടിനും തന്റെ നഗരമായ ലണ്ടനും വന്നില്ലേ നിരവധി മാറ്റങ്ങൾ? തനിക്ക് പ്രായവും ഏറെയായി. ഇനി ജീവിക്കുകയാണെങ്കിൽത്തന്നെ എത്ര കാലം? ലൈഫ് ഈസ് ഷോർട്ട്. എന്തെല്ലാം കണ്ടിരിക്കുന്നു സിംസൻ! പലതും കണ്ടു, പലതും അനുഭവിച്ചു, പലതും അറിയുകയും പഠിക്കുകയും ചെയ്തു. ഇത് അവസാനത്തേത്. ലാസ്റ്റ് ചാപ്റ്ററാണിത്. ഇതോടെ അവസാനിപ്പിക്കണം. ഈ തണ്ടുവലി മതിയാക്കണം.

ചൗരംഗിയിലെ ഹോട്ടൽ പഴയപടിതന്നെ സ്ഥിതിചെയ്യുന്നു. കൽക്കത്തയിൽ പണിയെടുത്തിരുന്ന കാലത്ത് എത്രയോ തവണ ഇവിടെ വന്നിരിക്കുന്നു. ഇവിടെ വന്നിരുന്ന് ആഹാരം കഴിച്ചതിനും ബീർ കുടിച്ചതിനും വിസ്കി ആസ്വദിച്ചതിനും കണക്കുണ്ടോ? എത്ര മനോഹരമായ നഗരമാണ് ഈ കൽക്കത്ത. ഇവിടെ ബ്രിട്ടീഷുകാർക്കുണ്ടായിരുന്ന പദവി എന്തായിരുന്നു! ഈ കൽക്കത്തതന്നെയായിരുന്നു ഒരു കാലത്ത് സെക്കന്റ് സിറ്റി ഇൻ ദി ബ്രിട്ടീഷ് എമ്പയർ.

സത്യം തന്നെ. ജീവിതം എത്ര ചെറുത്. ഇവിടെ എത്ര ത്വരിതഗതിയിൽ ജീവിതം അവസാനിക്കുന്നു!

അതങ്ങനെ ആയിക്കോട്ടെ. ജീവിതം അവസാനിക്കുന്നുവെങ്കിൽത്തന്നെ തനിക്കതിൽ ക്ഷോഭമില്ല. താൻ തന്റെ ഡ്യൂട്ടി നിർവഹിച്ചു. ജീവിതവൃത്തിയോട് മാത്രമുള്ള ഡ്യൂട്ടിയല്ല. ഓരോരുത്തനും ജീവിതത്തോടുതന്നെയുണ്ട് ഡ്യൂട്ടി. ആ ഡ്യൂട്ടിയാണ് നിർവഹിച്ചത്. ജോലിയിൽ പ്രവേശിച്ച് അഞ്ചുകൊല്ലം കഴിഞ്ഞപ്പോൾത്തന്നെ താൻ അത് ഉപേക്ഷിച്ചു.

"യുവർ നെയിംപ്ലീസ്!"

സിംസൻ പറഞ്ഞു: "എഴുതിക്കോളൂ, ജോൺ സിംസൻ"

"എവിടെനിന്ന്? എവിടംവരെ?"

"ലണ്ടനിൽനിന്ന് കൽക്കത്തവരെ, ഇനി തിരിച്ച് ലണ്ടനിലേക്ക്."

ഹോട്ടലിലെ ബുക്കിൽ പിന്നെയും എന്തൊക്കെയാവശ്യമാണോ, അതൊക്കെ എഴുതി. മുറിയും ഏതാണെന്നു പറഞ്ഞുകൊടുത്തു. സിംസൻ ആറ്റാച്ചി കെയ്സ് എടുത്ത് ലിഫ്റ്റിലേക്കു നടന്നു. അവിടന്ന് മുറിയിലേക്ക്. മുറി ഒന്നാന്തരം. മുറിയെന്ന് പറഞ്ഞാൽപോര, സ്യൂട്ട്. മുൻവശം ഒരു ഇരുപ്പുമുറി, പിന്നിൽ കിടപ്പുമുറി. സിംസന് വയസ്സ് കുറെയായി. എബൗട്ട് സിക്സ്റ്റിഫൈവ്. അറുപത്തിയഞ്ച്. ഈ പ്രായത്തിലെത്തിയിട്ട് ഇനി ഒന്നും അറിയാനില്ല, പഠിക്കാനില്ല. എല്ലാറ്റിൽനിന്നും പൂർണ വിരാമം.

പെട്ടെന്ന് കോളിങ്ബെൽ അടിക്കുന്നതു കേൾക്കായി.

സിംസൻ ആ സമയം കുളിച്ച് ഡ്രസിങ്ഗൗൺ ധരിച്ചുകഴിഞ്ഞതേയുള്ളൂ. വേഗം ചെന്ന് മുറി തുറന്നു.

ഒരു ഹോട്ടൽബോയ് കടന്നുചെന്നു. അവൻ ചോദിച്ചു.

"വല്ലതും വേണോ സർ! ചായയോ കാപ്പിയോ?"

"വേണ്ട പൊയ്ക്കോളൂ"

സിംസന് ഈ സമയം ഒന്നിനും രസംതോന്നിയിരുന്നില്ല.

എത്രയോ ദൂരെനിന്നു വരുന്നു. ഇപ്പോൾ വിശ്രമമാണ് അത്യാവശ്യം. പണ്ടത്തെമാതിരി എനർജിയില്ല ഇപ്പോൾ. എന്നാൽ, പണ്ടൊരുകാലത്ത് ഇതേ കൽക്കത്തയിൽ വെളുക്കുംവരെ ഉറങ്ങാതെ ചുറ്റിനടന്നിട്ടുണ്ട്. പൊലീസിലെ ഉദ്യോഗത്തിന് നിശ്ചിതമായ ഡ്യൂട്ടിസമയമില്ല. ചില ദിവസം മര്യാദയ്ക്ക് ഭക്ഷണം തന്നെ തരമാകാറില്ല. ഒന്ന് നടുചായ്ക്കുവാൻ ഇട കിട്ടാറില്ല. കൽക്കത്തയിൽ മാത്രമോ? ബംഗാളിലെ ഓരോ ജില്ലയിലും പോകേണ്ടി വന്നിട്ടുണ്ട്, സിംസന്.

വീണ്ടുമതാ കോളിങ് ബെൽ.

സിംസൻ പറഞ്ഞു: "യെസ് കമിൻ!"

ഇക്കുറി മുറിയിൽ കടന്നത് ഹോട്ടൽബോയ് അല്ല. ഒരു ബംഗാളി.

"സർ!"

സിംസന് ആദ്യം മനസിലായില്ല. മിഴിച്ചുനോക്കി.

"ഹു ആർ യൂ?"

"ഞാൻ താരകൻ സർ! താരക്സേൻ!"

സിംസൻ അത്ഭുതപ്പെട്ടുപോയി, താരകനെന്നു കേട്ടപ്പോൾ. അതെ, താരകൻ! ഒറ്റനോട്ടത്തിൽ അറിയാൻ പാടില്ലാത്തവിധമായിത്തീർന്നിരിക്കുന്നു ആകൃതി. സിംസൻ പറഞ്ഞു: "ഇരിക്കൂ."

താരകൻ ഒരു കസേരയിൽ ഇരുന്നു. അയാൾ പറഞ്ഞു: "എയർ പോർട്ടിൽ വന്നു സാറിനെ കാണണമെന്നു വിചാരിച്ചിരുന്നു. പക്ഷേ, ഞാനവിടെ എത്തിയപ്പോഴേക്ക് സാർ സ്ഥലം വിട്ടിരുന്നു. ഞാൻ എത്താൻ വൈകി."

പിന്നെ ഒന്നു നിർത്തിയിട്ട് തുടർന്നു:

"എന്റെ കത്ത് സാറിനു കിട്ടിയിരിക്കുമല്ലോ?"

സിംസൻ മറുപടിയായി മറുചോദ്യം ചോദിച്ചു:

"എന്റെ കത്ത് കിട്ടിയോ?"

"കിട്ടി സർ. അതുകൊണ്ടാണല്ലോ സാറു വരുന്നുണ്ടെന്ന് മനസിലായത്"

"അതിരിക്കട്ടെ. എന്തൊക്കെയാണ് വിശേഷം?"

"വിശേഷമൊന്നും പറയാൻ കൊള്ളില്ല സർ! തുടക്കത്തിൽ എല്ലാം നന്നായിരുന്നു. ധാരാളം പണം വന്നുകൊണ്ടിരുന്നു. എന്നാൽ ഇപ്പോൾ ബിസിനസെല്ലാം കുഴപ്പത്തിലായി."

"എന്തു ബിസിനസായിരുന്നു?"

"എല്ലാത്തരം ബിസിനസും. ഓർഡർ–സപ്ലൈ ബിസിനസായിരുന്നു സാർ! ഓർഡർ അനുസരിച്ചുള്ള സാധനങ്ങൾ സപ്ലേ ചെയ്യുക. തുടക്കം വളരെ വളരെ നന്നായിരുന്നു. പകൽ മുഴുവൻ പണിയെടുത്താലും

തീരില്ല. ബാങ്കിൽ നല്ലൊരു തുക കെട്ടിയിരിപ്പുണ്ടായിരുന്നു. ഭാഗ്യം തെളിഞ്ഞുവെന്നാണ് ഞാൻ ധരിച്ചത് സർ!"

"പിന്നെ പെട്ടെന്ന് എല്ലാം മോശമാകാനെന്തു സംഭവിച്ചു?"

"ഞാൻ ഒറ്റ. എല്ലാദിക്കിലും കണ്ണുചെല്ലാതായി. പിന്നെ നാലുപാടും പുതിയപുതിയ കമ്പനികൾ രൂപംകൊള്ളാനും തുടങ്ങി. അവർക്ക് എത്രയോ കോടിരൂപ ക്യാപിറ്റൽ. അവരോട് കോംപീറ്റുചെയ്യുവാൻ കഴിഞ്ഞില്ല. അതുകൊണ്ടാണ് സാറിന് കത്തെഴുതിയത്. സാറിനുവല്ലതും ചെയ്യാൻ കഴിയും."

"എന്നെക്കൊണ്ട് എന്തു ചെയ്യാനാവും, താരക്? ഞാൻ ഒരു വിദേശി. നിങ്ങൾക്ക് ഇപ്പോൾ പുതിയ ഒരു ഇന്ത്യൻഗവൺമെന്റ് ഉണ്ട്. ഞാൻ പറഞ്ഞാൽ അവർ കേൾക്കുമോ? ഞാനാര്? എനിക്കെന്തധികാരം? എനിക്ക് പരിചയമുള്ള ആരുണ്ട് ഇവിടെ?"

"നേരുപറഞ്ഞാൽ സാറു കാരണമാണ് ഞാനിപ്പോഴും ജീവിക്കുന്നത്. ഞാൻ ദുരിതമനുഭവിച്ചിരുന്ന കാലത്ത് സാറ് സഹായിച്ചതുകൊണ്ടുമാത്രമാണ് എനിക്ക് ഇന്ന് രണ്ടുവറ്റെങ്കിലും പെറുക്കിത്തിന്നാൻ കിട്ടുന്നത്. ഇപ്പോൾ സാറ് ഒന്ന് മനസുവെച്ചില്ലെങ്കിൽ ഞാനെവിടെപ്പോകും? ആരുണ്ട് എനിക്ക്?"

"എന്തേ? ഇംഗ്ലീഷുകാരല്ലല്ലോ ഇപ്പോൾ ഭരണം! നിങ്ങളുടെ സ്വന്തം നാട്ടുകാർ. അവരെക്കാൾ വേണ്ടപ്പെട്ടവൻ നിങ്ങൾക്ക് ഞാനാണ് എന്നാണോ പറഞ്ഞുവരുന്നത്?" .

" അതെ, സർ! സാറുമാത്രമാണ് എന്റെ ഉറ്റബന്ധു, സാറുതന്നെ ദൈവം!"

"എന്തൊക്കെയാണ് നിങ്ങൾ പറയുന്നത് താരക്! ഇങ്ങനെയൊന്നും പറയരുത്. വല്ലവരും കേട്ടാൽ ഭ്രാന്താണെന്ന് പറയും."

വാതിൽക്കലേക്കു നടന്ന താരകൻ വീണ്ടും തിരിഞ്ഞുനിന്ന് പറഞ്ഞു: "സാറ് ഇവിടെ എത്ര ദിവസം ഉണ്ടായിരിക്കും?"

"നോക്കട്ടെ എത്ര ദിവസം വേണ്ടിവരുമെന്ന്. എന്റെ പഴയ ജോലി സ്ഥലമാണ് കൽക്കത്ത. ഒക്കെ ഒന്നു ചുറ്റിനടന്ന് കാണണമെന്നാണ് മനോരാജ്യം. കൽക്കത്തയ്ക്ക് പുറത്തും ഒന്നു കറങ്ങണം. പണ്ടത്തെ ആ ഫ്രഞ്ച്ടെറിട്ടറിയായിരുന്ന ചന്ദ്രനഗർ-അതിപ്പോൾ ഇന്ത്യയുടെ നിയന്ത്രണത്തിലാണല്ലോ. അവിടെയും പോകണമെന്നുണ്ട്. അവിടത്തെ ഗംഗാപ്രവാഹം എന്നെ പണ്ട് ഒട്ടേറെ ആകർഷിക്കുകയുണ്ടായി. അവിടെ മാറ്റമൊന്നും വന്നിട്ടില്ലല്ലോ, ഉവ്വോ?"

"ഇല്ല സാർ!"

സിംസൻ പെട്ടെന്ന് എന്തോ ഓർത്തു. അയാൾ സൂട്ട്കെയ്സിൽനിന്ന് ഒരു പാക്കറ്റ് എടുത്ത് താരകന്റെ നേരെ നീട്ടിക്കൊണ്ടുപറഞ്ഞു: "നിങ്ങൾ വിവാഹം ചെയ്തെന്ന് എഴുതിയിരുന്നല്ലോ. നിങ്ങളുടെ കുട്ടികൾക്ക് ലണ്ടനിൽനിന്നു വാങ്ങിയത്."

"എനിക്കു കുട്ടികളില്ല സർ!"

"എന്ത്? ഇത്ര നാളായിട്ടും കുട്ടികളില്ലേ? ഞാനറിഞ്ഞില്ല അത്. നിങ്ങളുടെ വൈഫ്?"

താരകന്റെ മുഖം പെട്ടെന്ന് ഗംഭീരമായി. അയാൾ പറഞ്ഞു:

"അവൾക്ക് സാറിന്റെയൊക്കെ അനുഗ്രഹത്താൽ സുഖം തന്നെ."

"ശരി നിങ്ങൾ ഏതായാലും ചെല്ലൂ. നാളെ കാണാം. നേരം പോയി."

"എന്നാൽ അങ്ങനെതന്നെ. ഗുഡ്നൈറ്റ് സർ!"

താരകൻ പോയിക്കഴിഞ്ഞപ്പോൾ സിംസൻ അകത്തുനിന്ന് വാതിൽപൂട്ടി കിടക്കയിൽചെന്നുകിടന്നു. നല്ല ഇരുട്ട്, അയാൾക്ക് ഓർമയുണ്ട്. ഈ താരകൻ, ഇതേ താരക്സേൻ, ഒരു ദിവസം ജോലിയന്വേഷിച്ച് തന്റെ അരികിൽ വരികയുണ്ടായി. രോഗം ബാധിച്ചവനെപ്പോലെ ക്ഷീണിച്ച ദേഹം. ആഹാരം വേണ്ടത്ര കിട്ടാറില്ലെന്ന് കണ്ടാൽ തോന്നും. ഈവിധം പട്ടിണിക്കാരെപ്പോലെ മെല്ലിച്ച് എല്ലുംതോലും മാത്രമുള്ളവരെക്കൊണ്ടാണ് പൊലീസ് ഡിപ്പാർട്ടുമെന്റുകാർക്ക് ഏറെ പ്രയോജനം. തടിച്ചുചീർത്തവരെക്കൊണ്ട് ഒരു പ്രയോജനവുമില്ല. ഇങ്ങനെയുള്ളവർ പേടിത്തൊണ്ടന്മാരായിരിക്കും. അവർക്ക് നല്ലപോലെ തിന്നണം. ശ്വാസംമുട്ടുവോളം അകത്തേക്കുചെലുത്തി ഒരിടത്തു കിടന്ന് കൂർക്കം വലിക്കണം. അവറ്റ ജീവിതത്തിൽ എന്തെങ്കിലും ഒരു ചുമതലയേറ്റെടുക്കുവാൻ തയാറാവില്ല.

ഡഗ്ലസ് സായ്പായിരുന്നു അന്ന് കൽക്കത്തയിലെ പൊലീസ് കമീഷണർ. ഒരുദിവസം സായ്പ് സിംസനെ വിളിച്ചു ചോദിച്ചു: "എന്തേ? നിങ്ങൾ ഒറ്റകേസും തരുന്നില്ലല്ലൊ സിംസൻ."

സിംസൻ പറഞ്ഞു: "ഞാൻ ശ്രമിച്ചുവരുന്നു. ഇതേവരെ ഒരു കേസും കിട്ടിയില്ല."

ഡഗ്ലസ് മേശമേൽ ഇടിച്ചുകൊണ്ട് പറഞ്ഞു: "വാട്ട് യു മീൻ? ഇന്ത്യക്കാരൊക്കെ ഒറ്റരാത്രികൊണ്ട് നല്ലവരായിരിക്കയാണെന്നാണോ പറയുന്നത് നിങ്ങൾ?"

"അങ്ങനെ ഞാൻ പറഞ്ഞില്ലല്ലോ സർ! കേസ് അന്വേഷിച്ചുകൊണ്ടിരിക്കയാണെന്നല്ലേ പറഞ്ഞുള്ളൂ?"

"നിങ്ങൾ റിപ്പോർട്ടുചെയ്യുന്ന കേസുകളെ അടിസ്ഥാനമാക്കിയായിരിക്കും നിങ്ങളുടെ പ്രമോഷൻ എന്ന് നിങ്ങൾ മനസിലാക്കണം. നിങ്ങൾ ഇന്ത്യയിൽ വന്നിട്ട് മാസം ആറുതികഞ്ഞു. എന്നാൽ ഒരൊറ്റ കോൺക്രീറ്റ്കേസ് നിങ്ങൾക്ക് റിപ്പോർട്ടുചെയ്യാൻ കഴിഞ്ഞിട്ടില്ല."

"പറഞ്ഞില്ലേ, ശ്രമിച്ചുവരികയാണെന്ന്?"

"ഹോംസെക്രട്ടറി ദില്ലിയിൽനിന്ന് നിങ്ങളെപ്പറ്റി എഴുതിയിരിക്കുന്നു. ഞാൻ എന്തു റിപ്പോർട്ടാണ് നിങ്ങളുടെ കാര്യത്തിൽ എഴുതുക? പറയൂ."

"എനിക്കെന്താണ് അതേപ്പറ്റി പറയാൻ കഴിയുക?"

"എന്നാൽ നിങ്ങൾ നഗരത്തിന് വെളിയിലെവിടേക്കെങ്കിലും ട്രാൻസ്ഫർ വാങ്ങൂ. ഇവിടെ നിങ്ങൾക്കു കേസൊന്നും പിടിക്കാൻ കഴിയാത്ത സ്ഥിതിക്ക് അതൊന്നു പരീക്ഷിച്ചുനോക്കൂ."

അന്നത്തെക്കാലത്ത് വെള്ളത്തൊലിക്കാരെക്കണ്ടാൽ ബംഗാളികൾക്ക് സംശയമായി. ഇംഗ്ലീഷുകാരൊക്കെ ബംഗാളികളുടെ ശത്രുക്കൾ. കൽക്കത്തയിൽ തങ്ങളുടെ കഴിവ് പ്രകടിപ്പിക്കുവാൻ കഴിയാത്തവരെ പുറമേക്കയക്കുകയാണ് പതിവ്. അവിടെ പോകുന്നവർക്ക് ശമ്പളത്തിൽ ചെറിയൊരു വർധനവും തരമാവും. പക്ഷേ, ശമ്പളക്കൂടുതൽ കിട്ടിയാലും സുഖസൗകര്യങ്ങൾ കൂടുതൽ കിട്ടുകയില്ലല്ലൊ. എവിടെക്കിടക്കുന്നു സ്വർണപുരിയായ ലണ്ടൻ? ഇവിടത്തെ ചെറുജില്ലകളായ മേദിനിപൂർ എവിടെ, നാരായൺ ഗഞ്ജ്* എവിടെ, അല്ലെങ്കിൽ ഫരീദ്പൂരും നോയാഖാലിയുമെവിടെ? ഗ്രാമങ്ങളിലെയും ഗഞ്ജുകളിലെയും ഡേർട്ടി നേറ്റിവുകളാണ് ഏറ്റവും ഡെയ്ഞ്ചറസ്, എല്ലാവരെക്കാളും ഭയങ്കരർ. അവറ്റ ഓരോരുത്തരും മൂർഖൻപാമ്പുകളാണ്. കൃഷ്ണസർപ്പങ്ങളെക്കാൾ വിഷമുള്ളവ. കൈത്തോക്കുകൊണ്ട് ആർ എപ്പോഴാണ് വെടിവെച്ചു വീഴ്ത്തുകയെന്നു പറയാൻ ആവില്ല. അന്ന് ഇംഗ്ലീഷ് ഓഫീസർമാർ ഓരോരുത്തരായി പുറംദിക്കുകളിലേക്ക് പൊയ്ക്കൊണ്ടിരുന്നു. അവരിലെത്രയോപേർ തോക്കിനിരയായി. മേദിനിപൂരിലെ മൂന്നു മജിസ്ട്രേട്ടുമാരാണ് വധിക്കപ്പെട്ടത്.

സിംസൻ പറഞ്ഞു : "നിങ്ങൾ എന്നെ ട്രാൻസ്ഫർ ചെയ്യൂ, നഗരപ്രാന്തങ്ങളിലേക്ക്. നിങ്ങൾ പറയുന്ന ദിക്കിലേക്ക് പോകാൻ ഞാൻ ഒരുക്കമാണ്."

സിംസന്റെ വാക്കു കേട്ട് ഡഗ്ലസ് അന്തംവിട്ടുപോയി. അയാൾ ചോദിച്ചു:

"നിങ്ങൾക്ക് ഭയം തോന്നുന്നില്ലേ? ഞങ്ങളുടെ വിഭാഗത്തിലെ എത്രയോ ഓഫീസർമാർ അവിടെ ഡ്യൂട്ടിക്ക് പോയി വധിക്കപ്പെട്ടിട്ടുണ്ട്."

"എനിക്ക് അറിയാം."

"അപ്പോൾ? നിങ്ങളുടെ ഗതിയും അതായാലോ?"

"അങ്ങനെയെങ്കിൽ അങ്ങനെയാകട്ടെ. രാജാവിനോടുള്ള കർത്തവ്യം നിർവഹിച്ചുകൊണ്ട് മരിച്ചെന്നുവെച്ചാൽമതി. അതുമല്ല, ഞാൻ മരിച്ചാൽ ആർക്കും ഒരു ചേതവും വരാനില്ല മിസ്റ്റർ ഡഗ്ലസ്. എന്റെ മരണത്തിൽ കരയാൻ ആരുമില്ല."

"എന്തേ? നിങ്ങളുടെ വൈഫ്?"

"വൈഫ്? ഞാൻ വിവാഹം ചെയ്തിട്ടുണ്ടായിരുന്നു. പക്ഷേ, പിന്നീട് ഡൈവോഴ്സ് ചെയ്തു. അവൾ എന്നെ വിട്ടിട്ടു പോയി."

"ചിൽഡ്രൻ?"

"കുട്ടികളില്ല"

"അത് ശരി."

ഇനിയെന്താണ് പറയേണ്ടതെന്ന് അറിയാതെ ഡഗ്ലസ് ഏതാനും നിമിഷം സിംസന്റെ മുഖത്തേക്കു തന്നെ നോക്കിയിരുന്നു. പിന്നെ

---

* ഗഞ്ജ് – ചന്ത

ചോദിച്ചു. "നിങ്ങൾക്ക് കുടുംബക്കാരായി പിന്നെയാരുണ്ട്?"

"നോബഡി. ഞാൻ ഒറ്റ. ഈ ലോകത്തിൽ എനിക്ക് ആരുമില്ല. കുട്ടിക്കാലത്തുതന്നെ അച്ഛൻ മരിച്ചു. എന്റെ പ്രന്തണ്ടാംവയസിൽ അമ്മ പുനർവിവാഹം ചെയ്തു. അതുമുതൽ സ്കൂളിലെ ബോർഡിങ്ങിലാണ് കഴിച്ചുകൂട്ടിയത്. അന്നുതൊട്ടേ ഞാൻ ഒറ്റയ്ക്കായി. പഠിപ്പുകഴിഞ്ഞപ്പോൾ പത്രത്തിൽ പരസ്യംകണ്ടു. ഞാൻ അപേക്ഷ അയച്ചു. അങ്ങനെ ഇവിടെ എത്തി, ഈ കൽക്കത്തയിൽ."

"അതുശരി. എങ്കിലും നിങ്ങളെന്തിനാണ് നിരാശനാകുന്നത്? ഇവിടെ നിങ്ങൾക്ക് ധാരാളം ഇംഗ്ലീഷ് ഗേൾസിനെ കിട്ടും. ഇവിടത്തെ ക്ലബിൽ ചേരൂ. കൽക്കത്തയിൽ അനേകം റെസ്പക്ടബിൾ ക്ലബുകളുണ്ട്. അവിടെ മെമ്പറായാൽ എളുപ്പം ഗേൾഫ്രൻസിനെ നേടാം. അവരിൽ ഒരുവളെ പരിണയിക്കാം. നിങ്ങൾ യങ്ബോയ്. ഇനിയും ജീവിതം ആസ്വദിക്കുവാനുള്ള സമയം വരുന്നേയുള്ളൂ. ഇപ്പോഴേ ഇങ്ങനെ നിരാശനായിക്കൂടാ."

സിംസൻ ഒന്നു തിരിഞ്ഞുകിടന്നു. ഹായ്! അതെന്തൊരു ദിവസങ്ങളായിരുന്നു. അന്നത്തെ സംഭവങ്ങളെല്ലാം കൺമുമ്പിൽ പുനരാവർത്തിക്കുകയാണ്.

പെട്ടെന്ന് മുറിയിൽ ആരോ നടക്കുന്നതുപോലെ തോന്നി.

സിംസൻ വിളിച്ചുചോദിച്ചു.

"ആര്? ആരത്?"

കിടക്കുംമുമ്പ് മുറിയടച്ചുപൂട്ടിയത് അയാൾക്ക് നല്ല ഓർമയുണ്ട്. പിന്നെ ആര് കടന്നുവന്നു? എങ്ങനെ? ബാത്റൂമിലൂടെ കടക്കാൻ വഴിയുണ്ടോ? അതോ വാതിൽ അടച്ചുപൂട്ടിയില്ലെന്നുണ്ടോ?

"ആർ? ആരവിടെ? ഹു ആർ യു"

മുറിയിൽ നല്ല ഇരുട്ട്. ഒരുപക്ഷേ. തന്റെ ഭ്രമമാകാം. വേഗം സിംസൻ എഴുന്നേറ്റു. ആ മനുഷ്യൻ തന്റെ നേരെ നോക്കിനിൽക്കുകയാണ്. അനങ്ങാതെ സിംസൻ ഡ്രസിംഗ്ഗൗൺ ഒതുക്കിപ്പിടിച്ചുകൊണ്ട് ആ മനുഷ്യന്റെ മുമ്പിൽ ചെന്നുനിന്ന് ചലഞ്ച് ചെയ്തു:

"ആരാണ് നിങ്ങൾ? ആരാണെന്ന് ?"

ആ മനുഷ്യൻ പറഞ്ഞു : "സർ, ദയവുചെയ്ത് എനിക്ക് ഒരു ജോലി തരൂ."

സിംസൻ അത്ഭുതപ്പെട്ടു.

"ജോലിയോ? ജോലി ചോദിക്കാനാണോ നിങ്ങൾ ഈ അസമയത്ത് ഇവിടെ വന്നിരിക്കുന്നത്? ഞാൻ ജോലി കൊടുക്കാനിരിക്കുന്ന ആളാണെന്നോ?"

"അതെ സർ, സാറ് വലിയൊരു പൊലീസ് ഓഫീസർ. സാർ വിചാരിച്ചാൽ ഒരു ജോലി തരുവിക്കാൻ ഒരു വിഷമവുമില്ല. സാറ് ഇത് ചെയ്തുതന്നില്ലെങ്കിൽ പിന്നെ ആരുണ്ട് എനിക്ക്?"

"നിങ്ങൾക്ക് ആരുമില്ലേ?"

"ഇല്ല സർ! സത്യം. എനിക്ക് ജോലി തരുവിക്കാൻ ആരുമില്ല. ജ്യേഷ്ഠനുണ്ട്. എന്നാൽ അങ്ങോര് കല്യാണം ചെയ്ത് വേറെ താമസിക്കുന്നു. അമ്മയെ പോറ്റുവാനുള്ള ഭാരം എന്റെ ചുമലിൽ വന്നുവീണിരിക്കുന്നു. ഒരു ജോലി കിട്ടിയില്ലെങ്കിൽ ഞങ്ങൾ രണ്ടുപേരും പട്ടിണികിടന്നു ചാകും."

"ഇതിൽ എനിക്കെന്തുചെയ്യാൻ കഴിയും? ഞാൻ എത്രയോ നാളായി റിട്ടയർചെയ്തിട്ട്. ഇപ്പോൾ താമസംതന്നെ ഇംഗ്ലണ്ടിലാണ്. 1947 ആഗസ്ത് 15ന് ബ്രിട്ടീഷ്ഗവൺമെന്റ് ഇന്ത്യ വിട്ടുപോയി. നിങ്ങൾ ഇതൊന്നും അറിഞ്ഞില്ലെന്നുണ്ടോ? ഇപ്പോൾ നിങ്ങളുടെ രാജ്യം സ്വതന്ത്രമാണ്. എന്നിട്ടും എന്റെ അടുക്കൽ വന്നിരിക്കുന്നതിനെന്തർഥം? നിങ്ങൾക്ക് ഭ്രാന്തുണ്ടോ? ആർ യു മാഡ്?"

"അല്ല സർ! ഞാൻ ഭ്രാന്തനല്ല. ഞാൻ എല്ലാം അറിഞ്ഞു. അറിഞ്ഞിട്ടുതന്നെയാണ് സാറിനെ സമീപിച്ചിരിക്കുന്നത്. സാറു വിചാരിച്ചാൽ എന്തും നടക്കും."

"ശരി, ഞാനെന്താണ് വേണ്ടത്. പറയൂ!"

"സാറിന് എന്തിനും കഴിവുണ്ട്. സാറു വിചാരിച്ചാൽ ഇന്ത്യാഗവൺമെന്റിന്റെ ചെറിയ ഒരു ജോലി എനിക്ക് തരുവിക്കാൻ ഒരു വിഷമവുമുണ്ടാവില്ല."

"ഞങ്ങൾ ഇന്ത്യ വിട്ടുപോയെന്ന കാര്യം നിങ്ങളുടെ തലയിൽ കേറാത്തതെന്തേ?"

"ഇല്ല സർ! സാറു പോയിട്ടില്ല".

"പോയിട്ടില്ലെന്നോ? എന്നുപറഞ്ഞാൽ?"

"സാറും ബ്രിട്ടീഷ് ഗവണ്മെന്റിന്റെ മറ്റധികാരികളും പോയാലും, ഇപ്പോഴും പലതും ചെയ്യാൻ കഴിയും. ഒന്നു ശുപാർശചെയ്താൽ എനിക്കൊരു ജോലിക്കാര്യം തീർച്ച."

സിംസൻ ആലോചനയിൽ മുഴുകി. ഏതാനും നിമിഷം കഴിഞ്ഞിട്ട് ചോദിച്ചു "ശരി, എന്താണ് നിങ്ങളുടെ ക്വാളിഫിക്കേഷൻ?"

"ഞാൻ, എന്റെ സാറേ, ഒന്നും പാസായിട്ടില്ല. മെട്രിക് വരെ പഠിച്ചു. അതുകൊണ്ടാണ് പൊലീസ് ലൈനിൽ ജോലിചെയ്യാൻ വിചാരിക്കുന്നത്. സാറിന്റെ പൊലീസ് ഡിപ്പാർട്ടുമെന്റിൽ പഠിപ്പൊന്നും വേണ്ടെന്നാണ് കേട്ടിട്ടുള്ളത്."

"നിങ്ങൾക്ക് ഇൻഫർമേഷൻ പണി ചെയ്യാനാവുമോ?"

"ഇൻഫർമേഷൻ എന്നുവെച്ചാൽ?"

"എന്നുവെച്ചാൽ സ്പൈ, ചാരൻ. ബംഗാളിൽ ബോംബും തോക്കും കൊണ്ട് ഇംഗ്ലീഷുകാരെ വധിക്കുന്നവർ, ട്രെയിൻകൊള്ള നടത്തുന്നവർ, ഗവൺമെന്റ് ട്രഷറി തുരങ്കം വെക്കുന്നവർ – അവരുടെ വിവരം നൽകണം. കഴിയുമോ?"

"ഓഹോ! ഈ പണി ഞാൻ ഒന്നാന്തരമായി ചെയ്തുതരാം സാർ. എനിക്കു തരു ഈ പണി."

"പക്ഷേ, ശമ്പളം അധികമൊന്നും കിട്ടില്ല. മാസംതോറും കൈച്ചെലവിനായി പത്തുരൂപ. കേസുകൾ റിപ്പോർട്ടുചെയ്ത് പിടിക്കാൻ സഹായിക്കാമെങ്കിൽ ഓരോന്നിനും അൻപതു രൂപവീതം വേറെ കിട്ടും."

"ശരി, സമ്മതം സാർ!"

"നിങ്ങളുടെ അഡ്രസ്തരൂ. ഞാൻ എഴുതിയറിയിക്കാം."

അഡ്രസ് പറഞ്ഞു.

"ഇനി നിങ്ങളുടെ പേർ?"

"താരക്സേൻ"

പേർ കേട്ടപ്പോൾ സിംസൻ ഞെട്ടിവിളിച്ചു പറഞ്ഞു: "താരക്! നിങ്ങൾ താരക്സേനോ?

സിംസന്റെ അലർച്ച അയാളെ ഭയപ്പെടുത്തിയെന്നു തോന്നുന്നു. അയാൾ പേടിച്ച് നിമിഷംകൊണ്ട് കാറ്റിൽ അദൃശ്യനായി. സിംസൻ കണ്ണുരുട്ടി മിഴിച്ച് ചുറ്റും നോക്കി. എവിടെ താരകൻ? എങ്ങോട്ടുപോയി? താനെവിടെ? താൻ കിടക്കയിൽ. ഇപ്പോൾ? താനീ കണ്ടത് വെറും കിനാവോ?

അയാൾ മറുവശം തിരിഞ്ഞുകിടന്ന് ഉറങ്ങാൻ നോക്കി.

രണ്ട്

വൃക്ഷം അതിന്റെ വേരുകളുടെ സഹായത്താൽ മണ്ണിൽനിന്ന് പ്രാണശക്തി ആഹരിക്കുന്നതുപോലെ മനുഷ്യൻ അതീതമായ ഇതിഹാസത്തിൽനിന്ന് ജീവനശക്തി സംഭരിക്കുന്നു. അതീതത്തിൽ ഉറച്ചുനിന്നുകൊണ്ടുതന്നെയാണ് മാനവസമൂഹം ശാഖാപ്രശാഖകൾ പരത്തി നിലനിൽപ്പിനുള്ള കരുത്താർജിക്കുന്നത്. അതിനാൽ വർത്തമാനത്തെ നന്നായി മനസിലാക്കുന്നതിന് അതീതത്തെ ശരിയായി അറിഞ്ഞിരിക്കണം.

അതീതത്തെ അംഗീകരിക്കുകയെന്നുവെച്ചാൽ ചരിത്രത്തെ അംഗീകരിക്കുകയെന്നർഥം. അതീതമുള്ളവനേ ചരിത്രമുള്ളൂ. ഈ ഇരുപതാം നൂറ്റാണ്ടിന്റെ മധ്യത്തിൽ ഒരു യൂറോപ്യൻരാജ്യത്തുനിന്ന് മി. ജെയിംസ് സിംസൻ എന്നൊരു സായ്പ് ഇന്ന് ഭാരതത്തിൽ വന്നെത്തിയിരിക്കുന്നു. ഇതിന് പിറകിലുമുണ്ട് ഒരു ഇതിഹാസം.

നാൽപ്പത് അമ്പത് വർഷങ്ങൾക്കുമുമ്പുള്ള കൽക്കത്ത - അത് ഇന്നത്തെപ്പോലെയായിരുന്നില്ല. ആ കൽക്കത്ത കണ്ടിട്ടുള്ള പലരും ഇന്നും ജീവിച്ചിരിപ്പുണ്ട്. ഇന്ന് സിംസൻ വന്നു താമസിക്കുന്ന ഹോട്ടലും അന്ന് കണ്ടിട്ടുള്ളതുതന്നെ.

സിംസന് അതെല്ലാം നല്ല ഓർമയുണ്ട്. അന്ന് ഉച്ചയ്ക്ക് ഒരു മണിക്ക് കൽക്കത്തക്കാർ ഒരു ശബ്ദം കേൾക്കാറുണ്ട്; പീരങ്കി നിറയൊഴിക്കുന്നതുപോലുള്ളത്. കൽക്കത്ത ഫോർട്ടിൽ നിന്നാണതിന്റെ വരവ്.

ജനം പറയും: അതാ! കോട്ടയിൽ ഗുണ്ട് പൊട്ടി.

ഗുണ്ട് എന്നാണതിന് പേർ. ജനം അങ്ങനെയാണ് അതിനെ വിളിക്കുക. മണി ഒന്നായി എന്ന് ജനം അറിയുന്നത് ഈ ശബ്ദം കേട്ടിട്ടാണ്. വാച്ചുള്ളവർ ഈ ശബ്ദം കേട്ടാൽ സമയം ഒത്തുനോക്കും. ഇല്ലാത്തവർ ആ ശബ്ദം കേട്ട് ദിനചര്യ ശരിപ്പെടുത്തും.

അന്ന് എത്ര പേർക്കുണ്ടായിരുന്നിരിക്കും വാച്ച്? ചുവർ ഘടികാരം അവിടവിടെ കണ്ടെന്നുവരാം. എന്നാൽ, റിസ്റ്റ്വാച്ച് ഒന്നോ രണ്ടോ പേരുടെ കൈയിലേ കാണൂ. അന്ന് വിവാഹത്തിന് വരന്മാർക്ക് വാച്ച് ഉപഹാരം നൽകുക എന്ന ഏർപ്പാടില്ല. ധനികരായവരോട് വരദക്ഷിണയായി വാച്ചും ചെയിനും ആവശ്യപ്പെടാറുണ്ടായിരുന്നു.

അന്നൊരു ദിവസം യദുഭട്ടാചാര്യലെയ്നിലൂടെ അളകേശൻ എന്തൊക്കെയോ കുത്തിനിറച്ച സഞ്ചി തൂക്കിപ്പിടിച്ചുകൊണ്ട് തിരക്കിട്ടു നടക്കുമ്പോൾ പെട്ടെന്ന് കോട്ടയിൽനിന്ന് ഗുണ്ടിന്റെ ശബ്ദം ഉയർന്നു. അളകേശൻ നടത്തത്തിനു വേഗംകൂട്ടി ഒരു ഭവനത്തിനുമുമ്പിൽ ചെന്നുനിന്ന് വാതിൽക്കൽ മുട്ടി. ഒപ്പംതന്നെ വിളിച്ചു.

"ചിറ്റമ്മേ! ചിറ്റമ്മേ!"

ആ സമയം അകത്ത് ചിറ്റമ്മ മരക്കട്ടിലിൽ പായവിരിച്ച് ഒരു മയക്കത്തിനു വട്ടംകൂട്ടുകയായിരുന്നു. അവരുടെ കാഴ്ചശക്തി കുറഞ്ഞിട്ടുണ്ടെങ്കിലും ശ്രവണശക്തി അത്രയ്ക്ക് കൂടുകയേ ചെയ്തിട്ടുള്ളൂ. കണ്ണിന് കാഴ്ചയില്ലാത്തവർക്ക് ദൈവം മറ്റ് ഇന്ദ്രിയങ്ങളുടെ കഴിവു വർധിപ്പിച്ച് നഷ്ടപരിഹാരം നൽകുന്നുവെന്ന് വിശ്വസിക്കപ്പെടുന്നു. ഗുണ്ടിന്റെ ശബ്ദം അവളും കേട്ടു. മണി ഒന്നടിച്ചുവെന്ന് അവൾ അങ്ങനെ മനസിലാക്കിയിട്ടുണ്ടായിരുന്നു.

ലോകം പരിത്യജിക്കുന്നവർക്കാണ് ലോകത്തോട് അധികം മമത തോന്നുക. അതിനാലാവും ഈ വെളിച്ചം കടക്കാത്ത അറയിൽ കിടന്നുകൊണ്ടുതന്നെ അവൾ ചെറുപ്പകാലങ്ങളിലെന്നപോലെ വേണ്ടവിധം ഗൃഹം ഭരിക്കാൻ മോഹിക്കുകയാണ്. ഒരു മണിയുടെ ഗുണ്ട് മുഴങ്ങുകയെന്നുവെച്ചാൽ കരുണാമയിക്ക് 'നേരമൊക്കെപ്പോയി' എന്നാണർഥം. അതിൽനിന്ന് ധ്വനിക്കുന്നത് എന്താണെന്നുവെച്ചാൽ ഇനി പൈപ്പിൽ വെള്ളം വരാൻ രണ്ടു മണിക്കൂർ കഴിയണം! വന്നാൽ പൈപ്പിൽനിന്ന് "ടപ് ടപ്' എന്ന് വീഴുന്നതുകേൾക്കാം – തുള്ളിത്തുള്ളിയായി. അവൾ അപ്പോൾ വിളി തുടങ്ങും: "ഓ പാരൂ! പാരൂ!!"

എത്ര വിളിച്ചാലും പാരുലിന്റെ അനക്കമൊന്നും കേട്ടില്ലെന്നുവരികിൽ പതുക്കെ കട്ടിലിൽനിന്ന് എഴുന്നേൽക്കാൻ പുറപ്പെടും. ഇപ്പോൾ അവൾക്ക് പണ്ടത്തെപ്പോലെയൊന്നും നടക്കാൻവയ്യ. കൈകാലുകൾക്ക് തീരെയില്ല ശേഷി. കിടന്നിടത്തുനിന്ന് എഴുന്നേൽക്കാൻതന്നെ എത്ര പാടുണ്ടെന്നോ! വാതത്തിന്റെ 'അസ്ഖിത' എപ്പോഴൊക്കെയാണ് അധികമാവുക, വല്ല നിശ്ചയവുമുണ്ടോ?

ഒരു ദിവസം ഇതേപോലെതന്നെ പാരുലിനെ എത്ര വിളിച്ചിട്ടും വിളി കേൾക്കുന്ന ഭാവമില്ലെന്നുകണ്ട് കട്ടിലിൽനിന്ന് എഴുന്നേൽക്കാൻ ഭാവി

ക്കയായിരുന്നു. പെട്ടെന്ന് തലയൊന്നു കറങ്ങുന്നപോലെ. വീണത് സിമന്റ് പാകിയ തറയിൽത്തന്നെ. പിന്നെ മൂന്നുമാസത്തോളം കട്ടിലിൽ കിടന്ന പടി കിടന്നു.

പാരുൽ അന്ന് അവളെ കുറെ പറഞ്ഞു:

"അമ്മേ! എന്തിനാണ് അമ്മ അപ്പോഴേക്ക് എണീക്കാൻ പോയത്? ഒന്നു കേക്കട്ടെ! ആരാണ് എണീക്കാൻ കൽപ്പിച്ചത്? അമ്മ വീട്ടുപണിക്കൊന്നും വരണ്ട എന്ന് എത്ര എത്ര തവണ പറഞ്ഞുകഴിഞ്ഞിട്ടുള്ളതാണ്! എന്നിട്ടും ഇതാണ് പ്രവൃത്തി!"

കരുണാമയി വേദനകൊണ്ട് പുളയുകയായിരുന്നു.

അവൾ പറഞ്ഞു : "ഞാൻ നിവൃത്തിയുണ്ടായിട്ട് എണീറ്റതാണോടീ! എനിക്ക് ഈ മുടിക്കുന്ന ഏർപ്പാട് പറ്റില്ല. കുഴലിലെ വെള്ളമാണെങ്കിൽ അങ്ങനെ ആർക്കും വേണ്ടാതെ വാർന്നുപോണു. അതുകൊണ്ട് ചെന്ന് കുഴൽ കൽത്തൊട്ടിയിലേക്കു തിരിച്ചുവെക്കാമെന്ന് വിചാരിച്ച് എണീറ്റു...."

"അമ്മയുടെ ജീവനോ വലുത്, പൈപ്പിലെ വെള്ളമോ? കുഴൽ വെള്ളം ചോർന്നുപോകുന്നിടത്തൊക്കെ എത്തി കാലൊടിച്ചിട്ട് ഒരിടത്ത് കിടപ്പു വെക്കാനോ ഭാവം?"

കരുണാമയി പറഞ്ഞു:

"നീയെന്നെ പഴിക്കുകയാണ്. ശരി, നീ പഴിച്ചോ! മതിയാവോളം പഴിച്ചോ! ദൈവം എനിക്കുതരുന്ന ശിക്ഷയാണിത്. എന്റെ കാലല്ല, തലയാണ് ഉടയേണ്ടിയിരുന്നത്. എന്നാലേ എനിക്ക് മുക്തിയുള്ളു. ഇതൊന്നും കാണേണ്ട ഭാരമില്ലല്ലൊ. പിന്നെ, നിന്റെ ശകാരം കേൾക്കേണ്ട ഭാരവുമില്ല."

മഞ്ഞൾ അരച്ചുപുരട്ടാൻ പാരുൽ ചെന്നപ്പോൾ കരുണാമയി ചോദിച്ചു: "എന്താണത്?"

"ചൂടാക്കിയ മഞ്ഞൾക്കുഴമ്പ്"

കരുണാമയി അതുകേട്ടപ്പോൾ എന്തെന്നില്ലാതെ കോപിച്ചുവശായി. അവൾ മുറിഞ്ഞ കാൽവലിച്ചെടുത്തിട്ട് പറഞ്ഞു: "കൊണ്ടുപോയി കുപ്പയിലിട്. ഞാൻ സമ്മതിക്കില്ല എന്റെ കാലിൽ പുരട്ടാൻ. എന്റെ കാൽ ഉണങ്ങണ്ട എനിക്ക്. ഞാൻ ചത്താലേ എനിക്ക് ഗുണം പിടിക്കൂ. ഭഗവാനേ; എന്നെ കൊണ്ടുപോകൂ. എന്നെ ഇവിടന്ന് എടുത്തുകൊണ്ടുപോകൂ കരുണാനിധേ!"

പാരുൽ പറഞ്ഞു: "ഞാൻ അത്രവേഗം അമ്മയെ വിടില്ല. അമ്മ ഇഷ്ടമുള്ളതെന്തും പറഞ്ഞോളൂ. എന്നെ ഇവിടെ ഇട്ടിട്ട് ഓടിപ്പൊയ്ക്കളയാമെന്നുമാത്രം വിചാരിക്കേണ്ട. അതു സമ്മതിച്ചുപോവില്ല. ഞാൻ."

കരുണാമയി പറഞ്ഞു: "എനിക്ക് അത് അസ്സലായിട്ടറിയാം അറിയാഞ്ഞിട്ടല്ല. നീയോ തുലയും എന്നെയും തുലയ്ക്കും."

കരുണാമയിയുടെ ഈ ഉശിര് മകളുടെ മുമ്പിൽമാത്രം. മകളോട് മാത്രമേ അവൾക്ക് പരിഭവവും പാരുഷ്യവുമുള്ളു. പാരുലിനെ അവൾക്ക് വലിയ ഭയമാണ്. അവൾക്കുള്ള എല്ലാ പ്രതീക്ഷകളും പാരുലിൽത്ത

ന്നെ. കൽക്കത്തയിലെ ഇടത്തരക്കാർ പാർക്കുന്ന പ്രദേശത്ത് നിസംഗമായ ഒരു വിധവാ അധിവാസിനിയെന്ന നിലയ്ക്ക് പാരുലിനെ അവൾ സ്നേഹിക്കുന്നുവെന്നതു പോലെതന്നെ അവളെ ഭയപ്പെടുകയും ചെയ്യുന്നു. അതിനി എത്ര നാളത്തേക്ക്? അക്ഷയമായ പരമായുസോടെയല്ലല്ലൊ താൻ ഭൂമിയിൽ പിറന്നത്. മകളെ എല്ലാമേൽപ്പിച്ച് സമയമാവുമ്പോൾ കണ്ണടയ്ക്കുകയെന്നതായിരിക്കണം ഓരോ മാതാവിനും അഭികാമ്യം. എന്നാൽ ഏതുവിധം, ഏതൊരവസ്ഥയിലാണ് അവളെ വിട്ടിട്ടുപോകേണ്ടത് എന്നതാണ് പ്രശ്നം.

യദുഭട്ടാചാര്യലെയ്നിൽ ഈ ഭാവത്തിന്റെ നിലപാട് ആ പ്രദേശത്തെ മറ്റെല്ലാ ഭവനങ്ങളെയുമപേക്ഷിച്ച് താളംതെറ്റിയ മട്ടിലുള്ളതാണ്. എന്തോ ഈ ഭവനത്തിന്റെ സ്വന്തം ധനവും വിയർപ്പും ഒഴുക്കി ഇതിനെ സുഖനിബിഡമാക്കാൻ ആഗ്രഹിച്ച ആ ഏതോ ഒരു ഉടയോന്റെ പേർ കൽക്കത്താ കോർപ്പറേഷന്റെ പഴയ രജിസ്റ്ററിൽ കണ്ടാൽ കണ്ടെന്നുപറയാം. എന്നാൽ കൈമാറ്റനിയമം അനുശാസിക്കുന്നതുകൊണ്ട് ഇപ്പോൾ പൂർണമായ ഉടമസ്ഥാവകാശം ഈ വിധവയ്ക്കും പുത്രിക്കും തന്നെ.

പക്ഷേ, ഒരു പന്നാസായ പുരയ്ക്കുടമയായതുകൊണ്ടു മാത്രം വയറു നിറയില്ലല്ലൊ. അതിന് കരിവേണം. ചാണകവരളിവേണം. അരി, പരിപ്പ്, എണ്ണ, ഉപ്പ്, അങ്ങനെ പിന്നെയന്തെല്ലാം! അതൊക്കെ ഉണ്ടാകണമെങ്കിൽ വാങ്ങാൻ പണം വേണം. അതിനാണ് വഴിയില്ലാത്തത്.

ഇതുകാരണം കരുണാമയിക്ക് പണമെന്ന ചിന്തയേ എപ്പോഴുമുള്ളൂ.

പുറത്തുനിന്ന് വീണ്ടും വിളി: "ചിറ്റമ്മേ! ചിറ്റമ്മേ!"

ഇത്തവണ ആ വിളി കരുണാമയിയുടെ ചെവിയിൽപ്പെട്ടു.

അവൾ മോളെ വിളിച്ചു : "പാരു, എടീ പാരു – ദാ താരകൻ വന്നിരിക്കുന്നു. വാതിൽ തുറന്നുകൊടുക്ക്."

എങ്ങുനിന്നും ഒരനക്കവും കേൾക്കാതിരിക്കുന്നതുകാരണം കരുണാമയിതന്നെ എണീറ്റു. ഞൊണ്ടിനടന്ന് അവൾ മുറിയിൽ നിന്നിറങ്ങി വരാന്തയിൽ എത്തി. വരാന്തയിൽനിന്ന് മുറ്റത്തേക്കിറങ്ങുവാൻ മൂന്നു കൽപ്പടി ഇറങ്ങണം. മുറ്റത്തിറങ്ങിയിട്ട് ചോദിച്ചു:

"ആരാണത്? താരകനല്ലേ? നിൽക്ക് മോനെ; നിൽക്ക്. വാതിൽ തുറന്നു തരാം. ഈ കാൽവെച്ചുകൊണ്ട് നടക്കാനരുതാതായി."

പക്ഷേ, അല്ല, താരകനല്ലായിരുന്നു വന്ന ആൾ.

കരുണാമയി പറഞ്ഞു: "അല്ലാ, അളകേശനാണിത്! താരകനാണെന്നല്ലേ ഞാൻ വിചാരിച്ചത്! നീ ഡാക്കയിൽനിന്ന് എന്നുവന്നു?"

അളകേശൻ പറഞ്ഞു: "ഇന്നു കാലത്ത്. വന്ന ഉടൻ ഇങ്ങോട്ടുവരണമെന്ന് വിചാരിച്ചിരുന്നതാണ്. അപ്പോഴേക്കും ചന്തയോളം ഒന്നു പോകേണ്ടിവന്നു."

കരുണാമയി അളകന്റെ കൈയിലേക്ക് നോക്കിക്കൊണ്ട് ചോദിച്ചു: "എന്താണ് കൈയിലിരിക്കുന്നത്?"

"അത് കുറച്ച് ഉരുളക്കിഴങ്ങ്. അഞ്ചെട്ടു വഴുതിനങ്ങയും ഉണ്ട്. വീട്ടി

ലേക്ക് വാങ്ങിയപ്പോൾ കുറച്ചധികം വാങ്ങി. ഇവിടെയും കുറച്ചുകൊണ്ടു വന്നു തരാമല്ലോ എന്ന് വിചാരിച്ചു. ഞാനില്ലാതിരുന്നതുകൊണ്ട്....

"നീയെന്തിനാണ് വെറുതെ ബുദ്ധിമുട്ടിയത് മോനേ! നീയില്ലെന്നു വെച്ച് ഇവിടെ എല്ലാവരും പട്ടിണിയാണെന്ന് വിചാരിച്ചോ? ശരി, ചെല്ലൂ, അപ്പുറത്ത്, പാരു ഉണ്ട്. അവളെ ഏൽപ്പിച്ചിട്ടുവരൂ."

പിന്നെ അവൾതന്നെ വിളി തുടങ്ങി:

"പാരൂ, എടീ പാരൂ!! എവിടെ പോയി? അളകേശൻ എന്താണ് കൊണ്ടുവന്നിരിക്കുന്നതെന്ന് നോക്കൂ. ഇത് പച്ചക്കറിക്കൊട്ടയിൽ കൊണ്ടു പോയി വെക്കൂ. എവിടെപ്പോയി ആ അസത്ത്!"

അളകേശൻ പറഞ്ഞു: "ചിറ്റമ്മ പോയി കിടന്നോളൂ. ഞാൻ ചെന്നു നോക്കട്ടെ പാരുൽ അകത്ത് എന്ത് ചെയ്യുകയാണെന്ന്."

രണ്ടു മുറി മാത്രമുള്ള ഭവനത്തിന്റെ ഈ അറ്റത്ത് ഒരു മുറി. മറ്റേ അറ്റത്ത് രണ്ടാമത്തെ മുറി. നടുക്ക് അടച്ചുകെട്ടിയമാതിരിയുള്ള തളം.

പാരുൽ അപ്പുറത്ത് മുറിയിൽ തുണിമടക്കിവെക്കുകയായിരുന്നു. അളകേശൻ അടുക്കലേക്ക് ചെന്നു പറഞ്ഞു:

"അല്ലാ, അസത്ത് ഇവിടെയാണ് വന്നുനിൽക്കുന്നത്, അല്ലേ? നിന്റെ അമ്മ അവിടെ തൊള്ളതുറന്നു വിളിക്കയായിരുന്നു. എന്നിട്ടും കേട്ടില്ല എന്നാണ് നാട്യം."

പാരുൽ തുണികൾ നീക്കിവെച്ച് അളകേശന്റെ കൈയിൽനിന്ന് സഞ്ചിവാങ്ങി പച്ചക്കറികൾ കൊട്ടയിൽ വെക്കുവാൻ പുറപ്പെട്ടു.

എന്നാൽ, അളകേശൻ മുമ്പിൽ ചെന്നുനിന്ന് വഴിമുടക്കിക്കൊണ്ട് പറഞ്ഞു: " ഗൗരവത്തിലങ്ങോട്ട് പോകാനുള്ള ഭാവമാണല്ലോ."

പാരുൽ അളകേശന്റെ മുഖത്തേക്ക് നോക്കിക്കൊണ്ട് പറഞ്ഞു: "പോവുകയല്ലാതെ നിങ്ങളുടെ മോന്തയിലേക്ക് മിഴിച്ചങ്ങനെ നോക്കി വായുംപൊളിച്ചു നിൽക്കണമെന്നോ?"

"വായപൊളിച്ചു നിൽക്കാനരുതെങ്കിൽ വായ മുറുക്കി പൂട്ടി നിൽക്കണം."

"ഹൗ, ഒരു വലിയ വീരശൂരഗംഭീരൻ വന്നിരിക്കുന്നു, വായും പൊത്തി മുമ്പിൽ നിൽക്കാൻ."

"അതല്ലാ നിൽക്കൂ, പറയട്ടെ, ഒരു കാര്യമുണ്ട്."

പാരുൽ കൗതുകത്തോടെ അയാളെ നോക്കി.

"നീ ചോദിച്ചില്ലല്ലോ. ഡാക്കയിൽനിന്ന് നിനക്കായി എന്തുകൊണ്ടുവന്നുവെന്ന്."

"എന്തുകൊണ്ടുവരാനാണ്, ഈ ഉരുളക്കിഴങ്ങും വഴുതിനങ്ങയുമല്ലാതെ?"

അളകേശൻ പാരുലിന്റെ മുടിക്കെട്ട് പിടിച്ചുലച്ചുകൊണ്ട് പറഞ്ഞു:

"നിന്റെ ഈ 'പുത്തി' കാരണം തന്നെയാണ് ചിറ്റമ്മ നിന്നെ അസത്തെന്ന് വിളിക്കുന്നത്. ദാ നോക്കൂ."

അയാൾ സഞ്ചിക്കകത്ത് കൈയിട്ട് റിവാൾവർ എടുത്തുകാട്ടി.

കണ്ട ഉടൻ പാരുൽ ഞെട്ടി ഒരടി പിറകോട്ടു വെച്ചു.

"എന്താണിത്?"

അളകേശൻ പാരുലിന്റെ വായ പൊത്തി സ്വരം താഴ്ത്തി പറഞ്ഞു: "ഇത്ര ഉറക്കെ സംസാരിക്കാതിരിക്കൂ."

"എന്താണിതെന്ന്!"

"ഇത്, എവിടെയെങ്കിലും ഒളിച്ചുവെക്കണം. ഇത് കൈത്തോക്കാണ്."

"കൈത്തോക്ക്?" പാരുൽ ഞെട്ടി.

"എന്തിനുള്ളതാണിത്?"

"ആ ഡഗ്ലസ്മോനെ വകവരുത്താൻ. പിന്നെയുമുണ്ട് കുറെ വെള്ളാനകൾ. എല്ലാത്തിനെയും തുലയ്ക്കണം."

"ഇത് നിങ്ങൾക്ക് എവിടന്നുകിട്ടി?"

"ഡാക്കയിലേക്ക് പോയിരുന്നില്ലേ ഞാൻ? അവിടെവെ് പ്രഫുല്ലൻ തന്നു. അതൊക്കെയിരിക്കട്ടെ. ഇനി ഇത് എവിടെ സൂക്ഷിക്കുവാൻ വിചാരിക്കുന്നു? വളരെ രഹസ്യമായി വയ്ക്കണം. ഇരുചെവി അറിഞ്ഞുപോകരുത്."

"അരിയിടുന്ന കലത്തിൽവെച്ചാലോ?"

"വേണ്ട. ചിറ്റമ്മ കണ്ടെന്നുവരും. നിന്റെ തലയണച്ചോട്ടിലാണ് നല്ലത്."

അപ്പുറത്ത് നിന്ന് ചിറ്റമ്മയുടെ ശബ്ദം – "പാരൂ, ഉരുളക്കിഴങ്ങും മറ്റും പച്ചക്കറിക്കുടയിൽ വെച്ചില്ലേ?"

പാരുൽ പറഞ്ഞു : "അതാ! അമ്മ വിളി തുടങ്ങി!"

"വിളിക്കട്ടെ. നീ ഇത് സൂക്ഷിച്ചുവെക്കൂ. ചിറ്റമ്മയെ ഞാൻ പിടിച്ചിരുത്തിക്കൊള്ളാം."

ഇതും പറഞ്ഞ് അയാൾതന്നെ പാരുലിന്റെ കട്ടിലിലെ തലയണയെടുത്തു. എടുത്തപ്പോഴുണ്ട് അവിടെ ഒരു ഫോട്ടോ. ഫോട്ടോ കണ്ടപ്പോൾ അയാളുടെ മുഖം ഗംഭീരമായി.

"താരകന്റെ ചിത്രം ഇവിടെ എങ്ങനെ? നീ അയാളോടൊപ്പംനിന്ന് ഫോട്ടോ എടുപ്പിക്കുകയുണ്ടായോ?"

പിടിക്കപ്പെട്ടുപോയതിൽ പാരുലിനു പരിഭ്രമമായി.

അവൾ പറഞ്ഞു: "ഉവ്വ് എടുപ്പിക്കണമെന്ന് താരകൻ നിർബന്ധിച്ചു."

"ഏത് സ്റ്റുഡിയോവിൽനിന്ന്? നീ താരകന്റെ കൂടെ സ്റ്റുഡിയോവിൽ പോയോ? ഞാനറിഞ്ഞില്ലല്ലൊ. എന്നോടു നീ പറഞ്ഞതുമില്ല.

"നിങ്ങൾക്ക് ഇഷ്ടമായില്ല എന്ന് തോന്നുന്നു."

"അതുകൊണ്ടു പറഞ്ഞതല്ല. ഞാൻ ഡാക്കയിലേക്കു പോയ സമയം താരകൻ നിന്നെ കൂട്ടിക്കൊണ്ടുപോയി ഫോട്ടോ എടുപ്പിച്ചു."

"നിങ്ങൾ ദേഷ്യപ്പെടുമെന്ന് എനിക്കറിയാം. അതുകൊണ്ടാണ് ഫോട്ടോ അവിടെ വെച്ചത്."

"നീ താരകന്റെ ഒപ്പം നിന്ന് ഫോട്ടോ എടുപ്പിച്ചാൽ ഞാനെന്തിനാണ് ദേഷ്യപ്പെടുന്നത്? ഇഷ്ടംപോലെ അയാളോടൊപ്പം നിന്ന് ഫോട്ടോ എടുപ്പിച്ചോളൂ. എനിക്കൊന്നുമില്ല."

അളകേശൻ അവൾക്ക് ഫോട്ടോ തിരിച്ചുകൊടുത്തപ്പോൾ അവൾ അത് പൂർവസ്ഥാനത്തുതന്നെ വെച്ചിട്ട് പറഞ്ഞു.

" അതും ഇങ്ങോട്ടു തരൂ. ഇവിടെ വെക്കട്ടെ."

" വേണ്ട."

" എന്താണിത്? നിങ്ങൾ സത്യമായും കോപിച്ചിരിക്കുന്നുവല്ലോ."

കരുണാമയി വീണ്ടും ഉറക്കെ വിളി തുടങ്ങി. " എടീ ഏറേ, എവിടെ പോയ്ക്കിടക്കുന്നു അവൾ; നിന്റെ ചെവി പൊട്ടിപ്പോയോ? അളകേശൻ പോയോടി!"

പാരുൽ അതേ സ്വരത്തിൽ പറഞ്ഞു: " ഇതാ വരുന്നു അമ്മേ!"

അളകേശന് പിന്നെ നിൽക്കാൻ കഴിഞ്ഞില്ല. അയാൾ വാതിൽക്കലേക്ക് നടന്നപ്പോൾ പാരുൽ വഴി തടഞ്ഞു നിന്നിട്ട് പറഞ്ഞു.

"ഇവിടന്ന് ഇങ്ങനെ മുഖം വീർപ്പിച്ചുകൊണ്ട് പോകാൻ സമ്മതിക്കില്ല."

"മാറിനിൽക്കൂ. എനിക്ക് പണിയുണ്ട് വേറെ."

"പണിയുണ്ടെങ്കിൽ ഞാൻ തടയാൻ വരുന്നില്ല. പക്ഷേ, കൈത്തോക്കെന്തു പണിക്കുള്ളതാണ്? അതിവിടെ വെച്ചിട്ട് പോകൂ. ഇല്ലെങ്കിൽ നിങ്ങൾ എന്നോട് കോപിച്ചെന്നുതന്നെ ഞാൻ വിചാരിക്കും."

"കോപിച്ചാൽത്തന്നെ അതിലന്യായമൊന്നുമില്ല."

"താരകനോട് നിങ്ങൾക്ക് വല്ലാത്ത പകയുള്ളതുപോലെ തോന്നുന്നു."

"എനിക്ക് അയാളോടോ പക? എല്ലാമറിഞ്ഞിട്ടും നീ ഇങ്ങനെയാണോ പറയുന്നത്? താരകൻ ഞങ്ങളുടെ പാർട്ടിയിൽപ്പെട്ടവനാണ്. പാർട്ടിയിലുള്ളവരോട് പക തോന്നരുത്. ആരെങ്കിലും വിശ്വാസവഞ്ചന ചെയ്താൽ അതിനുള്ള ശിക്ഷയും നിനക്കറിയാവുന്നതാണ്. എന്നിട്ടും ഇതാണോ നീ പറയുന്നത്?"

"പിന്നെയെന്തിനാണ് ആ ഫോട്ടോ കണ്ടിട്ട് ഭാവം മാറിയത്?"

അവൾ അളകന്റെ അരികിലേക്ക് നീങ്ങിനിന്നിട്ട് തുടർന്നു:

"എന്നാൽ സത്യം പറയാം. സ്റ്റുഡിയോവിൽ പോയി എടുപ്പിച്ചതല്ല. താരകൻ ഫോട്ടോഗ്രാഫറെ ഇങ്ങോട്ടു കൂട്ടിക്കൊണ്ടുവന്നു."

"പെട്ടെന്ന് ഫോട്ടോ എടുപ്പിക്കണമെന്ന ഒരു മോഹം ആർക്ക് തോന്നി? താരകനോ, അതോ നിനക്കോ?"

"നേര് പറയട്ടേ?"

"അതിനുവേണ്ടിത്തന്നെയല്ലേ ചോദിച്ചത്!"

"എനിക്ക്"

"നിനക്കോ? നിനക്ക് അങ്ങനെ ഒരു മോഹം തോന്നി?"

"ഉവ്വ്. എനിക്ക് വേണമെന്നുതോന്നി. ഞാൻ താരകനോട് പറഞ്ഞു: നിങ്ങൾ 'സ്വദേശി' പ്രസ്ഥാനത്തിൽ പങ്കെടുക്കുന്നു. എപ്പോഴും എന്തും സംഭവിക്കാം. അതുകൊണ്ട് ഒരു ചിത്രം എടുത്തുവെക്കുന്നത് നന്നായിരിക്കും. എന്നാൽ, ഇതിൽ നിങ്ങൾക്കിത്ര ദേഷ്യം തോന്നുമെന്ന് വിചാരിച്ചില്ല."

പുറത്ത് വാതിൽക്കൽ വീണ്ടും ആരോ മുട്ടുന്ന ശബ്ദം – തുടർന്നു വിളി: "ചിറ്റമ്മേ! ചിറ്റമ്മേ!"

കരുണാമയി വീണ്ടും വിളിച്ചുതുടങ്ങി:

"പാരു, വാതിൽ തുറന്നുകൊടുക്കൂ. ആരാണ് വന്നിരിക്കുന്നതെന്ന് നോക്കൂ."

പാരുൽ അളകേശനോട് പറഞ്ഞു: "താരകനായിരിക്കും, തരൂ. ഒളിപ്പിച്ചു വെക്കട്ടെ, താരകൻ കാണണ്ട."

അളകേശന്റെ കൈയിൽനിന്ന് തോക്കുവാങ്ങി അവൾ തലയണച്ചോട്ടിൽ വെച്ചിട്ട് പറഞ്ഞു:

"ഇനി ഞാൻ വാതിൽ തുറന്നുകൊടുക്കട്ടെ."

അളകേശൻ പറഞ്ഞു: "വരട്ടെ, നിൽക്കൂ. അതിനുമുമ്പ് ഒരു കാര്യം."

പാരുൽ തിരിഞ്ഞുനിന്നു.

അളകേശൻ പറഞ്ഞു: "നീ എന്നെ അത്ഭുതപ്പെടുത്തുകയാണ്. ഞാനറിയാതെ നീ താരകന്റെ ഒപ്പം ഫോട്ടോ എടുപ്പിച്ചു. ഇപ്പോൾ അതേ താരകനിൽനിന്ന് നീ തോക്ക് മറയ്ക്കുവാൻ നോക്കുന്നു. ഒന്നിനും മടിയില്ല നിനക്ക്. നീ എന്തിനും പോന്നവളാണ്."

"ഇതിന് മറുപടി ഞാൻ ഒരിക്കൽ പറയാം."

"ഇപ്പോൾത്തന്നെ പറയണം. അല്ലാതെ നിന്നെ ഇവിടന്ന് വിടൂല്ല."

പാരുൽ അയാളെ കൈകൊണ്ട് നീക്കിനിർത്തിയിട്ട് പറഞ്ഞു:

"ഛേ! നിങ്ങൾക്ക് ലവലേശവും സാമാന്യബുദ്ധിയെന്നു പറയുന്നതില്ലേ? മാറൂ."

ഇതും പറഞ്ഞ് അവൾ നേരെ മുറ്റത്തേക്കിറങ്ങി.

വാതിലിനപ്പുറത്തുനിന്ന് വിളിച്ചു വിളിച്ച് താരകൻ തളർന്നു. പാരുലിനെ കണ്ടപ്പോൾ പറഞ്ഞു:

"എത്ര നേരായി വിളിതുടങ്ങിയിട്ട്! കുംഭകർണസേവയായിരുന്നുവെന്ന് തോന്നുന്നു."

അതിന് മറുപടിക്ക് നിൽക്കാതെ അവൾ ചോദിച്ചു.

"എന്താണിത്രവേഗം എത്തിയത്?"

അകത്തേക്ക് കടക്കുന്നതിനിടയിൽ താരകൻ പറഞ്ഞു:

"കുറച്ച് നേരത്തെ വരണമെന്ന് ചിറ്റമ്മ പറഞ്ഞിരുന്നു."

വാതിൽ അടച്ചിട്ട് പാരുൽ ചോദിച്ചു.

"എന്താണ് കൈയിൽ?"

"ചിറ്റമ്മയ്ക്ക് കറപ്പ് കൊണ്ടുവരണമെന്ന് പറഞ്ഞിരുന്നു."

അയാൾ നേരെ ചിറ്റയുടെ മുറിയിലേക്ക് പോകാൻ തുടങ്ങുകയായിരുന്നു. പെട്ടെന്ന് തിരിഞ്ഞുനിന്ന് എന്തോ ഓർത്തിട്ട് അയാൾ ചോദിച്ചു.

"അളകനെ ഇനിയും കണ്ടില്ലല്ലോ. രണ്ടുനാലു ദിവസത്തിനകം തിരിച്ചു വരുമെന്നല്ലെ പറഞ്ഞിരുന്നത്?"

പെട്ടെന്ന് കരുണാമയി അകത്തുനിന്നുചോദിച്ചു:

"ആരാത്? താരകനല്ലേ? ഞാൻ പറഞ്ഞതു കൊണ്ടുവന്നോ?"

താരകൻ അകത്തേക്കു കടന്നിട്ടുപറഞ്ഞു:

"ഉവ്വ്. കൊണ്ടു വന്നിട്ടുണ്ട്, ദേ!"

"ഹാവൂ! രക്ഷപ്പെട്ടു മോനേ! നീയില്ലായിരുന്നെങ്കിൽ... കറപ്പ് ചെപ്പ് തീരെ കാലിയായി."

"ചിറ്റമ്മയ്ക്ക് എന്തുവേണമെങ്കിലും എന്നോടുപറഞ്ഞാൽമതി. ഒട്ടും മടിക്കണ്ട."

"ദീർഘായുസായിരിക്കു മോനെ! എന്റെ ഈ അവലക്ഷണംപിടിച്ച പെണ്ണ് ഒരു ആൺകുട്ടിയായിരുന്നെങ്കിൽ എനിക്കിതൊക്കെ വേണ്ടിവരുമായിരുന്നോ?"

പിന്നെ പാരുലിനെനോക്കി പറഞ്ഞു:

"നീയെന്താടീ മിഴിച്ചുനോക്കി നിൽക്കണേ? മോന് ചായയുണ്ടാക്കിക്കൊടുക്ക്. പാവം പൊരിയുന്ന ഈ നട്ടുച്ചവെയിലത്ത് വന്നുകേറിയതാണ്. നിനക്ക് ഇത്രയ്ക്ക് ബുദ്ധിയില്ലാതായല്ലൊ! കഷ്ടം!"

താരകൻ പറഞ്ഞു: "ഒന്നും വേണ്ട ചിറ്റമ്മേ! എനിക്ക് ദാഹമൊന്നുമില്ല. വിഷമിക്കണ്ട."

പാരുൽ പറഞ്ഞു: "വരൂ താരകേട്ടാ. ചായ വേണ്ടെങ്കിൽവേണ്ട. ലേശം വെള്ളം ആവട്ടെ. വരൂ:"

പാരുൽ മുമ്പിലും താരകൻ പിന്നിലുമായി മുറിവിട്ടു പുറത്തേക്കിറങ്ങി. താരകൻ പറഞ്ഞു:

"പാരുൽ! പറയണ കേൾക്കുന്നുണ്ടോ?"

പാരുൽ തിരിഞ്ഞുനിന്നു: "എന്താണ് പറയാൻ വിചാരിക്കണത്?"

"അളകൻ എന്തൊരു മട്ടുകാരനാണെന്നു നോക്ക്. അയാൾ ഡാക്കയ്ക്കു പോയിട്ട് തിരിച്ചുവരാനുള്ള ഭാവമില്ല. ഞങ്ങളൊക്കെ ഇവിടെയിരുന്ന് വിചാരപ്പെട്ട് വിഷമിച്ച്..."

"അളകൻ വന്നല്ലോ."

"വന്നു? തിരിച്ചെത്തി? എങ്ങനെയറിഞ്ഞു?"

"വരൂ ആ മുറിയിലേക്ക്. അപ്പോഴറിയാം വന്നോ എന്ന്."

പാരുലിന്റെ മുറിയിലേക്ക് കടന്ന താരകൻ പെട്ടെന്ന് നിന്നു. അവിടെ അളകൻ ഒരു കസേരയിൽ ഇരിക്കുന്നു.

"അളകനല്ലേ ഈ ഇരിക്കുന്നത്? താൻ എപ്പോൾ വന്നു?"

അളകൻ പറഞ്ഞു: "രാവിലെ."

"ഡാക്കയിലെന്തുണ്ട് വിശേഷം? പ്രഫുല്ലൻ എവിടെയുണ്ട്?"

"ഡാക്കയിൽത്തന്നെ."

"കണ്ട് വർത്തമാനങ്ങളൊക്കെ പറഞ്ഞോ?"

"ഉവ്വ്."

താരകന് അളകന്റെ മട്ടുകണ്ടിട്ട് അത്ഭുതം തോന്നി. അളകനെ ഇത്ര ഗൗരവത്തിൽ ഒരിക്കലും കണ്ടിട്ടില്ല. ഡാക്കയിൽനിന്നു വന്നപ്പോഴാണ് ഈ മാറ്റം.

താരകൻ ചോദിച്ചു: "അതല്ല. സീരിയസായിട്ട് വല്ലതും സംഭവിച്ചി

ട്ടുണ്ടോ? അവിടെവെച്ച് ഗൗരവപ്പെട്ട വല്ല വാർത്തയും അറിയാനിടയാ യെന്നുണ്ടോ?"

അളകേശൻ അതേ നിരാസക്തിയോടെ പറഞ്ഞു: "ഇല്ല"

"പിന്നെയെന്താണ് തനിക്കിത്ര ഗൗരവം? എന്താണാലോചന?"

"ഇല്ലല്ലോ. എനിക്ക് ഒരു ഗൗരവവുമില്ല. ഒന്നും ആലോചിക്കുന്നുമില്ല."

താരകൻ പാരുലിനെ സാക്ഷിനിർത്തിക്കൊണ്ട് ചോദിച്ചു:

"അളകേശൻ വലിയ ഗൗരവത്തിലാണെന്ന് നിനക്കു തോന്നുന്നില്ലേ പാരൂ!"

പാരുൽ പറഞ്ഞു: "അതൊക്കെ പോട്ടെ. വേറെ വല്ലതും സംസാരി ക്കാം. എന്താണ് കുടിക്കാൻ വേണ്ടത്? ചായ തരട്ടെ. എന്നാൽ നിൽക്കൂ. അടുപ്പു കത്തിച്ചിട്ടു വരട്ടെ."

അളകൻ പറഞ്ഞു: "എനിക്ക് ഒന്നും വേണ്ട. ഞാനിതാ പോവുക യായി."

താരകൻ പറഞ്ഞു: "പോവുകയായത്രെ! എന്താണിത്ര തിരക്ക്?"

പാരുൽ പറഞ്ഞു: "ഞാനുമതാണ് ചോദിക്കണത്. എന്താണിത്ര വലിയ പണിത്തിരക്ക് അളകേട്ടാ! ഒരു ചായയുണ്ടാക്കാൻ എത്രനേരം വേണം."

"വേണ്ട ഞാനിപ്പോൾ പോകട്ടെ."

അളകൻ വേഗം എഴുന്നേറ്റ് പുറത്തേക്കുപോയി.

താരകൻ പാരുലിനെ മിഴിച്ചുനോക്കി. അയാൾ പറഞ്ഞു:

"ഈ അളകനെന്തുപറ്റിയാവോ! ഇന്നെന്താണിത്ര ഗൗരവം? നിനക്ക് വല്ലതും പിടികിട്ടുന്നുണ്ടോ?"

"കാര്യമായി വല്ലതും സംഭവിച്ചിട്ടുള്ളതായി തോന്നുന്നില്ല."

"എപ്പോഴാണ് അളകൻ ഇവിടെയെത്തിയത്."

"ഗുണ്ടുപൊട്ടിയ സമയം. ഉച്ചയ്ക്ക് ഒരു മണിക്ക്"

"ഇതുവരെ എന്താണ് സംസാരിച്ചുകൊണ്ടിരുന്നത്? കോപിക്കാൻ നീ വല്ലതും പറഞ്ഞോ?"

"അയ്യേ! ഞാനെന്തിനു വേണ്ടാത്തതു പറയുന്നു?"

"പിന്നെ എന്നെപ്പറ്റി വല്ലതും സംസാരിച്ചോ?"

"ഇല്ല. ഒന്നും സംസാരിച്ചില്ല."

താരകൻ എന്തോ ആലോചിച്ചുകൊണ്ടുനിന്നു. കുറെ നാളായിട്ട് അള കേശൻ എന്തോ മനോരാജ്യത്തിലാണെന്ന് താരകന് സംശയം തോന്നി ത്തുടങ്ങിയിരുന്നു. തന്നോട് അയാൾ പണ്ടത്തെപ്പോലെ ഉള്ളുതുറന്ന മട്ടി ലല്ല സംസാരം. രണ്ടുപേരും തമ്മിലുള്ള സൗഹാർദത്തിനെവിടെയോ ഒരു വിള്ളൽ ഉണ്ടായപോലെ. രണ്ടുപേരും ഒരേ പാർട്ടിയിലെ അംഗങ്ങൾ. ആദർശവും ഒന്നു തന്നെ. കുട്ടിക്കാലംതൊട്ടേ ഒരേ സ്കൂളിൽ പഠിച്ചു, ഒരേ മൈതാനത്തിൽ ഫുട്ബാൾകളിച്ചു. ഇപ്പോൾ ഒരേ പാർട്ടിയിൽ ഒന്നിച്ചു പ്രവർത്തിക്കുന്നു. 'ദരിദ്ര ബാന്ധവ ഭണ്ഡാരം' തുടങ്ങിയപ്പോൾ വീടുവീടാന്തരം കയറിയിറങ്ങി പിടിയരി പിരിച്ചു. മെമ്പർമാരെ ചേർത്തു.

പ്രവർത്തനം അത്ര എളുപ്പമാണോ? ഒത്തൊരുമയോടെ പ്രവർത്തിക്കുന്ന ശീലം ഇന്നാട്ടുകാർക്കു പണ്ടേ ഇല്ല. ഒരുത്തൻ ഒന്നു പറഞ്ഞാൽ അപരൻ ഉടൻ അതിനെതിരു പറയും. അങ്ങനെയുള്ള കൂട്ടരെ ഒരേ കൊടിക്കീഴിൽ അണിനിരത്തുക. അതത്ര സരളമല്ല.

പെട്ടെന്നു താരകൻ പറഞ്ഞു:

"ഞാനും പോവുകയാണ്."

"ഇപ്പോൾത്തന്നെ? വല്ല പണിയുമുണ്ടോ?"

"ഉണ്ട്. ഇന്ന് പരീസ്പാർക്കിൽ മീറ്റിങ്. ഒരുസമയം പൊലീസ് ഇടപെട്ട് ബലപ്രയോഗം നടത്തി പിരിച്ചുവിടും. ആ സമയം അവിടെയില്ലാതിരുന്നാൽ പറ്റില്ല. അളകനും അവിടെയെത്തണമെന്നാണ് വെച്ചിട്ടുള്ളത്. ഞാൻ പോട്ടെ."

പോകാൻ വാതിൽക്കലേക്ക് നടന്ന അയാൾ വീണ്ടും തിരിഞ്ഞുനിന്നു പറഞ്ഞു: "ഒരു കാര്യം. നാളെ കൊണ്ടുവരേണ്ടതുണ്ടോ എന്ന് ചിറ്റമ്മയോട് ഒന്നു ചോദിച്ചിട്ടു വരൂ."

"അളകൻ പച്ചക്കറി കൊണ്ടുവന്നുതന്നിട്ടുണ്ട്. ഇനിയൊന്നും വേണ്ട"

"കടുകെണ്ണ, ഉപ്പ്, മുളക്.... എല്ലാമുണ്ടല്ലോ? ഇല്ലേ? ഇല്ലെങ്കിൽ അന്നത്തെപ്പോലെ എണ്ണയില്ലെന്നും പറഞ്ഞ് പട്ടിണികിടക്കും."

"ഇല്ല. എല്ലാം ഇവിടെയുണ്ട്. ഇനി വല്ലതും വേണമെങ്കിൽത്തന്നെ നാളെ താരകേട്ടൻ വരുമല്ലോ."

"അതു ശരിയാണ്, നാളെ ഞാൻ വന്നില്ലെങ്കിൽത്തന്നെ അളകൻ എത്തിപ്പോയല്ലോ. അയാൾ വരും."

"അളകൻ വന്നാലും താരകേട്ടന് വന്നുകൂടെന്നുണ്ടോ?"

"ശരി ഞാൻ പോട്ടെ. നീ പടിപ്പുരവാതിൽ അടച്ചുകുറ്റിയിട്ടോളൂ."

അയാൾ വേഗം ഇറങ്ങിപ്പോയി.

പാരുൽ വാതിലടച്ചു തഴുതിട്ടു.

മൂന്ന്

മിസ്റ്റർ സിംസൻ കൽക്കത്തയിൽ വന്നപ്പോൾ ഇവിടത്തെ ഇടത്തരത്തിലും താണതരത്തിലും പെട്ട കുടുംബങ്ങളുടെ നില ഇതായിരുന്നു. അളകേശനെയും താരകനെയും പോലുള്ള യുവാക്കൾ മെട്രിക്കുലേഷനോ ബി എ യോ പാസായി അന്യരുടെ വീട്ടിൽ ട്യൂഷൻ നടത്തിയോ വിധവയായ അമ്മയുടെ ആഭരണങ്ങൾ ഓരോന്നായി വിറ്റോ കഴിഞ്ഞുകൂടി. രാവിലെതന്നെ എണീറ്റ് ചുറ്റുവട്ടത്തുള്ള ലൈബ്രറി – ഫ്രീറീഡിങ്ങ് റൂമിൽ ചെന്നിരുന്ന് പത്രം വായിക്കും. വല്ലദിക്കിലും ജോലി ഒഴിവുണ്ടോ എന്നറിയുകയായിരുന്നു പത്രംവായനയുടെ യഥാർഥ ഉദ്ദേശ്യം. കൂട്ടത്തിൽ വാർത്തകളിലും ഒന്ന് കണ്ണോടിക്കും.

അളകനും താരകനും ഈ വിധം പത്രവായനയ്ക്ക് ഒരിടത്ത് നിര

ന്തരം കണ്ടുമുട്ടിത്തുടങ്ങിയതോടെയാണ് അവരുടെ ചങ്ങാത്തത്തിന് ആഴം കൂടി വന്നത്.

ഒരു ദിവസം അടുത്തടുത്തിരുന്ന് പത്രം വായിക്കുന്ന സമയം അളകേശൻ പറഞ്ഞു: "ഇത്തവണ തന്തയില്ലാത്ത വെള്ളക്കാർ തുലഞ്ഞതു തന്നെ."

താരകന് സംഗതി മനസിലായില്ല. അയാൾ ചോദിച്ചു: "എന്താണങ്ങനെ തോന്നാൻ?"

"വേണമെങ്കിൽ ബെറ്റ് വെക്കാം."

"അതുവേണമെന്നില്ല എന്റെ പക്കൽ പണമില്ല."

"അത് എന്റെ കീശയിലുമില്ല. കുബേര സന്താനമല്ല. വലിയ വലിയ തുക ബെറ്റുവെക്കാൻ. ഞാനും നിങ്ങളും ഒരുപോലെ. ഈ പണക്കാരെന്നു പറയപ്പെടുന്നവരെല്ലാം തന്നെ ഒന്നാന്തരം ദല്ലാളുകളാണ്."

"എന്തു ദല്ലാൾ? ആരുടെ ദല്ലാൾ?"

"ഇംഗ്ലീഷുകാരെന്ന ചെറ്റകളുടെ. അവറ്റയെല്ലാം ഇംഗ്ലീഷുകാർക്ക് ദല്ലാൾപണി ചെയ്തുകൊടുക്കുന്നു. സുരേൻ ബാഡുജെ (സുരേന്ദ്രനാഥ ബാനർജി)യുടെ പേർ കേട്ടിട്ടുണ്ടോ? ജെ എൻ സെൻ ഗുപ്തയുടെയോ? അതു പോലെതന്നെ സി ആർ ദാസിന്റെ? മോത്തിലാൽ നെഹ്റുവിന്റെ?"

"ഉവ്വ്, പത്രങ്ങളിൽ പേർ കണ്ടിട്ടുണ്ട്."

"ആരാണ് അവരൊക്കെ?"

എന്താണിതിന് ശരിയായ മറുപടിയെന്ന് താരകന് പിടികിട്ടിയില്ല. രണ്ടും കൽപ്പിച്ചു ചോദിച്ചു: "ഇവരൊക്കെ ദല്ലാളുകളായിരിക്കുമോ?"

"അയ്യേ?" അളകേശൻ മുഖം വക്രിപ്പിച്ചു: "നിങ്ങൾക്ക് ഒരു വസ്തുവും നിശ്ചയമില്ലല്ലൊ. കഷ്ടം! എങ്ങനെ മെട്രിക് കടന്നുകൂടി താൻ? ഏതു ഡിവിഷനിലാണ് പാസായത്?"

"എനിക്ക് അത്രയേറെ മാർക്കു കിട്ടിയില്ല. സെക്കന്റ് ഡിവിഷൻ"

"അതുകൊണ്ടുതന്നെയാണ് പറയുന്നത് കൽക്കത്തായൂണിവേഴ്സിറ്റി വെറും ചള്ളാണ്. ഇഹത്തിനും പരത്തിനും കൊള്ളാത്തത്. തന്നെയൊക്കെ ആരാണ് പാസാക്കിവിട്ടത്? അതാണറിയാത്തത്. പത്തുകൊല്ലം തോൽപ്പിക്കുകയാണ് വേണ്ടിയിരുന്നത്. മോത്തിലാൽ നെഹ്റു ദല്ലാളാണന്നല്ലേ താൻ പറയുന്നത്?"

താരകൻ നന്നേ പരുങ്ങലിലായി. അബദ്ധംപിണഞ്ഞ മട്ടിൽ പറഞ്ഞു. "അയ്യോ. ഞാൻ അങ്ങനെയൊന്നും പറഞ്ഞില്ല. അവരൊക്കെ ലീഡർമാരാണ്. നിങ്ങളുടെ രാജ്യത്തിന്റെ ലീഡർമാരാണ് എന്നാണ് ഞാൻ പറയാൻ ഭാവിച്ചത്."

"ശരി, എന്നാൽ പറയൂ, നോക്കട്ടെ. അവർ എങ്ങനെ ലീഡറായി? അവർക്ക് വേണമെങ്കിൽ സുഖമായി തിന്നും കുടിച്ചും ആനന്ദിച്ചും വാഴാമായിരുന്നു. എന്തിന് ലീഡറാകാൻ പുറപ്പെട്ടു? ജയിലിൽ പോകാൻ എന്തിന് കൊതിച്ചു?"

താരകന് ശരിയായ ഒരു സമാധാനം പറയാൻ കഴിഞ്ഞില്ല.

അളകൻ പറഞ്ഞു: "താൻ വായിച്ച് അറിവുണ്ടാക്കാത്തതിന്റെ കുറവാണ് ഇതൊക്കെ. ഈ ഇന്ത്യ എന്ന രാജ്യം എങ്ങനെയുള്ളതാണ്? ഈ കൽക്കത്തനഗരം എങ്ങനെ രൂപംകൊണ്ടു? ബോംബെ, മദ്രാസ്, ദില്ലി – ഇതൊക്കെ ഒറ്റരാത്രികൊണ്ട് ഈ നിലയ്ക്കെത്തിയതല്ല. അറബിക്കഥകളിൽ പറയുന്ന മാതിരി മന്ത്രം ജപിച്ച് നിർമിക്കപ്പെട്ടവയല്ല. അതിന് പിന്നിലൊരു ചരിത്രമുണ്ട്. തനിക്ക് അതറിയാൻ ആഗ്രഹമില്ലേ? നാം ഇംഗ്ലീഷുകാരുടെ ദാസരായതെന്തുകൊണ്ട് എന്നറിയാൻ ആഗ്രഹമില്ലേ?"

താരകൻ അപ്പോഴും മരമണ്ടൂസനെപ്പോലെ വായ് പൊളിച്ചിരുന്നു.

"രാമകൃഷ്ണ പരമഹംസനെന്നൊരു സിദ്ധൻ ഈ നഗരത്തിൽ ഉണ്ടായിരുന്നു. അതറിയാമോ?

താരകൻ പറഞ്ഞു: "അറിയാം. ചിത്രം കണ്ടിട്ടുണ്ട്. വീട്ടുചുമരിൽ."

"ചിത്രം കണ്ടാൽ ഒക്കെയായോ? ഇത്രയേറെ ജനമിരിക്കെ അയാളുടെ ചിത്രംമാത്രം ചുമരിൽ തൂക്കാൻ എന്താണ് കാരണം എന്നറിയാൻ ആഗ്രഹമുണ്ടായിട്ടില്ലേ? ആ രാമകൃഷ്ണ പരമഹംസൻ പറഞ്ഞിട്ടുള്ളതെന്തന്നറിയാമോ? വെള്ളത്തിനു മുകളിൽ തോണിയാണെങ്കിൽ അപകടമില്ല. വെള്ളം തോണിയിലായാലാണ് കുഴപ്പം. എന്താണിതിനർഥം? അറിയാമോ?"

"കേൾക്കട്ടെ. പറയു."

"പറയാം. ദേശഭക്തിക്ക് പണം വേണം. എന്നാൽ പണത്തിനുവേണ്ടി ജനം രാജ്യഭക്തി പ്രദർശിപ്പിക്കുവാൻ തുടങ്ങിയാലാണ് കുഴപ്പം."

പിന്നെയും എന്തൊക്കെയോ ആളകേശൻ പറഞ്ഞുകൊണ്ടിരുന്നു. അന്നത്തെ ആ അളകേശൻ! പഠിപ്പിൽ അയാൾ ഒരു ഉജ്വലരത്നമായിരുന്നു. എല്ലാ പരീക്ഷകൾക്കും ഒന്നാമൻ, അല്ലെങ്കിൽ രണ്ടാമൻ. പ്രൈസ് നേടി, മെഡലുകൾ സമ്പാദിച്ചു. കാളീഘട്ട് ഹൈസ്കൂളിന് അയാൾ ഒരു അഭിമാനമായിരുന്നു. അതേ അളകേശൻ പഠിച്ചുനേടിയ അറിവിന് പുറമേ, ഇത്രയേറെ കാര്യങ്ങൾ ഗ്രഹിച്ചിരിക്കുന്നുവെന്ന് കണ്ട താരകന്റെ അത്ഭുതത്തിന് അതിരുണ്ടായിരുന്നില്ല. എത്രയെത്ര മഹാപുരുഷന്മാരുടെ പേരുകളാണ് അയാൾ എടുത്തുപറയുന്നത്! "വിവേകാനന്ദസ്വാമിയുടെ പേർ കേട്ടിട്ടുണ്ടോ? അദ്ദേഹം പറഞ്ഞിട്ടുള്ളത് എന്താണെന്നറിയാമോ? അദ്ദേഹം പറഞ്ഞു: നമ്മുടെ ധർമം ഇന്ന് വേദത്തിലല്ല, പുരാണത്തിലല്ല. ഭക്തിയിലല്ല, മുക്തിയിലല്ല. ധർമം ഇന്ന് ചോറ്റുകലത്തിൽ കടന്നിരിക്കുകയാണ്."

ഇങ്ങനെ എത്രയെത്ര സംഗതികളാണ് അളകേശൻ പറഞ്ഞിരുന്നത്? കേട്ടിട്ട് താരകൻ മിഴിച്ചിരുന്നു പോകാറുണ്ടായിരുന്നു.

ഒരു ദിവസം ചോദിച്ചു. "താൻ ഇതൊക്കെ എവിടെന്നു പഠിച്ചു?"

"പുസ്തകം വായിച്ചിട്ട്. താനും വായിക്കണം പുസ്തകം. എല്ലാം അറിയാൻ കഴിയും."

"നോവലും മറ്റും വായിച്ചാൽ അച്ഛൻ എന്നെ ശകാരിക്കും. പാഠപുസ്തകം മാത്രമേ വായിക്കാവൂ. എന്നാണ് നിർദേശം."

"അച്ഛൻ തോന്നിയതൊക്കെ പറയും. എന്റെ അമ്മയും. ഇതൊക്കെ തന്നെയാണ് പറയാറ്. ഞാനുണ്ടോ അത് കേൾക്കാൻ നിൽക്കുന്നു? കേട്ടാൽ കുടുങ്ങിയതുതന്നെ. ഒന്നാമതായി താൻ. അതു കഴിഞ്ഞിട്ടേ ഉള്ളു അമ്മ."

"തന്റെ അമ്മയെക്കാൾ വലുത് താനാണെന്നോ?"

അളകൻ ഹോ-ഹോവെന്ന് ഉറക്കെ ചിരിച്ചുകൊണ്ടു പറഞ്ഞു:

"ചങ്ങാതീ! എനിക്ക് അമ്മമാർ രണ്ടുണ്ട്."

"രണ്ട്? തന്റെയച്ഛൻ രണ്ട് വേളി കഴിച്ചു?"

"അയ്യേ! പ്രാന്തുണ്ടോ? എനിക്കു മാത്രമല്ല, എല്ലാവർക്കുമുണ്ട് ഈ രണ്ട് അമ്മമാർ. തനിക്കുമുണ്ട്."

"അതെങ്ങനെ!"

"അതോ? ആദ്യം ജന്മഭൂമി. പിന്നെ പെറ്റമ്മ."

താരകൻ അത്ഭുതത്തോടെ ചോദിച്ചു.

"ഇതൊക്കെ വല്ല പുസ്തകത്തിലുമുണ്ടോ ചങ്ങാതി!

എനിക്ക് ആ പുസ്തകം ഒന്നു വായിക്കണം."

"ഇതൊക്കെ പുസ്തകം വായിച്ചു ഗ്രഹിച്ചതാണെന്നു വിചാരിക്കുന്നുണ്ടോ? ഇതൊക്കെ എന്റെ ഗുരുവാണ് പഠിപ്പിച്ചത്."

"ഗുരുവോ? തനിക്ക് ഇനി ഒരു ഗുരുവുമുണ്ടോ?"

"ചോദിക്കാനുണ്ടോ? ഗുരുവില്ലാതെ എങ്ങനെ ദേശസേവനം നടത്തും?"

"ഗുരുവിന്റെ പേര്?"

"പ്രഫുല്ലൻ."

പ്രഫുല്ലനെന്നുവെച്ചാൽ പ്രഫുല്ല ചൗധരി. അയാൾ വിവാഹം കഴിച്ചിട്ടില്ല. അയാൾക്ക് തന്റേതെന്നു പറയാൻ ഒരിരിപ്പിടവുമില്ല. സ്വന്തമായി ഒരു ചിരിമാത്രമാണുള്ളത്. ഒരു വിശേഷപ്പെട്ട ചിരി. സദാ മുഖത്ത് വിലസുന്നുണ്ടാവും. ആരും തന്നെ അയാളുടെ മുഖം കനപ്പിച്ചു കണ്ടിട്ടില്ല. സിംസൻ കൽക്കത്തയിൽ വന്ന നാളുകളിൽ കൽക്കത്തയിലെ മിക്ക യുവാക്കളും ഈ ജനുസിൽപ്പെട്ടവരായിരുന്നു. അളകനെയും താരകനെയുംപോലുള്ള പാവപ്പെട്ട യുവാക്കൾ മാത്രമല്ല, അനേകം വലിയവർപോലും പ്രഫുല്ലന്റെ അടുക്കൽവരും.

പ്രഫുല്ലൻ പറയാറുണ്ട് : "വരട്ടെ പൊലീസ്. പൊലീസ് നിങ്ങളുടെ കഴുത്തറുക്കുകയൊന്നുമില്ല."

ഈ സന്ദർഭത്തിൽ ഒരു ദിവസം അളകൻ പറഞ്ഞു: "അതല്ല പ്രഫുല്ലേട്ടാ, ഒരു പുതിയ പൊലീസ് ഓഫീസർ എത്തിയിട്ടുണ്ട്. അയാൾ വേഷം മാറി നടക്കുന്നു. ഞങ്ങൾ എന്തു ചെയ്യുന്നുവെന്ന് അയാൾ വാച്ചു ചെയ്യുന്നു."

പ്രഫുല്ലൻ പറഞ്ഞു: "ഇതിൽ ഭയപ്പെടരുത്. ഭയത്തെ ജയിക്കുന്നതിനെയാണ് ആത്മവിശ്വാസമെന്നു പറയുന്നത്. ഈ ആത്മവിശ്വാസത്തിന് പല നിയമങ്ങളും പാലിക്കേണ്ടതുണ്ട്."

"എന്തു നിയമം?"

"ബ്രഹ്മചര്യപാലനം. അത് വളരെ പ്രയാസമുള്ള ഒരു നിയമമാണ്. ആചാരണത്തിലും ചിന്തനത്തിലും കർമത്തിലും തികഞ്ഞ സംയമനം വേണം. നിങ്ങളൊരു യഥാർഥ വിപ്ലവകാരിയാകാനാഗ്രഹിക്കുന്നുവെങ്കിൽ ഞാൻ അതു പഠിപ്പിച്ചുതരാം."

അളകൻ ഒരു ദിവസം താരകനെ പ്രഫുല്ലന്റെ അരികിലേക്ക് കൂട്ടിക്കൊണ്ടുപോയി. താരകന് വല്ലാത്ത പേടിയുണ്ടായിരുന്നു. ഇത്ര വലിയ പണ്ഡിതൻ, വിപ്ലവകാരി – അയാളുടെ മുമ്പിൽ ചെന്നുനിൽക്കുക എളുപ്പമല്ല.

ഭയമില്ലാതാക്കാൻ അളകൻ ശ്രമിച്ചു. അയാൾ പറഞ്ഞു : "കണ്ടാൽ ആരാണ് പ്രഫുല്ലനെന്ന് അറിയാനേ പറ്റില്ല. ഞങ്ങളെപ്പോലെയൊക്കെത്തന്നെയുള്ള ഒരാളാണെന്നേ തോന്നൂ. എന്നാൽ, മഹാനായ ഒരു വിപ്ലവകാരിയാണ് അദ്ദേഹം."

പ്രഫുല്ലനെ സംബന്ധിച്ച് പറയപ്പെടുന്ന പല കഥകളും അളകൻ താരകനോട് പറഞ്ഞു കഴിഞ്ഞിട്ടുണ്ടായിരുന്നു. ബരിശാലിൽ നടന്ന ട്രെയിൻ കൊള്ളയ്ക്ക് പിറകിൽ പ്രഫുല്ലന്റെ കൈയായിരുന്നു പ്രവർത്തിച്ചത്.

മേദിനിപൂരിൽ തുടർച്ചയായി വെള്ളക്കാരായ മൂന്ന് മജിസ്ട്രേട്ടുമാരെ തുടരെത്തുടരെ വധിച്ചതിലും പ്രഫുല്ലനാണ് നേതൃത്വം നൽകിയത്. പിന്നെ ചട്ടഗ്രാം (ചിറ്റഗോംഗ്) ആയുധശാലക്കവർച്ച പോലുള്ള സംഭവങ്ങളിലും പ്രഫുല്ലന് പ്രധാനപ്പെട്ട പങ്കുണ്ട്.

"അപ്പോൾ മാസ്റ്റർ ദായോ? സൂര്യസെൻ എന്നൊരാളുണ്ടായിരുന്നല്ലോ. അദ്ദേഹമോ?"

"അതൊക്കെ ആഭ്യന്തര രഹസ്യങ്ങൾ. പുറത്തുള്ളവരോട് അതൊന്നും പറഞ്ഞുകൂടാ. വാസ്തവത്തിൽ കൽക്കത്തയിൽ, ഇന്ത്യയിലെല്ലാം തന്നെ, സംഭവിക്കുന്നതിന്റെയെല്ലാം പിറകിൽ പ്രഫുല്ലനാണ് ഉള്ളത്."

അങ്ങനെയുള്ള പ്രഫുല്ലന്റെ അരികിലേക്ക് താരകൻ തയാറെടുപ്പോടെയാണ് പുറപ്പെട്ടത്. അതിനാൽ പ്രഫുല്ലന്റെ യാതൊന്നും തന്നെ താരകനെ അത്ഭുതപ്പെടുത്തിയില്ല.

അയാൾക്ക് നല്ല ഓർമയുണ്ട്. അളകേശൻ ആദ്യമായി പ്രഫുല്ലന് താരകനെ പരിചയപ്പെടുത്തിക്കൊടുത്തപ്പോൾ പ്രഫുല്ലൻ താരകനെ നോക്കി ചിരിക്കുകമാത്രം ചെയ്തു. അതായത് 'അറിയാം, അറിയാം, എനിക്കെല്ലാം അറിയാം' എന്ന ഭാവം.

പിന്നെ കുറെനേരത്തെ സംഭാഷണത്തിനുശേഷം പറഞ്ഞു:

"ഇപ്പോൾ ഞാൻ നിങ്ങളെ ഒരു ചുമതലയും ഏൽപ്പിക്കുന്നതല്ല. നിങ്ങൾ സോഷ്യൽവർക്ക് മാത്രം തൽക്കാലം ചെയ്താൽമതി. സാമൂഹ്യസേവനം. അതിനുശേഷമേ ദേശസേവയ്ക്കുള്ള ഊഴം വരികയുള്ളൂ. അതിനു മുമ്പില്ല."

സാമൂഹ്യസേവനം!

താരകന്റെ ജീവിതത്തിൽ ഈ സാമൂഹ്യസേവനംതന്നെയാണ് അയാൾക്ക് കാലനായത്. പ്രഫുല്ലൻ ഒരു ദിവസം പോയ്ക്കളഞ്ഞു. അയാളെപ്പോലുള്ളവർക്ക് ഒരിടത്തുതന്നെ തങ്ങുക സാധ്യമല്ല, ഉചിതവുമല്ല. എല്ലാവർക്കും വേണം അയാളെ. പൊലീസിനറിയാം ഇന്ത്യയിൽ നടക്കുന്നതിന്റെയെല്ലാം പിറകിൽ പ്രഫുല്ലന്റെ കൈയാണെന്ന്. എന്നാൽ തെളിവൊന്നും തന്നെയില്ല അയാൾക്കെതിരായിട്ട്; ഒരു നാറിക്കീറിയ കുപ്പായമിട്ട് നടക്കുന്ന മധ്യവയസ്കനായ ഒരു മനുഷ്യൻ. അയാളുടെ ഒരു കഴിവേ!

താരകൻ സംസാരത്തിനിടയ്ക്ക് പറയുകയുണ്ടായി. "കൽക്കത്തയിൽ പൊലീസിന്റെ സ്പൈകൾ ചുറ്റിക്കറങ്ങുന്നുണ്ട്. ഒരു ഡെപ്യൂട്ടി കമീഷണർ കൽക്കത്തയിൽ എത്തിയിരിക്കുന്നു. അയാൾ ദോത്തിയും ജുബയും ധരിച്ച് ബംഗാളി വേഷം ചമഞ്ഞാണ് നടക്കുന്നത്."

കേട്ടിട്ട് പ്രഫുല്ലൻ ഉറക്കെ ചിരിച്ചു. അയാൾ പറഞ്ഞു: "നടക്കാതെ പറ്റുമോ? അവരുടെ ജമീന്ദാരി കൈവിട്ടുപോകാതിരിക്കാൻ അവരല്ലെങ്കിൽ പിന്നെ ആരുണ്ട് നോക്കുന്നതിന്?"

"അപ്പോൾ നമ്മളെങ്ങനെയാണ് പ്രവർത്തിക്കുക?"

"നിങ്ങൾ സാമൂഹ്യസേവനം നടത്തണം. ഋഷികളും മുനിമാരും പണ്ഡിതന്മാരും പറഞ്ഞുവെച്ചിട്ടുള്ള പ്രവൃത്തികൾ–ജീവദയ, ഗുരുജനങ്ങളിൽ ഭക്തിയും ബഹുമാനവും, ദരിദ്രനാരായണന്മാരെ സേവിക്കൽ– ഇതൊക്കെ ചെയ്യുന്നതിൽനിന്ന് നിങ്ങളെ തടയാനാരുണ്ട്?"

അന്ന് ഈ പ്രവൃത്തികളിലൂടെയായിരുന്നു അളകനും താരകനും ദേശസേവനത്തിന്റെ നിലത്തെഴുത്ത് പഠിച്ചത്.

പ്രഫുല്ലൻ അന്ന് പറയുകയുണ്ടായി. "നിങ്ങളെല്ലാം വിദ്യാർഥികൾ തൽക്കാലം നിങ്ങൾ ഇതൊക്കെ ചെയ്താൽമതി. പിന്നീട് വേറെ ചുമതലകൾ ഏൽപ്പിക്കുന്നതാണ്."

പ്രഫുല്ലൻ പെട്ടെന്നൊരു ദിവസം ധൂമകേതുവിനെപ്പോലെ കൽക്കത്തയിൽ ആവിർഭവിക്കും. അതേ വിധംതന്നെ ഒരുദിവസം അന്തർധാനം ചെയ്യും.

പ്രഫുല്ലന്റെ ഏറ്റവും വലിയ ഭക്തനായിരുന്നു അളകൻ. എന്നാൽ അയാൾ എല്ലാവരുടെയും മുമ്പിൽ ആ ഭക്തി പ്രകടമാക്കിയിരുന്നില്ല. അളകന്റെ ഉത്സാഹത്തിൽത്തന്നെയായിരുന്നു 'ദരിദ്രബാന്ധവഭാണ്ഡാർ' സ്ഥാപിച്ചത്. പ്രഫുല്ലൻ താമസിക്കുന്നത് എവിടെയാണെന്ന് താരകന് പിടിയുണ്ടായിരുന്നില്ല. അളകൻ പറയുന്നതിനനുസരിച്ച് എല്ലാവരും പ്രവർത്തിച്ചു. അളകനെ അനുസരിക്കുകയെന്നുവെച്ചാൽ പ്രഫുല്ലനെ അനുസരിക്കുകയെന്നാണർഥമെന്ന് എല്ലാവർക്കും അറിയാം.

തങ്ങളുടെ ചേരിയിൽത്തന്നെ ഒരു മാന്യന്റെ വക ഒരു മുറിയിലായിരുന്നു 'ദരിദ്രബാന്ധവഭാണ്ഡാർ' സ്ഥാപിച്ചത്. അളകനും കൂട്ടരും ഞായറാഴ്ചകൾതോറും രാവിലെ വീടുതോറും കയറിയിറങ്ങി പിടിയരി വാങ്ങി

ക്കൊണ്ടുവരും. പിന്നീട് അത് ദരിദ്രജനങ്ങൾക്കു വിതരണം ചെയ്യും. ഇതുകൊണ്ട് നിസ്സഹായരായ എത്രയോ വിധവകൾക്ക് ആശ്വാസം കിട്ടി. അവരുടെ സേവനം യഥാർഥ ദേശസേവനം തന്നെ. ഈ സേവനത്തിൽക്കൂടെവേണം മനുഷ്യരുടെ മനുഷ്യത്വത്തെ ഉണർത്തുവാൻ. പ്രഫുല്ലൻ പഠിപ്പിച്ചതും ഇതുതന്നെ.

രാജ്യത്തെ സ്വതന്ത്രമാക്കുകയെന്ന ലക്ഷ്യത്തിലേക്കുള്ള ആദ്യത്തെ ചുവടുവയ്പുകളാണ് ഇതൊക്കെ.

അളകനായിരുന്നു താരകന്റെയും മറ്റും ലീഡർ. അയാൾ നിർദേശിക്കുന്ന ഭവനങ്ങളിൽ താരകനും കൂട്ടരും അരിവിതരണം ചെയ്യുവാൻ പോകും. അരിമാത്രമല്ല. പണവും കൊടുത്തു സഹായിക്കും.

അങ്ങനെയുള്ള ഭവനങ്ങളിൽ ഒന്നായിരുന്നു പാരുലിന്റേത്.

പാരുലിന്റെ ഭവനവുമായി പരിചയപ്പെടുവാനുണ്ടായ സന്ദർഭവും യാദൃച്ഛികമായിരുന്നു.

പെട്ടെന്ന് ഒരു ദിവസം അളകൻ താരകന്റെ അടുക്കൽ ചെന്നു. അയാൾ പുറത്തുനിന്ന് താരകനെ വിളിച്ചു.

താരകൻ കിടന്ന് നല്ല കൂർക്കംവലിക്കുകയായിരുന്നു.

അമ്മ തട്ടിവിളിച്ചു. "കുട്ടാ, നിന്നെ ആരോ വിളിക്കുന്നുണ്ട്."

എഴുന്നേറ്റുചെന്നു. അളകനെക്കണ്ട് താരകൻ അത്ഭുതപ്പെട്ടു.

അയാൾ ചോദിച്ചു: "അല്ല, ഇതു താനോ? ഈ അസമയത്ത്, രാത്രി!"

"അസമയത്തോ! വെളുപ്പിന് മണി മൂന്നരയായി. ഇപ്പോൾ പുലരും."

"പ്രഫുല്ലൻ തിരിച്ചെത്തിയെന്നു തോന്നുന്നു. അദ്ദേഹം വിളിച്ചെന്നു പറയാൻ വന്നതായിരിക്കും."

"അല്ല. വേറൊരു കാര്യം. വേഗം പുറപ്പെടണം."

"എവിടേക്ക്?"

"യാദുഭട്ടാചാര്യലെയ്ൻവരെ. ഞാനും വരാം."

"എന്തിന്?"

"അവിടെ ഒരു ഭവനത്തിൽ മരണമുണ്ടായിരിക്കുന്നു. ശവം ദഹിപ്പിക്കാൻ ആരുമില്ല."

അളകേശന്റെ വാക്ക് അനുസരിക്കാതിരിക്കുക എന്ന പ്രശ്നമേ ഇല്ല. താരകൻ മാത്രമല്ല, വേറെയുമുണ്ടായിരുന്നു ഒപ്പം രണ്ടുപേർ. നിഖിലനും താരാപദനും. അളകൻ അവരെയും വിളിച്ചിട്ടുണ്ടായിരുന്നു. അവരും സംഘത്തിൽപ്പെട്ടവർ തന്നെ. സാമൂഹ്യസേവകർ.

വഴിക്കുവെച്ച് അളകൻ പറഞ്ഞു: "ശവസംസ്കാരം കൊണ്ടുമാത്രം കാര്യം അവസാനിക്കുന്നില്ല. കുറച്ചു ധനസഹായം വേണ്ടിവരും."

നിഖിലൻ പറഞ്ഞു: "എന്റെ കൈവശം ഒരു രൂപയുണ്ട്."

അളകൻ പറഞ്ഞു: "അയ്യേ, അതുകൊണ്ട് ഒരു വസ്തുവുമാവില്ല, ചുരുങ്ങിയത് പന്ത്രണ്ടുരൂപ വേണം."

എവിടന്നുകിട്ടും ഈ തുക? അളകൻ പറഞ്ഞു: "എന്റെ ഈ കമ്പിളിപ്പുതപ്പ് വിറ്റാൽ ഇരുപതുറുപ്പികയെങ്കിലും കിട്ടും."

ശരി തന്നെ. പക്ഷേ, ആരു വാങ്ങും? ഇത്ര വെളുപ്പിന് ഈ തണുപ്പത്ത് ആരു കിടക്കുന്നു പുതപ്പ് വിലയ്ക്കെടുക്കാൻ?

അളകൻ പറഞ്ഞു: "ഒന്നു ശ്രമിച്ചുനോക്കാം. വരിൻ."

കാളീഘട്ടിൽനിന്ന് ഗംഗയിലെ പാലം കടന്ന് ഗോപാൽ നഗരത്തിലേക്കാണ് അവർ നടന്നത്. തണുത്തു തുളച്ചുകയറുന്ന കാറ്റു വീശുന്നു. അവരെല്ലാവരുംതന്നെ ദരിദ്രസന്താനങ്ങൾ. കീശയിൽ കൈയിട്ട് ഇതാ ഇരുപതുറുപ്പിക എന്നു പറഞ്ഞ് നീട്ടിക്കാണിക്കുവാനുള്ള സ്ഥിതി അവർക്കില്ല. ട്രാം ലെയ്നിലൂടെ നടന്ന് അവർ ഗോപാൽനഗരത്തിലെത്തി. അപ്പോഴേക്കും മണി നാലരയാകാറായി. എങ്കിലും ശീതകാലത്തെ പ്രഭാതം. ഇരുട്ട് തളംകെട്ടിത്തന്നെ കിടക്കുന്നു.

അളകൻ മുമ്പിൽ നടന്നു. വസതി പ്രദേശത്തേക്ക് കടന്ന് ടിൻമേഞ്ഞ ഒരു ഭവനത്തിന്റെ പടിപ്പുരയ്ക്കൽനിന്ന് വിളിക്കാൻ തുടങ്ങി:

"കാളീചരൺ! ഏ, കാളിചരൺ! ഇല്ലേ ഇവിടെ, കാളീചരൺ!"

വളരെ നേരത്തെ വിളിക്കുശേഷം അകത്തുനിന്ന് ശബ്ദം കേൾക്കാറായി. "ആര്?"

അളകൻ ഒന്നുകൂടി ഉറക്കെ പറഞ്ഞു: "ഞാൻ, വാതിൽ തുറക്കൂ. ഒരു കാര്യം പറയാനുണ്ട്."

ഏതാനും നിമിഷംകഴിഞ്ഞ് കാളീചരൺ എന്ന ആൾ പുറത്തേക്കു വന്നു അടിമുടി കമ്പിളിയാൽ മൂടിപ്പുതച്ചുകൊണ്ടങ്ങനെ. അളകേശനെക്കണ്ട് അയാൾ ചോദിച്ചു: "എന്താണ് കൊച്ചെജമാൻ ഇത്ര പുലർച്ചയ്ക്ക്!"

"കുറച്ച് പണംവേണം, കാളീചരൺ!"

"എത്ര വേണം?"

"തൽക്കാലം ഇരുപത് മതിയാവും. നിങ്ങൾ ഈ കമ്പിളി വാങ്ങിവെച്ചോളു ഇതിന് ഇരുപതുറപ്പികയല്ല, അതിലേറെ വിലയുണ്ട്."

അളകൻ പറഞ്ഞതിനൊപ്പംതന്നെ പുതച്ചിരുന്ന കമ്പിളിയെടുത്തു നീട്ടി. കാളീചരൺ ഒന്നു പകച്ചുപോയി.

അളകൻ പറഞ്ഞു: "എന്താണിങ്ങനെ നിൽക്കുന്നത്? നിങ്ങൾക്ക് മുമ്പ് തരാനുണ്ടായിരുന്ന പത്തുരൂപ ഞാൻ തന്നല്ലോ? ഇത് തിരിച്ചെടുപ്പിക്കുകയില്ല എന്നു വിചാരിക്കുന്നുണ്ടോ? ഇല്ലെങ്കിൽത്തന്നെ നിങ്ങൾക്ക് നഷ്ടം വരില്ല. നിങ്ങൾ ഇതു വിറ്റാൽ ചുരുങ്ങിയത് നാൽപ്പതു റുപ്പികയെങ്കിലും കിട്ടും."

എല്ലുവരെ മരവിപ്പിക്കുന്ന വല്ലാത്ത തണുപ്പ്. നേരമാണെങ്കിൽ ഇനിയും പുലർന്നിട്ടില്ല. ഈ അസമയത്ത് ഇങ്ങനെയൊന്നു പ്രതീക്ഷിച്ചിരുന്നില്ല കാളി.

അളകൻ ചോദിച്ചു: "പണം തരാൻ തയാറാണോ? എന്നാൽ വേഗം തരൂ. അത്യാവശ്യം. ഒരു ശവം മറവുചെയ്യാനൻ ഏർപ്പാടുചെയ്യണം. അതിനുവേണ്ട ചെലവിനുള്ളതാണ് പണം."

കാളീചരൺ പിന്നെ അമാന്തിച്ചില്ല. വേഗം അകത്തുചെന്ന് പണമെ

ടുത്തുകൊണ്ടുവന്ന് കൊടുത്തു. എന്നിട്ട് പറഞ്ഞു: "കമ്പിളി തരണമെന്നില്ല. അത് ഊരിത്തന്നാൽ കൊച്ചെജമാന് തണുപ്പുകൊണ്ട് വല്ല അസുഖവും ഉണ്ടാവും."

"എനിക്കോ അസുഖം? താൻ അതോർത്ത് വേവലാതിപ്പെടേണ്ട. എനിക്കതൊന്നും ബാധകമല്ല."

കമ്പിളി അവിടെത്തന്നെ വെച്ചിട്ട് അളകൻ കൂട്ടരോടൊപ്പം ചേരിപ്രദേശത്തുനിന്ന് പുറത്തുകടന്നു. ശീതക്കാറ്റേറ്റ് എല്ലാവരും വിറയ്ക്കുന്നുണ്ടായിരുന്നു. ഒന്നും പരിഗണിക്കാതെ അവർ വേഗം നടന്നു തുടങ്ങി. ആരും ഒന്നും സംസാരിക്കുന്നില്ല. അവർ കാളീഘട്ടിൽ തിരിച്ചെത്തി യദു ഭട്ടാചാര്യലെയ്നിലെ ഒരു ഭവനത്തിനു മുമ്പിൽ നിന്നു.

അകത്തുനിന്ന് ഒരു സ്ത്രീയുടെ കരച്ചിൽ കേൾക്കാം. പടിപ്പുരവാതിൽ തുറന്നുകിടന്നിരുന്നു.

അളകൻ അകത്തേക്ക് കടന്നു. മറ്റുള്ളവരെയും വിളിച്ചു: "വരിൻ! അകത്തേക്കു കടന്നുവരീൻ!"

ഇതിനിടെ ആകാശം തെളിഞ്ഞുതുടങ്ങിയിരുന്നുവെങ്കിലും അകത്ത് ഇരുട്ടുതന്നെ. താരകൻ ആദ്യം കണ്ടത് പാരുലിനെയാണ്. കട്ടിലിൽ പ്രായംചെന്ന ഒരു വ്യക്തിയുടെ മൃതദേഹം കിടക്കുന്നു. അയാളുടെ ഭാര്യ അടുക്കൽ ഇരുന്നു വിലപിക്കുന്നു. പാരുൽ അനങ്ങാതെ ഇരിക്കുന്നു. യാഥാർഥ്യംനിറഞ്ഞ ഈ ലോകത്തിന്റെ കഠോരസത്യത്തെ ഇനിയും അവൾ മനസിലാക്കിക്കഴിഞ്ഞില്ലെന്ന് തോന്നുന്നു. തന്റെ അച്ഛന്റെ മരണം തന്റെയും കടുത്ത വിനാശമാണെന്ന് അവൾ ഗ്രഹിച്ചിട്ടുണ്ടാവില്ല.

അളകനും കൂട്ടുകാരും മൃതശരീരം സംസ്കരിക്കുന്നതിനായി വന്നിരിക്കുന്ന വിവരം ചിറ്റമ്മ അറിഞ്ഞില്ല.

അളകൻ വിളിച്ചു: "ചിറ്റമ്മേ, ഇതാ ഞങ്ങൾ വന്നിരിക്കുന്നു."

അപ്പോഴാണ് അവർക്ക് കാര്യം മനസിലായത്. അതോടെ കരച്ചിൽ ശക്തികൂടി.

അളകൻ വീണ്ടും പറഞ്ഞു: "ചിറ്റമ്മേ, അവിടന്ന് എണീക്കൂ. ഞങ്ങൾ ചിറ്റപ്പനെ എടുത്തുകൊണ്ടുപോകട്ടെ."

പക്ഷേ, ഈ നിസ്സഹായാവസ്ഥയിൽ ആരു പറഞ്ഞാലാണ് അവർ കേൾക്കുക? മരണം വകവെച്ചുകൊടുക്കാൻ ചിറ്റമ്മ ഒരുക്കമില്ലാത്തതുപോലെ തോന്നി.

അപ്പോൾ അളകൻ പാരുലിനുനേരെ തിരിഞ്ഞിട്ട് പറഞ്ഞു: "നീ അമ്മയെ ഒന്ന് പിടിക്കൂ പാരുൽ! ഇങ്ങനെ കരഞ്ഞുകൊണ്ടിരുന്നിട്ട് പ്രയോജനമൊന്നുമില്ല. ചിറ്റമ്മയെ ഒന്നു പിടിക്കൂ."

പാരുൽ എഴുന്നേറ്റു. അമ്മയെ രണ്ടു കൈകൊണ്ടും പിടിച്ചുകൊണ്ട് പറഞ്ഞു: "അമ്മേ, കരായാതിരിക്കൂ. എണീക്കൂ. അളകേട്ടൻ അച്ഛനെ ശ്മശാനത്തിലേക്ക് കൊണ്ടുപോകട്ടെ."

പക്ഷേ, അതുകൊണ്ടും ഫലമുണ്ടായില്ല. ഒടുവിൽ അമ്മയെ പിടിച്ചുവലിച്ചുമാറ്റി. അളകൻ താരകനോട് പറഞ്ഞു: "വേഗം പിടിച്ചോളൂ.

ചിറ്റപ്പനെ പുറത്തേക്കു കൊണ്ടുപോകാം."

അതിനിടെ നിഖിലനും താരാപദനും ഒരു മുളങ്കോണിയും കുറേ പൂക്കളും തയാറാക്കിക്കൊണ്ടുവന്നു. പിന്നെ ശവം കോണിയിൽ കെട്ടി നാലുപേരുംകൂടി പൊക്കിയെടുത്ത് പുറപ്പെട്ടു.

പുറകെ പാരുലും ചെന്നു. വാതിൽക്കലെത്തിയപ്പോൾ വിളിച്ചു: "അളകേട്ടാ!"

അളകൻ തിരിഞ്ഞുനോക്കി ചോദിച്ചു: "എന്തെങ്കിലും പറയാനുണ്ടോ?"

"എന്റെ ഈ സ്വർണവള കൊണ്ടുപൊയ്ക്കോളൂ."

"നിന്റെ വളയോ? എന്തിനാണിത്?"

"ശ്മശാനത്തിൽ ചെലവ് വരില്ലേ! ഇത് വിറ്റ് പണം വാങ്ങിക്കോളൂ."

"പോ പ്രാന്തീ!" അതിലധികം സംസാരിക്കാൻ നിൽക്കാതെ നാലുപേരും ശവമഞ്ചവുംകൊണ്ട് കൈതക്കാട്ടു ശ്മശാനത്തിലേക്ക് കാല് നീട്ടി നീട്ടി വെച്ചു.

ചിറ്റമ്മയുടെ ഭവനത്തിൽനിന്ന് നിരത്തിലേക്കിറങ്ങിയ താരകന് അന്നത്തെ സംഭവങ്ങൾ ഓരോന്നായി ഓർമ വന്നു. ചിറ്റപ്പന്റെ മരണദിവസമാണ് അയാൾ ഒന്നാമതായി പാരുലിനെ കണ്ടത്. അതിനുശേഷം എന്തൊക്കെ സംഭവിച്ചു. എത്രയെത്ര തവണ അവളുടെ ഭവനത്തിൽപോയി!

ശ്മശാനത്തിൽനിന്ന് അവർ അന്ന് വീണ്ടും ചിറ്റമ്മയുടെ ഭവനത്തിലേക്കു തന്നെ മടങ്ങി. അപ്പോഴേക്ക് ഉച്ച തിരിഞ്ഞു കഴിഞ്ഞിരുന്നു. ഏതാണ്ട് മൂന്നു മണി. ശീതകാലത്തെ പകൽ. വെയിൽ നല്ല രസമായി തോന്നി. നാലുപേരും നനഞ്ഞ വസ്ത്രങ്ങളുമായി ചെന്നുകയറി. ചിറ്റമ്മ അപ്പോഴും അബോധാവസ്ഥയിൽ എന്നപോലെ കിടക്കുകതന്നെയാണ്. എന്നാൽ പാരുൽ ദുഃഖം കുറെയൊക്കെ നിയന്ത്രിച്ചുകഴിഞ്ഞിരുന്നു.

അളകൻ ചോദിച്ചു: "വല്ലതും ഭക്ഷണം കഴിച്ചോ? അതോ ഉപവാസം തന്നെയോ?"

ചോദിച്ചുകഴിഞ്ഞപ്പോഴാണ് വേണ്ടിയിരുന്നില്ല എന്നു തോന്നിയത്. ഒരു മരണം നടന്ന ഭവനത്തിലുള്ളവരോട് ഭക്ഷണം കഴിച്ചോ എന്നു ചോദിക്കുക. വിശേഷിച്ചും പുരുഷന്മാരില്ലാത്ത ഒരു ഭവനമാകുക!

"എന്തെങ്കിലും ഒന്നുവെച്ചുണ്ടാക്കണ്ടേ?"

പാരുൽ പറഞ്ഞു: "എനിക്കറിയില്ല."

"അറിയില്ലെന്നു പറഞ്ഞാലൊ?" നീ തന്നെവേണ്ടേ എല്ലാം ചെയ്യാൻ ഞങ്ങൾ ഇവിടത്തെ ആരുമല്ലല്ലൊ. ഞങ്ങൾക്കാവുന്ന സഹായം ചെയ്തു. ഇതിലധികം എന്തുചെയ്യാനാവും?"

പാരുൽ ഇതിനെന്തു മറുപടി പറയും? അവൾ മിണ്ടാതെ നിന്നതേയുള്ളൂ.

താരകനും നിഖിലനും താരാപദനും ഈറൻമുണ്ടാലെ നിന്നു വിറയ്ക്കുകയാണ്. ചുറ്റും നിഴലാടിയിരുന്ന അസഹായാവസ്ഥ നോക്കിക്കാ

ണുകയായിരുന്നു അവർ. ദരിദ്രബാന്ധവഭാണ്ഡാർ പ്രവർത്തകരായ അവർ എത്രയോ ദരിദ്ര കുടുംബങ്ങൾ കണ്ടിരിക്കുന്നു. എന്നാൽ എല്ലാമുണ്ടായിട്ടും ഒന്നുമില്ലാത്ത ഈ ഒരു സ്ഥിതി അവർ ആദ്യമായിട്ടാണ് കാണുന്നത്. കാളീഘട്ട് പ്രദേശത്ത് എത്രയെത്ര പേർക്കാണ് തലപൂഴ്ത്താൻ ഒരു പുരപോലുമില്ലാത്തത്! പാരുലിന് സ്വന്തമായ ഒരു വീടെങ്കിലുമുണ്ട്. പഴയതെങ്കിൽ പഴയത്. അതുപോലുമില്ലാത്തവർ കൽക്കത്തയിൽ അനവധിയാണ്.

എല്ലാത്തിലുമധികം ശ്രദ്ധയാകർഷിക്കുന്നത് പാരുൽതന്നെ. സ്വന്തം അച്ഛൻ മരിച്ചിട്ടും കുഴഞ്ഞുവീഴാതെ തലയെടുത്തുപിടിച്ചുനിൽക്കുന്ന പാരുലിന്റെ മനസ്ഥൈര്യം സമ്മതിച്ചുകൊടുക്കുകതന്നെ വേണം.

അളകൻ വീണ്ടും ചോദിച്ചു: "അപ്പോൾ അത്താഴത്തിന് എന്തു ചെയ്യും."

പാരുൽ ഇതിനും മറുപടി പറഞ്ഞില്ല.

''എന്താണ് ചോദിച്ചതിന് സമാധാനം പറയാതെ നിൽക്കുന്നത്?"

പാരുലിന് ഒന്നുംതന്നെ പറയാനുണ്ടായിരുന്നില്ല. അളകന്റെ മുഖത്തേക്ക് മിഴിച്ചുനോക്കി നിന്നു.

അളകൻ തന്നോടായിട്ടെന്നപോലെ പറഞ്ഞു: "ഇവരെക്കൊണ്ട് കുഴങ്ങുമെന്ന് തോന്നുന്നു."

അയാൾ തിരിഞ്ഞ് താരകനോടു പറഞ്ഞു: ''നിങ്ങളെല്ലാവരും പൊയ്ക്കോളിൻ. ഈറനുടുത്തുകൊണ്ട് എത്രനേരം നിൽക്കും! വല്ല അസുഖവും പിടിക്കും."

താരകനും കൂട്ടരും പിന്നെ നിന്നില്ല.

നാല്

ആരുടെ ഭാഗ്യത്തിൽ എപ്പോൾ എന്താണ് വിധിച്ചിട്ടുള്ളത് എന്ന് പ്രവചിക്കാൻ വയ്യാത്ത ഒരു കാലഘട്ടത്തിലൂടെ കൽക്കത്ത കടന്നുപോകുന്ന സ്ഥിതിയായിരുന്നു അന്ന് നിലവിലുണ്ടായിരുന്നത്. പെട്ടെന്ന് ഒരു ദിവസം അസമയത്ത് പൊലീസ് വന്നുകയറും ഏതെങ്കിലും ഭവനത്തിൽ. വീട്ടിലെ ഏതെങ്കിലും ചെറുപ്പക്കാരനെ പിടിച്ചു കൈവിലങ്ങു വെച്ച് കൊണ്ടുപോകും. എവിടേക്കാണ് കൊണ്ടുപോയതെന്ന് ആർക്കും പിടിയുണ്ടായിരിക്കയില്ല. ചേരികൾ തോറും ചാരന്മാർ ചുറ്റിനടന്നിരുന്നു. പോലീസ് മഫ്ടിയിൽ ചായക്കടകളിലും നിരത്തുവക്കത്തും കളിസ്ഥലങ്ങളിലും യുവാക്കളുമായി കൂടിക്കലർന്ന് ഓരോരുത്തരുടെയും ജനിച്ച നാളും വിനാഴികപോലും അറിഞ്ഞുവെക്കും.

അളകൻ ഉപദേശിച്ചിരുന്നു. പരിചയമില്ലാത്ത ആരോടും ഏറെ അടുക്കാൻ പോകണ്ട!

അതിനാൽ അപരിചിതരെ കാണുമ്പോൾ താരകനും നിഖിലനും

താരാപദനും വളരെ കരുതലോടെ നടക്കുകപതിവായിരുന്നു. എന്നാൽ, അളകന്റെ ബുദ്ധി പുകഴ്ത്താതെ വയ്യ. അയാൾ ദരിദ്രബാന്ധവഭാണ്ഡാരത്തിന്റെ പ്രവർത്തനത്തിൽത്തന്നെ ഏർപ്പെട്ടുകൊണ്ടിരുന്നു. ദരിദ്രരായ ഗൃഹസ്ഥരുടെ ഭവനങ്ങളിൽച്ചെന്ന് അരി വിതരണം ചെയ്യും. ആവശ്യമാണെന്നു കണ്ടാൽ ശവസംസ്കാരാദികളിൽ പങ്കെടുക്കും. പിന്നെ ചില സ്ഥിരം കുറ്റിക്കാരിൽനിന്ന് പണം പിരിച്ചെടുക്കും.

താരകനുമുണ്ടാകും മിക്കസമയവും ഒപ്പം. അളകൻചെന്ന് ചോദിക്കും: "നിങ്ങളുടെ ഈ മാസത്തെ ദരിദ്രബാന്ധവഭാണ്ഡാരത്തിലേക്കുള്ള പണം?"

പുതിയ വല്ലവരുമാണെങ്കിൽ അക്കൂട്ടർ പലതരം ക്രോസിങ് തുടങ്ങും. ചോദിക്കും : "നിങ്ങൾ പണംകൊണ്ട് എന്താണ് ചെയ്യുന്നത്?"

അളകൻ പറയും: "ദരിദ്രരെ സഹായിക്കുന്നു. പല ദരിദ്രവിധവകൾക്കും വസ്ത്രമില്ലാത്തതിനാൽ പുറത്തേക്കിറങ്ങാനരുതാതെ വരുന്നു. അവർക്ക് വസ്ത്രം വാങ്ങിക്കൊടുക്കുന്നു. കുട്ടികൾക്ക് കുപ്പായം വാങ്ങിക്കൊടുക്കുന്നു. ആഹാരത്തിന് അരി കൊടുക്കുന്നു."

മറുപടി കേട്ടാലും പലർക്കും സംശയം അടങ്ങുകയില്ല. വീണ്ടും ചോദിക്കും: "നിങ്ങൾ സ്വദേശിക്കാരാണോ? ബോംബും തോക്കും ഉണ്ടാക്കുന്ന കൂട്ടർ? അതൊന്നുമല്ലല്ലോ?"

"ഏയ്! ഞങ്ങളെന്തിനാണ് അതിനൊക്കെ പോകുന്നത്!"

"അതേയതെ, അതിനൊന്നും പോകരുത് ട്ടോ! ഹീനജാതിക്കാർ ചെയ്യുന്ന അത്തരം പണിക്കുപോയാൽ ഞങ്ങൾ പണം തരുന്നതു നിർത്തും. ധരിച്ചു വെച്ചോളൂ."

"ഇല്ല സർ! ഞങ്ങൾ അത്തരം ഹീനവൃത്തിക്കാരല്ല. ദരിദ്രരെ തുണയ്ക്കുക.... അതാണ് ഞങ്ങളുടെ വ്രതം."

"അപ്പോൾ ശരി. കൊള്ളാം." ഇതും പറഞ്ഞ് അകത്തുചെന്ന് നാലണയുടെ കാശ് എടുത്തുകൊണ്ടുവന്ന് അളകന്റെ കൈയിൽ വെച്ചുകൊടുക്കും. അവിടന്ന് പിന്നെ വേറെ ഭവനത്തിലേക്ക്.

പ്രഫുല്ലൻ പറഞ്ഞിട്ടുണ്ടായിരുന്നു: നാടെന്നുവച്ചാൽ നാട്ടുകാർ. മനുഷ്യരെ സേവിക്കൽതന്നെ ദേശസേവ. ഇതൊക്കെ ചെയ്തു കൈ തഴമ്പിക്കട്ടെ. പിന്നെ സന്ദർഭം വരുമ്പോൾ മറ്റു ചുമതലകൾ ഏൽപ്പിക്കാം.

മറ്റുചുമതലകളെന്നുവച്ചാൽ ബോംബുണ്ടാക്കലും തോക്കുണ്ടാക്കലും തന്നെ. അതിനൊക്കെ നല്ല ചുമതലാബോധം വേണം.

പാരുലിന്റെ അച്ഛൻ മരിച്ചതോടെ മറ്റൊരു ഭവനത്തിന്റെ ചുമതല കൂടി അവരുടെ തോളിൽ വന്നുവീണു. ലോകത്തിൽ ചെയ്യേണ്ടതായി ഇത്രയേറെ കാര്യങ്ങളുണ്ടെന്ന് താരകൻ മുമ്പൊന്നും അറിഞ്ഞിരുന്നില്ല. അതിനൊക്കെ ആളുകൾ വേണ്ടത്രയില്ലെന്നും അയാൾക്കു രൂപമുണ്ടായിരുന്നില്ല.

ഇതേസമയം നാടാകെ തീയാളിക്കത്തുവാൻ തുടങ്ങി. പൊലീസ് അന്വേഷണങ്ങൾ ഇരട്ടിച്ചു.

അളകന് ആ ഘട്ടത്തിൽ ഒന്നും ചിന്തിക്കാൻ വയ്യാതായി. മേദനിപു

രിയിലായിരുന്നു എല്ലാത്തിലുമേറെ കുഴപ്പം. പൊലീസ് ദരിദ്രബാന്ധവ ഭാണ്ഡാരത്തിലെ പ്രവർത്തകരിലും നോട്ടമിട്ടുതുടങ്ങി. അവരെവിടെയൊക്കെ പോകുന്നു? എന്തൊക്കെ ചെയ്യുന്നു? ഒളിച്ചുനിന്നും അവരോടൊത്തുചേർന്നും പൊലീസ് എല്ലാം അറിയാൻ ശ്രമംതുടങ്ങി. പിന്നെ അവരെ ഓരോരുത്തരെയായി ചെന്ന് അറസ്റ്റ് ചെയ്തുകൊണ്ടുപോവുക പതിവായി.

നല്ല ഓർമയുണ്ട്. അന്നത്തെ ആ സംഭവത്തിനുശേഷം വീട്ടിലെത്തിയപ്പോൾ അമ്മ ശകാരിച്ചു: "എവിടന്നാണ് നീ ഈ നനഞ്ഞമുണ്ടും കുപ്പായവുമായി വന്നു കേറിയിരിക്കുന്നത്?"

"ശ്മശാനത്തിൽ പോയിരുന്നു."

"ശ്മശാനത്തിലോ? എന്തിന്? ആരെ ചുടുവാൻ"?

"അതു പറഞ്ഞാൽ അമ്മയ്ക്ക് മനസിലാവില്ല. കുടുംബത്തിലെ ഒരേ ഒരു തുണായിട്ടുള്ളവൻ. അയാളാണ് മരിച്ചത്. സംസ്കാരത്തിനു ശ്മശാനത്തിലേക്കു കൊണ്ടുപോകേണ്ടി വന്നു."

"അവർക്ക് ആരുമില്ല! നിനക്ക് ഇവിടെ നോക്കാനുള്ളവർക്ക് ഒരു ക്ഷാമവുമില്ലെന്ന് തോന്നുമല്ലോ ഇപ്പറയണത് കേട്ടാൽ! ഞാൻ ചത്താൽ എന്നെ ആരുണ്ട് ഇവിടെ ചുടുകാട്ടിലെത്തിക്കാൻ? നീയൊരുത്തനല്ലേ ഉള്ളൂ?"

"അതൊക്കെ സംസാരിച്ചുനിൽക്കാൻ തൽക്കാലം സമയമില്ല അമ്മേ! എനിക്ക് ഭക്ഷണം തരാൻ ഭാവമുണ്ടോ അതു പറയൂ. വിശന്നു പൊരിയുന്നു."

"ഭക്ഷണ സമയമായപ്പോൾ വീടിന്റെ കാര്യം ഓർത്തു അല്ലേ? ആരുടെയായിരുന്നു ശവമെന്നുവെച്ചാൽ അയാളുടെ വീട്ടിൽനിന്നുതന്നെ ആഹാരം കഴിക്കായിരുന്നുവല്ലോ. അവിടെ ആരും ഉണ്ണാൻ ക്ഷണിച്ചില്ലേ?"

"അവർക്ക് ആരുമില്ല അമ്മേ! പ്രായമായ വിധവയും ഒരു പെൺകുട്ടിയും മാത്രം. തള്ള ഭർത്താവിന്റെ മരണത്തെത്തുടർന്ന് ബോധംവിട്ട മട്ടായി. പെൺകുട്ടിയുടെ സ്ഥിതി അമ്മ കാണുകയാണെങ്കിൽ?..."

"എനിക്കു കാണണ്ട. എന്നെ നോക്കാനാരുണ്ടെന്നാണ് എന്റെ ആധി. ചോറ് വിളമ്പിത്തരാം. അത് വാരിത്തിന്ന് വീണ്ടും ദേശോദ്ധാരണത്തിനിറങ്ങിപ്പൊയ്ക്കോ..."

അമ്മയുടെ ഇത്തരം വർത്തമാനങ്ങൾ താരകന് കേട്ടുകേട്ട് തഴക്കം വന്നുകഴിഞ്ഞിരിക്കുന്നു. അമ്മ ഇഷ്ടംപോലെ ശകാരിച്ചോട്ടെ...... ആർക്കു ചേതം? അളകൻ പറയാറുണ്ട്. അച്ഛനമ്മമാർ ശകാരിക്കാനുള്ളവരാണ്. അതൊക്കെ കേട്ട് ദേശീയപ്രവർത്തനം മതിയാക്കിയാൽ പന്തിയാവുമോ?"

താരകന്റെ ഭക്ഷണം ഇനിയും അവസാനിച്ചിരുന്നില്ല. അപ്പോഴേക്ക് പുറത്തുനിന്ന് അളകന്റെ ഒച്ച കേട്ടുതുടങ്ങി:

"താരക്, ഏ താരക്!"

താരകൻ വിളിച്ചുപറഞ്ഞു: "ഇതാ വരുന്നു."

താരകന്റെ അമ്മയും വിളിക്കുന്നതുകേട്ടു. അവർ പറഞ്ഞു: "പിന്നെയും വന്നു കേറിയല്ലോ അറാം പിറന്നവൻ!"

അവർ മകനോടു പറഞ്ഞു: "നീ ചോറു തിന്ന്, ഞാനങ്ങോട്ടു ചെല്ലാം."

അവർ നേരെ ചെന്ന് വാതിൽതുറന്ന് തുടങ്ങി, മുഖവുര കൂടാതുള്ള തിട്ടക്കയറ്റം:

"നീയെന്തു മട്ടുകാരനാണ് മോനെ! നിന്റെ സ്വന്തക്കാരെല്ലാം തുലഞ്ഞുപോയി എന്നുവെച്ച് എന്റെ മോനെയും നശിപ്പിക്കാനുള്ള പുറപ്പാടോ ഇത്? നീ എന്തിനുള്ള വട്ടമാണിത്? പാവങ്ങളുടെ കുട്ടികളെ കുളത്തിലിറക്കിയിട്ട് നിനക്കെന്തു പുണ്യം കിട്ടാനാണ്?"

അളകൻ പറഞ്ഞു: "അങ്ങനെയല്ല ഏടത്തിയമ്മേ! ഞാൻ താരകന് യാതൊരു തരക്കേടും വരുത്തുകയില്ല. ഞങ്ങൾ രാജ്യത്തിനുവേണ്ടി പണിയെടുക്കുന്നു. രാജ്യത്തിലെ പാവങ്ങൾക്കു നല്ലതുവരട്ടെയെന്നാഗ്രഹിക്കുന്നു. അവർക്കുവേണ്ടി പ്രവർത്തിക്കുന്നു."

അമ്മയുടെ ശുണ്ഠി ഇതോടെ ഇരട്ടിച്ചു:

"പാവങ്ങൾക്ക് ഇത്രയേറെ ഉപകാരമൊന്നും നീ ചെയ്യേണ്ട മോനെ! ചെയ്തതൊക്കെ മതി. വെളുപ്പിന് മൂന്നുമണിക്ക് എന്റെ മോനെ നീ ഇവിടന്ന് വിളിച്ചിറക്കിക്കൊണ്ടുപോയതല്ലേ. എന്നിട്ട് ഇപ്പോഴീ മൂവന്തിക്കല്ലേ അവനെ വിട്ടത്? തൊഴാം നിന്നെ. ഇനിയെങ്കിലും അവനെ വെറുതെവിട്ടേക്ക്. ഈ ദേശോദ്ധാരണം മൂത്തുമൂത്ത് എന്റെ മോൻ ബാക്കിയില്ലാതാവും. ഒരു വിധവയുടെ ഏക സന്താനം സിദ്ധികൂടട്ടെ എന്നാണോ നിന്റെ മോഹം? അതുകൊണ്ടേ നിന്റെ വയർ നിറയൂ എന്നുണ്ടോ?"

അളകൻ ഇതിനൊരു മറുപടി പറയാൻ ഭാവിക്കുമ്പോഴേക്ക് താരകൻ ഓടിയെത്തി. അയാൾ അമ്മയുടെ നേരെ തിരിഞ്ഞു: "എന്തൊക്കെയാണീ അമ്മ പറയുന്നത്? ഒന്നുമിണ്ടാതിരിക്കൂ അമ്മേ! ഞാൻ എനിക്ക് തോന്നിയതൊക്കെ ചെയ്യും; എന്നെ തടയാൻ വരണ്ട."

അമ്മയ്ക്ക് ഇത് സഹിച്ചില്ല. അവർ പറഞ്ഞു. "ഉണ്ണീ, നീയെന്നോട് ഇത് പറഞ്ഞല്ലോ? ഞാൻ നിന്നെ പെറ്റ തള്ള. നിനക്കെന്നോട് ഇതൊക്കെ പറയാൻ തോന്നിയല്ലോ. നിനക്ക് നല്ലതിന് വേണ്ടിയല്ലേ ഞാൻ പറഞ്ഞത്?"

താരകൻ പറഞ്ഞു : "എന്റെ നന്മയ്ക്കുവേണ്ടി ചിന്തിച്ചു മെനക്കെടേണ്ട അമ്മ. എനിക്ക് നല്ലതും ചീത്തയും ചിന്തിക്കാനുള്ള പ്രായമായി. അകത്തേക്ക് പൊക്കോളൂ. ഞാൻ പോണു."

"പോണുവെന്നു വെച്ചാൽ?"

"പോണുവെന്നുതന്നെ, അളകന്റെ കൂടെ പോയിട്ട് കുറച്ചു പണിയുണ്ട്."

മുഴുവനാക്കുംമുമ്പുതന്നെ താരകൻ ചെരിപ്പിട്ട് നിരത്തിലെത്തിക്കഴിഞ്ഞിരുന്നു.

അമ്മ തൊള്ളതുറക്കുന്നമട്ടിൽ വിളിച്ചുപറഞ്ഞു: "ഉണ്ണീ..... നീ പോകു

ന്നുവെങ്കിൽ പൊയ്ക്കോ.... തിരിച്ചുവന്നാൽ നീയെന്റെ ശവമാണ് കാണുക."

ഇതുകൊണ്ട് ലേശവും കുലുങ്ങാതെ താരകൻ അളകനോട് ചോദിച്ചു: "എന്തെടോ? പിന്നെയും എന്താണ് സംഭവിച്ചത്?"

"തന്റെ അമ്മ എന്നോട് വല്ലാതെ കോപിച്ചിരിക്കുന്നല്ലോ?"

"അമ്മ പറഞ്ഞത് കണക്കിലെടുക്കേണ്ട. ഇതാണ് അമ്മയുടെ പ്രകൃതം. ഇനി എന്താണ് വീണ്ടും താൻ എന്നെ വിളിക്കാൻ വന്നത്? അത് പറയൂ?"

അളകൻ പറഞ്ഞു: "മേദിനിപൂരിൽ കുഴപ്പമാണെന്ന് കേട്ടു."

"നേരോ?"

"അതെ"

"പ്രഫുല്ലൻ എവിടെയാണുള്ളത്?"

"അറിയില്ല. മേദിനിപൂരിലുണ്ടാവും. തീർച്ച."

അപ്പോൾ താൻ മേദിനിപൂരിലേക്ക് പോകയാണോ? ഇവിടത്തെ കാര്യങ്ങളോ, താൻ പോയാൽ?"

"എന്തേ താനില്ലേ? തനിക്ക് നോക്കാൻ പറ്റില്ലേ?"

താരകൻ അന്ന് ഇതിന് മറുപടി പറയാൻ കുറച്ചമാന്തിച്ചു. നേരല്ലേ? വീടുകളിൽനിന്ന് വരിപ്പണം പിരിക്കുക, പിരിഞ്ഞ തുകയ്ക്ക് കണക്കു വെക്കുക, പിന്നെ പിടിയരിക്ക് വീടുതോറും കേറിയിറങ്ങുക, അത് നിർദേശിക്കപ്പെട്ട ഭവനങ്ങളിൽ എത്തിക്കുക-എളുപ്പമാണോ ഇതൊക്കെ?

"എടോ, ഞാൻ എന്നും ഉണ്ടാവുമോ?"

"ഉം? എവിടേക്ക് പോവും?"

"ചങ്ങാതീ, പൊലീസിന്റെ വെടിയുണ്ടയേറ്റ് എന്നാണ് എന്റെ കഥ കഴിയുകയെന്ന് വല്ല നിശ്ചയവുമുണ്ടോ? അങ്ങനെ വരുമ്പോൾ താൻതന്നെവേണം ഒക്കെ നോക്കാൻ. ഇതിനിടയ്ക്ക് താനെന്തെല്ലാം കാര്യങ്ങൾ പഠിച്ചു കഴിഞ്ഞു!"

"അപ്പോൾ താൻ മാത്രമേ വെടിയുണ്ടയ്ക്കിരയാവുകയുള്ളൂ? ഞാൻ എന്നും ഇതുപോലെയിരിക്കും എന്നാണ് വിചാരം?"

"എന്തേ, നിഖിലനുണ്ട്, താരാപദനുണ്ട്. അവരെയൊക്കെ ശീലിപ്പിക്കണം."

അന്നത്തെക്കാലം അങ്ങനെയുള്ളതായിരുന്നു. ഏതു ചെറുപ്പക്കാരന് എന്താണ് സംഭവിക്കുകയെന്ന് പറയാൻ ഞെരുക്കം. പൊലീസുകാർ മണത്തുനടക്കുകയാണ്. ഏതു വീട്ടിലെ യുവാവ് ഏതേതു യുവാക്കളുമായിട്ടാണ് സമ്പർക്കം വെക്കുന്നത്, അവർ തമ്മിൽ ചർച്ചചെയ്യുന്നതെന്തൊക്കെയാണ് – എല്ലാം അവർക്കറിയണം.

പെട്ടെന്ന് അളകേശൻ പറഞ്ഞു: "ഇനി ഞാൻ എന്തിനാണ് വന്നതെന്നു പറയട്ടെ. ഞാൻ നാളെത്തന്നെ മേദിനിപൂരിലേക്കു പോകുന്നു."

"നാളെത്തന്നെ?"

"അതെ, പ്രഫുല്ലൻ പറഞ്ഞയച്ചിരിക്കുന്നു. അവിടെ കുഴപ്പങ്ങൾ.

കഴിയുംവേഗം ഞാനവിടെയെത്തണമെന്ന്."

"അപ്പോൾ ഇവിടത്തെ പ്രവർത്തനം?"

"താൻ നോക്കണം. എന്റെയൊപ്പം ഇത്രനാളും പ്രവർത്തിച്ചതല്ലേ? എന്തുതന്നെയായാലും എനിക്ക് പോകാതെ പറ്റില്ല. ഇതാ കൈയിൽ വെച്ചോളൂ. ഈ പൈസ, എഴുപതുറുപ്പികയുണ്ട്."

"എന്തിനാണിത്?"

നടന്നു നടന്ന് അവർ ഒരു ഒഴിഞ്ഞ ഇടത്തിൽ എത്തിക്കഴിഞ്ഞിരുന്നു. അടുത്തുതന്നെ ഗംഗ. അതിനരികിൽ ഏതാനും സന്യാസിമാർ തീ കത്തിച്ചു കായുന്നു.

"ഇങ്ങോട്ടു നീങ്ങിനിൽക്കൂ. ആ ചെകുത്താന്മാർ സ്പൈകളാണെന്നു തോന്നുന്നു."

"നേരോ?"

അതെ, ഈയിടെ അനവധി പൊലീസുകാർ സന്യാസിവേഷം കെട്ടി, വിഭൂതിവാരിത്തേച്ച് നടക്കുന്നുണ്ട്. അവരെ വർജിക്കണം. ഇതും പറഞ്ഞ് അയാൾ വഴിമാറിവെച്ചു. ബസാറിലേക്കു തിരിയുന്ന ദിക്കിലെത്തിയപ്പോൾ അത് ആപത്തൊഴിഞ്ഞ ഇടമാണെന്നു തോന്നി. സന്ധ്യകഴിഞ്ഞിട്ടും ആൾത്തിരക്ക് ഒഴിഞ്ഞിട്ടില്ല. വീട്ടിൽ പോകാനുള്ള തിരക്കിൽ അന്തിക്കച്ചവടം മുറയ്ക്ക് നടക്കുന്നു.

അളകൻ പറഞ്ഞു: "താൻ ഒരു പണി ചെയ്യണം. രണ്ടുറുപ്പികയ്ക്ക് 'രസഗുള'വാങ്ങിത്തരാം. അവരുടെ വീട്ടിൽ കൊണ്ടുപോയിക്കൊടുക്കണം."

"ആരുടെ?"

"ശവസംസ്കാരം നടത്തിക്കൊടുത്തില്ലേ? അവിടെ?"

"ഇപ്പോൾ തന്നെ?"

"അതെ, പറയുന്നത് കേട്ടില്ലേ? അവർ ഇന്ന് ഒന്നും തന്നെ ഭക്ഷിച്ചിട്ടില്ല."

"എന്നാൽ താനും വരൂ."

"അതെന്തിന്? നാളെ എനിക്ക് പോകണ്ടേ? അതിനുവേണ്ട ഒരുക്കം കൂട്ടണം. അവിടെ എന്തൊക്കെയോ കുഴപ്പങ്ങൾ നടക്കുന്നു. ടെലഫോൺലൈൻ മുറിച്ചു കളഞ്ഞു. പൊലീസ്സ്റ്റേഷനും പോസ്റ്റാപ്പീസും കത്തിച്ചു. ഇപ്പോൾ മേദിനിപൂർ ഒരു സ്വതന്ത്രപ്രദേശമാണെന്നു പറയാം. അവിടത്തെ പ്രസിഡന്റായി സതീശ്സാമന്ത് പ്രഖ്യാപിക്കപ്പെട്ടിരിക്കുന്നു.

വാർത്തകേട്ട് താരകൻ ഞെട്ടിപ്പോയി. ഇന്ത്യയിലാകെ തീ എരിയുകയായിരുന്നു. എന്നാൽ മേദിനിപൂരിന്റെ ചരിത്രം ഒന്നു വേറെത്തന്നെ. വലിയ വലിയ ലീഡർമാർ അന്ന് ജയിലിലായിരുന്നു. എന്നാൽ മേദിനിപൂരിലെ നേതാക്കൾ അധികാരികളുടെ നോട്ടത്തിൽനിന്ന് തെറ്റി ഒളിവിൽ പോയി പ്രക്ഷോഭം സംഘടിപ്പിച്ചു.

പെട്ടെന്ന് അളകൻ പറഞ്ഞു: "ശരി, ഞാൻ പോട്ടെ. നിൽക്കാൻ സമയമില്ല."

"നിൽക്കൂ. ഞാൻ സംഗതി മുഴുവൻ ചോദിക്കട്ടെ."

"വേണ്ട. അതാ, ആ തെണ്ടി പിറകെ വരുന്നു."

താരകൻ തിരിഞ്ഞുനോക്കാൻ ഭാവിച്ചപ്പോൾ അളകൻ തടഞ്ഞു: "നോക്കരുത്. അവൻ ആളെ തിരിച്ചറിയും."

അളകൻ ആരെപ്പറ്റിയാണ് പറയുന്നതെന്ന് താരകന് തീരെ പിടികിട്ടിയില്ല. അളകൻതന്നെ മനസിലാക്കിക്കൊടുത്തു. "കൽക്കത്തയിൽ ഒരു പുതിയ പൊലീസ്ഓഫീസർ എത്തിയിട്ടില്ലേ, അവൻ തന്നെ. സിംസൻ എന്ന് പറയുന്ന തെണ്ടി."

അതേ, സിംസൻ. അയാൾക്കായിരുന്നു അന്നത്തെ ടെററിസ്റ്റുകളുടെ മേൽ കണ്ണുവെക്കേണ്ട ചുമതല. ഡൽഹിയിലും ബോംബെയിലുമെന്ന പോലെ കൽക്കത്തയിലും പൊലീസിന്റെ ശല്യം സഹിക്കവയ്യാതായിരുന്നു. പൊലീസിന് ഒറ്റിക്കൊടുക്കുന്നവർ രഹസ്യപ്രവർത്തനങ്ങളുടെ വിവരം ശേഖരിച്ച് അധികാരികളെ അറിയിക്കും. നല്ല ഒരു തുക ഇതിനായി അവർക്ക് ഇനാം ലഭിക്കുകയും ചെയ്യും. എല്ലാവർക്കും എല്ലാവരെയും അന്ന് സംശയമായിരുന്നു. ബസിലും ട്രാമിലും ആരും വായതുറന്ന് സംസാരിക്കാറില്ല. ഇടയ്ക്കിടക്ക് വഴിവക്കുകളിലെ ഇലക്ട്രിക് ലൈറ്റുകൾ കെട്ടുപോകും. പിന്നെ വഴിയിൽ കടുത്ത ഇരുട്ട്. ആര് എപ്പോഴാണ് പെട്ടെന്നുവന്ന് ഇലക്ട്രിക് വയറോ ടെലഫോൺ കമ്പിയോ മുറിക്കുന്നത് ആരറിഞ്ഞു. അറിയാമെങ്കിൽത്തന്നെ ആരത് പറഞ്ഞു നടക്കുവാൻ പോകുന്നു?. അരെങ്കിലും കമ്പിമുറിക്കുന്നതു കണ്ടാൽതന്നെ അവിടന്ന് സൂത്രത്തിൽ മാറിക്കളയും. ഇല്ലെങ്കിൽ പോലീസിന്റെ 'ദർബാറിൽ' സാക്ഷിപറയാൻ നിൽക്കേണ്ടിവന്നാലോ?

ഒരു തെരുവിൽനിന്ന് കടന്ന് മറ്റൊന്നിലെത്തിയപ്പോഴേ അളകന് സമാധാനമായുള്ളൂ.

അയാൾ പറഞ്ഞു: "ആ ചെറ്റയ്ക്ക് എന്നും എന്നെ പിന്തുടരുകയാണ് പണി. ഒരു ദിവസം അവനെ കെട്ടുകെട്ടിക്കണം."

അവിടന്ന് ഒരു സ്വീറ്റ് മീറ്റ് കടയിൽചെന്ന് രണ്ട് ഉറുപ്പികയ്ക്ക് രസഗുള വാങ്ങി താരകന് കൊടുത്തിട്ട് പറഞ്ഞു: "ഇത് അവർക്ക് കൊടുക്കൂ... ഇന്നത്തെ അങ്ങനെ കഴിയട്ടെ. പിന്നെ താൻ ഉചിതമെന്ന് തോന്നുന്നത് ചെയ്തുകൊടുക്കണം. അതിനിടെ ഞാൻ മേദിനിപൂർ വരെ പോയി വരട്ടെ."

അഞ്ച്

പരോപകാരം വ്രതമാക്കിയ ചെറുപ്പക്കാരിൽപ്പെട്ട ഒരുവനാണ് അളകൻ. ഈ വ്രതം ഇല്ലായിരുന്നുവെങ്കിൽ ആ യുവാവ്–പഠിക്കാൻ ഒട്ടും മോശമായിരുന്നില്ല. കുടുംബസ്ഥിതിയും മോശമല്ല– സുഖമായി ജീവിച്ചു സ്വന്തം സ്വാർഥം നേടുക മാത്രമാണ് മാനവജീവിതത്തിൽ അഭിമാനകരമായ കാര്യമെന്ന് ധരിച്ചുപോകുമായിരുന്നു.

അന്നത്തെ നൂറ്റുക്ക് തൊണ്ണൂറ്റൊമ്പതുപേരും അങ്ങനെതന്നെയായി

രുന്നു ധരിച്ചിരുന്നതും.

അളകന്റെ ഔദാര്യംകണ്ട് താരകൻ പലപ്പോഴും അതിശയിച്ചുപോയിട്ടുണ്ട്.

താരകൻ ഒരിക്കൽ ചോദിച്ചു: "താൻ മറ്റുള്ളവരുടെ കാര്യം ഇത്രയേറെ ചിന്തിക്കുന്നതെന്തിനായിട്ട്? തന്നിലേക്ക് ഒരിക്കലും നോക്കുന്നില്ലല്ലോ. എന്താണിതുകൊണ്ടുള്ള നേട്ടം?"

ഇതേ ചോദ്യം അയാൾ പലവട്ടം ചോദിക്കാൻ തുടങ്ങിയപ്പോൾ കേട്ടുമടുത്ത അളകൻ പറഞ്ഞു: "താൻ വേറെവല്ല കാര്യവുമുണ്ടെങ്കിൽ പറയു. എനിക്കിതു തീരെ പിടിക്കുന്നില്ല."

താരകൻ പറഞ്ഞു: "എന്തിനായിട്ട് വേറെ വല്ലതും? എന്താണിതിനു മറുപടി പറഞ്ഞാൽ?"

നിർബന്ധം പൊറുക്കാതായപ്പോൾ അളകേശൻ പറഞ്ഞു: "എനിക്ക് ഈ വേണ്ടാത്തകാര്യങ്ങൾ സംസാരിക്കാൻ സമയമില്ല."

"പാരുലിനെപ്പറ്റി ആലോചിക്കുവാൻ തനിക്ക് സമയക്കുറവില്ലല്ലൊ."

ഇതിനു മറുപടി അളകനിൽനിന്ന് താരകന് ഒരിക്കലും കിട്ടുകയുണ്ടായില്ല. അളകൻ പറയുന്നതെല്ലാം താരകൻ അനുസരിച്ചുവന്നു. അതിനായി അമ്മ പറയുന്നതുപോലും അവഗണിച്ചു.

അമ്മ പറയാറുണ്ടായിരുന്നു: "നീയെന്തിനാണ് ആ കഥയില്ലാത്തവന്റെ കൂടെ നടക്കുന്നത്? അവനാണ് നിന്നെ തിരിച്ചത്."

ഒരു ദിവസം താരകനെ വിളിക്കാൻ ചെന്ന അളകന്റെ മുമ്പിൽ അമ്മ പ്രത്യക്ഷപ്പെട്ടു. അവൾ പറഞ്ഞു:

"നീയെന്തിനാണ് എപ്പോഴും താരകാ! താരകാ! എന്ന് വിളിച്ചുകൊണ്ടുവരുന്നത്? കേൾക്കട്ടെ. എന്ത് നിനച്ചിട്ടുള്ള പുറപ്പാടാണിത്? ഞാനും ഒന്നറിഞ്ഞോട്ടെ. അവന്റെ തലച്ചോറ് കരണ്ടുതിന്നിട്ട് നിനക്കെന്ത് പുണ്യം കിട്ടാനാണ്? എന്നെ ആരുണ്ട് നോക്കാനെന്നുള്ള വിചാരമാണ് എനിക്കിവിടെ. എന്നിട്ടാണ് നീ അന്യരുടെ കാര്യം നോക്കാൻ നടക്കുന്നത്. എന്താണിതൊന്നും അന്വേഷിക്കാത്തത്? അറിയാമോ, ഇന്നലെ ഇവിടെ അത്താഴം വെച്ചില്ല......."

"എന്താണിത് ഏടത്തി! താരകൻ എന്നോട് ഇതൊന്നും പറഞ്ഞില്ലല്ലോ."

"പറയുമോ അവൻ? പറഞ്ഞാൽ അതോടെ എന്റെ ദുരിതം തീരില്ലേ! അത് തീരരുതെന്നാണ് അവന് മോഹം. അവന് എന്നെപ്പറ്റി വിചാരമുണ്ടായാൽ അതോടെ തീരില്ലേ എന്റെ ആധി?"

അളകൻ ചോദിച്ചു: "താരകനെവിടെ?"

"അവൻ ഒരു നിമിഷമെങ്കിലും പുരയ്ക്കകത്തിരിക്കുന്ന സമയമുണ്ടോ? നീ അവന്റെ ചെവിയിൽ എന്തൊക്കെയോ മന്ത്രങ്ങൾ ഓതിക്കൊടുത്തുവിട്ടിരിക്കയല്ലേ? എന്നിട്ട് അവൻ നാട് നന്നാക്കാനെന്നും പറഞ്ഞ് തെക്കുവടക്കു നടക്കുന്നു. നാടുനന്നാക്കിവന്ന് എന്റെ ശവക്കുഴിയിൽ വിളക്കുവെക്കാനോ?"

"ഏടത്തിയെന്തിനാണിങ്ങനെ കോപിക്കുന്നത്? ദേശസേവനം അത്ര ചീത്തയാണോ? ദേശബന്ധു സി ആർ ദാസ്, മഹാത്മാഗാന്ധി, സുഭാഷ് ബോസ്, ജെ എൻ സെൻഗുപ്ത, ലാലാ ലജ്പത്റായി ഇവരൊക്കെ നാടിനുവേണ്ടി സഹിച്ച ത്യാഗങ്ങൾക്കളവുണ്ടോ? ഏടത്തീ! അവരൊക്കെ ദേശത്തിനുവേണ്ടി എത്രയെത്ര തവണ ജയിലിൽപോയി. എത്രയെത്ര യാതനകൾ അനുഭവിച്ചു! അതൊക്കെ അറിയാമല്ലോ."

"അവരുടെ കഥ വിട്. അവരൊക്കെ വലിയ വലിയ ആളുകളുടെ മക്കൾ. അവരെപ്പോലെയാണോ എന്റെ ഉണ്ണി? പാവങ്ങളുടെ മക്കളെ ആര് കണക്കിലെടുക്കുന്നു? അവരുടെ കുടുംബം എങ്ങനെ പുലരുന്നുവെന്ന് ആരന്വേഷിക്കുന്നു?"

പറയുന്നതിനിടയ്ക്ക് അമ്മയുടെ കണ്ണുകളിൽ വെള്ളംനിറഞ്ഞു. അളകൻ വേഗം അവിടന്നു പുറത്തുകടന്നു.

രാത്രി താരകൻ വീട്ടിൽ വന്നപ്പോൾ അമ്മ ചോദിച്ചു:

"നീ പകലൊക്കെ എവിടെയായിരുന്നു?"

"അതറിഞ്ഞിട്ട് അമ്മയ്ക്കെന്തുവേണം?"

"നീ എവിടെപ്പോയാലും എനിക്കെന്താണ് ചേതം? അ ചെക്കൻവന്ന് അന്വേഷിച്ചു അതുകൊണ്ട് പറഞ്ഞതാണ്."

"ചെക്കനെന്നുവെച്ചാൽ? ആരെപ്പറ്റിയാണ് പറയുന്നത്?"

"എനിക്കവന്റെ ഊരുംപേരുമൊന്നും അറിയില്ല. ഞാനൊട്ട് അന്വേഷിച്ചിട്ടുമില്ല."

"കണ്ടാലെങ്ങനെയിരിക്കും."

"ഒരു ഗുണ്ടയെപ്പോലെ."

"ഗുണ്ട? തെമ്മാടി?"

"നിന്റെ കൂട്ടുകാരിൽ ആരെങ്കിലുമുണ്ടോ കണ്ടാൽ മര്യാദക്കാരനാണെന്നു തോന്നിക്കുന്നവൻ? എല്ലാം ഹീനജാതിയിൽപ്പെട്ട തെണ്ടി ജനക്കൂട്ടം."

താരകനു ശുണ്ഠിവന്നു. അയാൾ പറഞ്ഞു: "എന്റെ ചങ്ങാതിമാരൊക്കെ തെണ്ടിവർഗമാണെങ്കിൽ അമ്മയുടെ മകനും തെണ്ടിതന്നെ. ശരി തന്നെ, ഞാനും ഈ വീടുവിട്ടുപൊയ്ക്കളയാം. അമ്മ ഒറ്റയ്ക്ക് ഇവിടെ കിടന്നു പുഴുത്തു ചാവും."

"ഞാൻ ചാവണമെന്നാണ് നീ പറഞ്ഞത്! ഇത് കേൾക്കാനോ ഞാൻ ഇത്ര നാളും ഉയിരോടെയിരുന്നു?"

താരകന് ക്ഷോഭം വർധിച്ചു.

"ആരാണ് ഉയിരോടെയിരിക്കാൻ പറഞ്ഞത്? ആർക്കുവേണ്ടി? എന്തു പുണ്യത്തിന്?"

ഇതുംപറഞ്ഞ് അയാൾ അകത്തുകയറി വാതിലടച്ചു സാക്ഷയിട്ടു. അമ്മ പുറത്തുനിന്ന് കുറെ തവണ വാതിൽക്കൽമുട്ടി. താരകൻ അനങ്ങിയില്ല. അത്താഴംകഴിക്കാതെ വെറുംവയറോടെ കിടന്ന് ഉറങ്ങി. പകൽമുഴുവൻ ദരിദ്രബാന്ധവഭാണ്ഡാരത്തിനുവേണ്ടി ഓടിനടക്കുകയായിരുന്നു.

പിറ്റേന്നാൾ വളരെ വൈകിയാണ് എഴുന്നേറ്റത്. പുറത്തുവന്നു നോക്കിയപ്പോൾ അവിടെങ്ങും ഒരു മനുഷ്യനുമില്ല.

സാധാരണ താരകൻ എഴുന്നേറ്റുചെല്ലുമ്പോൾ അമ്മ കാപ്പികൊണ്ടുവന്ന് കൊടുക്കുകയാണ് പതിവ്. അന്ന് അമ്മ വന്നില്ല. പതിവുപോലെ അവിടമെല്ലാം അടിച്ചു വൃത്തിയാക്കിയിട്ടിരിക്കുന്നതായും കണ്ടില്ല. എങ്ങും നിശ്ശബ്ദം. താനല്ലാതെ അവിടെ വേറെയാരെങ്കിലുമുള്ള യാതൊരു ലക്ഷണവുമില്ല.

ഒരുതവണ അമ്മയുടെ മുറിയിലേക്ക് നോക്കി. വാതിൽ അടഞ്ഞു കണ്ടു. ഇനിയും ഉറക്കമുണർന്നില്ലെന്നോ?

ഇല്ലെങ്കിൽ വേണ്ട. അതൊക്കെ അന്വേഷിക്കാൻ സമയമില്ല. രാവിലെ എഴുന്നേറ്റാൽ അങ്ങാടിക്കുപോകുക എന്നും പതിവുണ്ട്. അമ്മയോട് ചെന്നുപറയും: "അമ്മേ, കാശ് തരൂ!"

അങ്ങാടിയിൽനിന്നു വല്ല പച്ചക്കറിയും വാങ്ങിക്കൊണ്ടുവന്ന് വീട്ടിലെറിഞ്ഞുകൊടുക്കുന്നതോടെ തീർന്നു ചുമതല. പിന്നെ വീട്ടിലേക്കു തിരിച്ചുചെന്നാൽ ചെന്നു. ഇല്ലെങ്കിലില്ല.

പെട്ടെന്ന് താരകന് എന്തോ ഒന്നു തോന്നി. വാതിൽ ഒന്നു മുട്ടിനോക്കി. അകത്തുനിന്ന് സാക്ഷയിട്ടിരിക്കുന്നു. അമ്മ ഇത്രനേരം ഉറങ്ങുക പതിവില്ല.

വിളിച്ചു: "അമ്മേ, അമ്മേ!"

മറുപടിയില്ല.

വീണ്ടും വിളിച്ചു: "വാതിൽ തുറക്കൂ അമ്മേ!"

എവിടെ? താരകന്റെ ശബ്ദം വാതിലിൽ ചെന്നലച്ച് തിരിച്ചുപോന്നു.

ഇതിനിടെ പുറത്തുനിന്ന് അളകന്റെ വിളി കേട്ടു: "താരക്!"

പുറത്തേക്ക് ചെന്ന് താരകൻ അളകനോടു പറഞ്ഞു: അളകാ, അകത്തേക്കു വരൂ. അമ്മ വാതിൽ തുറക്കുന്നില്ല."

"എന്തേ? എന്തുപറ്റി?"

"ആർക്കറിയാം. ഒന്നും മനസിലാവുന്നില്ല."

അളകനും വാതിൽക്കൽമുട്ടി. മുട്ടിയതുതന്നെ ഫലം. അനക്കമില്ല.

"നീയെന്തു കാട്ടി? ഇന്നലെ അമ്മയുമായി പിണങ്ങിയോ?"

"ഉവ്വ്,"

"എന്തിനായി?"

"തന്നെ ഗുണ്ടയെന്നു പറഞ്ഞു."

ഇതുകേട്ട് അളകൻ പൊട്ടിച്ചിരിച്ചു. അയാൾ പറഞ്ഞു:

"താനൊരു മരമണ്ടൂസനാണ്. ഇതിന് അമ്മയോട് പിണങ്ങാനെന്തുള്ളൂ?"

"തന്നെ ഗുണ്ടയെന്നു വിളിച്ചാൽ ഞാൻ കേട്ടുകൊണ്ടിരിക്കണമെന്നോ?"

"ഗുണ്ടയെന്നു വിളിച്ചാൽത്തന്നെയെന്ത്? നിനക്ക് ഞാനോ വലുത്, അമ്മയോ? ഗുണ്ടയെന്നു വിളിച്ചാൽ ഒരാൾ ഗുണ്ടയാവുമോ? അസംബന്ധം!"

"എന്റെ ചങ്ങാതിയെ ചീത്തപറഞ്ഞാൽ എനിക്ക് സഹിക്കില്ല."

അളകൻ വീണ്ടും വാതിൽക്കൽ മുട്ടി വിളിച്ചു: "ഏടത്തീ! ഏടത്തീ! വാതിൽ ഒന്നു തുറക്കൂ."

തുറക്കാനുള്ള ഭാവമില്ലെന്നുകണ്ട് താരകനോട് ചോദിച്ചു:

"മുറിക്ക് ജനാലയില്ലേ?"

"ഉണ്ട്, പുറത്തേക്ക് ജനാലയുണ്ട്."

അളകൻ പുറത്തേക്കുപോയി നോക്കി. ജനാലയും അടച്ചിരിക്കുന്നു. രണ്ടു തവണ തട്ടിയപ്പോൾ അത് തുറന്നു. പിന്നെ രണ്ടുപേരും അകത്തേക്ക് എത്തിനോക്കി. കഴുക്കോലിൽ കെട്ടിയ തുണിയിൽ അമ്മയുടെ ജഡമുണ്ട് ഞാന്നു കിടക്കുന്നു!

ആറ്

എത്രയോ നാളുകൾക്ക് മുമ്പുനടന്ന സംഭവങ്ങൾ. അവയ്ക്കൊക്കെ പുതിയ വ്യാഖ്യാനം നൽകേണ്ട ദിവസം ഇന്നു വന്നണഞ്ഞിരിക്കുന്നു. ആ കാലഘട്ടമല്ല ഇന്നുള്ളത്. അന്നുണ്ടായിരുന്നവരും ഇന്നില്ല.

എങ്കിലും വളരെ നാളുകൾക്കുശേഷം അന്നത്തെ ഒരു പൊലീസ് ഓഫീസർ, സിംസൻസായ്പ് വീണ്ടും വന്നിരിക്കുന്നു. അന്നത്തെ സംഭവങ്ങൾക്ക് പുതിയ ഭാഷ്യം നൽകേണ്ടതിന്റെ ആവശ്യം വന്നുചേർന്നിരിക്കുന്നു.

താരകൻ അന്ന് വീണ്ടും ആ ഭവനത്തിന്റെ മുമ്പിൽ ചെന്നുനിന്ന് വാതിൽക്കൽ മുട്ടുവാൻ തുടങ്ങി: "ചിറ്റമ്മേ, ചിറ്റമ്മേ!"

ഗൃഹനാഥന്റെ മരണം നടന്ന ഒരു വീട്ടിൽ നിശ്ശബ്ദത സ്വാഭാവികം തന്നെ. എല്ലാവരും ഉറക്കമായിക്കഴിഞ്ഞിരിക്കും.

അല്ലെങ്കിൽ വാതിലും ജനാലകളും അടച്ച് അസഹായതാബോധത്താൽ ആവിഷ്ടരായി ചുരുണ്ടുകൂടി കിടക്കുകയാവും.

താരകൻ വീണ്ടും വിളിച്ചു: "ചിറ്റമ്മേ, ഈ വാതിൽ ഒന്നു തുറക്കൂ.... ഞാൻ താരകൻ."

വാതിൽ തുറന്നു. ആ പെൺകുട്ടിയാണ് അപ്പുറത്ത് നിൽക്കുന്നതെന്ന് താരകൻ കണ്ടു.

ചോദിച്ചു: "നിന്റെ പേര് പാരുൽ എന്നല്ലേ?"

പെൺകുട്ടി തലയാട്ടി അറിയിച്ചു: "അതെ."

താരകൻ ചോദിച്ചു: "ചിറ്റമ്മ എവിടെ?"

"അമ്മയ്ക്ക് ഇനിയും സ്വബോധം വീണ്ടുകിട്ടിയിട്ടില്ല."

താരകൻ പറഞ്ഞു: "വരൂ, ഞാൻ ചെന്നുനോക്കട്ടെ."

താരകൻ ഓർത്തു. അന്ന് ചിറ്റമ്മയ്ക്ക് ബോധം ഉണ്ടാക്കുവാൻ വളരെയേറെ ശ്രമപ്പെടേണ്ടിവന്നു. ഭർത്താവിന്റെ മരണം ചിറ്റമ്മയെ അത്രയേറെ വ്യാകുലപ്പെടുത്തിക്കളഞ്ഞിരുന്നു. വളരെനേരം വിളിച്ചു. അപ്പോൾ

ചിറ്റമ്മ അർധബോധാവസ്ഥയിൽ ചോദിച്ചു.

"ആരാത്? ആരാണ് വിളിക്കുന്നത്?"

വിങ്ങിപ്പൊട്ടിവന്ന കരച്ചിൽ അവൾക്ക് കണ്ഠരോധമുണ്ടാക്കി.

"എന്നെ അറിയില്ലേ ചിറ്റമ്മേ? ഞാൻ ഇവിടെയുള്ള 'ദരിദ്രബാന്ധവ ഭാണ്ഡാര'ത്തിലെ അംഗമാണ്. ചിറ്റമ്മ എണീക്കൂ. ഇങ്ങനെ ദുഃഖിച്ചാലെങ്ങനെ? മനുഷ്യർ എന്നും ജീവിച്ചിരിക്കുമോ?"

"അതല്ല മോനെ! ഞങ്ങൾക്ക് ഇനി ആരുണ്ട് തുണയ്ക്ക്? ഞങ്ങൾക്ക് താങ്ങും തണലും ഇല്ലാതായില്ലേ?"

"അങ്ങനെ പറയുന്നതെന്താണ് ചിറ്റമ്മ? പാരുൽ ഇല്ലേ? പാരുലിനെ കല്യാണം കഴിച്ചുകൊടുത്താൽ ജാമാതാവുണ്ടാവും ചിറ്റമ്മയ്ക്ക്. പിന്നെ അയാൾ നോക്കിക്കൊള്ളും."

"അതിനുമുമ്പ് എന്റെ കണ്ണടഞ്ഞാലോ? പാരുലിന് പിന്നെയാരുണ്ട്?

താരകൻ ആശ്വസിപ്പിച്ചു. "അതിന് ഞങ്ങളുടെ സംഘമുണ്ട്. ഇവിടങ്ങളിലെ പാവപ്പെട്ടവരുടെ തുണയ്ക്കുവേണ്ടിയാണ് പ്രഫുല്ലൻ ദരിദ്രസേവകഭാണ്ഡാരം തുടങ്ങിയത്."

"ആരാണത്?"

"ചിറ്റമ്മ അറിയില്ല. പ്രഫുല്ലൻ ഒരു മഹാപുരുഷനാണ്. ദരിദ്രർക്ക് സർവസ്വം. ദരിദ്രരെ സേവിക്കുന്നതിനെക്കാൾ വലിയ ധർമമില്ലെന്ന് അദ്ദേഹം ഞങ്ങളെ ഉപദേശിക്കുന്നു. അതിനുവേണ്ടി ഞങ്ങൾ തുടങ്ങിയ സംഘടനയാണ് ദരിദ്രസേവകഭാണ്ഡാരം. ചിറ്റമ്മ ഒട്ടും വിഷമിക്കണ്ട. വേണ്ടതെന്താണെന്നുവെച്ചാൽ അത് ഞങ്ങളോട് പറഞ്ഞോളൂ. എപ്പോഴും വേണ്ടത് ചെയ്തുതരാൻ അരികിലുണ്ടായിരിക്കും. ഇപ്പോഴിത് വാങ്ങിക്കോളൂ."

"എനിക്ക് ഒന്നും വേണ്ട മോനെ."

"അത് പറഞ്ഞാൽ പറ്റില്ല. പട്ടിണികിടന്നാൽ എണീറ്റുനടക്കാൻ അരുതാതാവും. മകളെ വിചാരിച്ചിട്ടെങ്കിലും വല്ലതും തിന്നെന്നുവരുത്തണം."

ചിറ്റമ്മ പൊട്ടിക്കരഞ്ഞു: "അതിനുമാത്രം നീ എന്നോട് പറയരുത്. മോനെ! എനിക്ക് ഒന്നും തൊണ്ടയിൽനിന്ന് ഇറങ്ങുകയില്ല. മകൾക്ക് കൊടുത്തേക്ക്."

"അവൾക്കും കൊണ്ടുവന്നിട്ടുണ്ട്."

"നീ എന്റെ കാര്യം വിട് മോനെ! ഞാൻ ഇനി എത്രനാളേക്ക്? അവൾക്കാണ് ആരുമില്ലാത്തത്, അവളെ ഒന്നു നോക്കിക്കോളണം. നീ, മോനെ!"

"പാരുലിന് അമ്മാവന്മാർ ആരുമില്ലേ? അമ്മാവന്മാരുടെ താവഴിയിൽപ്പെട്ട ആരെങ്കിലും? ഉണ്ടെങ്കിൽ പറയൂ. ഞാൻ അവരെ വിവരം അറിയിക്കാം."

"ആരുമില്ല മോനെ! ഈ ലോകത്തിൽ ഞങ്ങൾക്ക് ആരുമില്ല. ഗൃഹനായകൻ പോയതോടെ ഞങ്ങൾ അനാഥരായി."

"ശരി തന്നെ, ചിറ്റമ്മേ, ഞങ്ങളൊക്കെ ഉള്ളപ്പോൾ പരിഭ്രമിക്കാനെ

ന്തിരിക്കുന്നു? എന്നെ നോക്കൂ. എനിക്കുമില്ല ആരും. അതുകൊണ്ട് എനിക്ക് വല്ല തരക്കേടും പിണഞ്ഞോ?"

ഇപ്പോഴാണ് ചിറ്റമ്മയ്ക്ക് ബോധോദയം ഉണ്ടായത്.

"നിനക്കും ആരുമില്ല?"

"ഇല്ല ചിറ്റമ്മേ! വിധവയായ അമ്മയുണ്ട്. അത് ഉള്ളതും ഇല്ലാത്തതും ഫലമൊന്നുതന്നെ. ആ ബാധയൊഴിഞ്ഞാലേ സ്വൈര്യമുള്ളൂ."

"അയ്യോ! അങ്ങനെയൊക്കെ പറയുകയോ തോന്നുകപോലുമോ അരുത്. അമ്മയെപ്പോലെ തനിക്കുറ്റവരായിട്ട് ആരുണ്ട്? ഇതു തന്നെയാണ് ഞാൻ പാരുലിനോടും പറയുന്നത്. അതിരിക്കട്ടെ, നീ അവളെ നല്ല വാക്ക് പറഞ്ഞ് വല്ലതും കഴിപ്പിക്ക്. അവൾ ഇതുവരെ ഒന്നും ഭക്ഷിച്ചിട്ടില്ല."

താരകൻ പുറത്തേക്ക് ചെന്നു നോക്കിയപ്പോൾ പാരുൽ അവളുടെ മുറിയിൽ മരക്കട്ടിലിൽ മുഖംതാങ്ങി ഇരിക്കുന്നതു കണ്ടു.

താരകൻ അടുക്കലേക്ക് ചെന്നപ്പോൾ അവൾ എഴുന്നേറ്റു. താരകൻ പറഞ്ഞു: "എന്തിനാണ് എഴുന്നേറ്റത്? ചിറ്റമ്മ പറഞ്ഞയച്ചിട്ട് വന്നതാണ് ഞാൻ."

പാരുൽ ശൂന്യദൃഷ്ടികളോടെ അയാളെ ഒന്നുനോക്കി. പിന്നെ തല കുനിച്ചുകളഞ്ഞു.

താരകൻ മുമ്പിൽ ചെന്നുനിന്നു പറഞ്ഞു: "നിനക്കായിട്ട് അളകൻ തന്നയച്ചതാണ് ഇത്. അയാൾ അത്യാവശ്യമായിട്ട് ഒരുദിക്കിലേക്ക് പോയിരിക്കുന്നു. കുറെ ദിവസം കഴിഞ്ഞേ വരൂ. ദാ ഇത് തിന്നോളൂ."

"വേണ്ട, വിശക്കുന്നില്ല."

"അതുപോര, പട്ടിണികിടന്നാൽ സുഖക്കേട് വല്ലതും പിടിക്കും. വിശപ്പില്ലെങ്കിലും കുറച്ച് എടുത്തു തിന്നുക. നിർബന്ധിച്ച് വല്ലതും കഴിപ്പിക്കണമെന്നാണ് അളകൻ പറയുന്നത്."

പാരുൽ അനങ്ങിയില്ല.

"എനിക്ക് വേണ്ടിയെങ്കിലും കുറച്ചു ഭക്ഷിക്കൂ. ഇല്ലെങ്കിൽ അളകൻ എന്നെ കുറ്റപ്പെടുത്തും."

പാരുൽ പറഞ്ഞു: "എന്തിനാണ് എന്നെ ഇങ്ങനെ നിർബന്ധിക്കുന്നത്? എനിക്ക് വേണമെന്നുതോന്നാതെ ഞാൻ എങ്ങനെ ഭക്ഷിക്കും? എനിക്ക് തൊണ്ടയിൽനിന്ന് ഇറങ്ങുകയില്ല."

"നീ ഒന്നും ഭക്ഷിക്കാതെയിരുന്നാൽ നിന്റെ അച്ഛന്റെ ആത്മാവിന് ശാന്തി ലഭിക്കുമെന്ന് വിചാരിക്കുന്നുണ്ടോ? എല്ലാവരുടെയും അച്ഛൻ ഒരു ദിവസം മരിക്കും. എന്റെ അച്ഛൻ മരിച്ചിട്ടും ഞാൻ ജീവിക്കുന്നില്ലേ?"

ഒന്നു നിർത്തിയിട്ട് അയാൾ തുടർന്നു. "അച്ഛൻ എന്റെ കുട്ടിക്കാലത്തുതന്നെ മരിച്ചു. എന്റെ വിധവയായ അമ്മ—അവരുള്ളതുകൊണ്ട് എനിക്ക് ഒരു ബുദ്ധിമുട്ടും അനുഭവിക്കേണ്ടിവരുന്നില്ല. ദരിദ്ര ബാന്ധവ ഭാണ്ഡാരത്തിനുവേണ്ടി പ്രവർത്തിക്കുന്നതിന് കഴിയുന്നതും അതുകൊണ്ടുതന്നെ. ദുഃഖവും ദുരിതങ്ങളും മറക്കാൻ കഴിഞ്ഞില്ലെങ്കിൽ മനുഷ്യർ എങ്ങനെ ജീവിക്കും?"

പാരുൽ എല്ലാം മനസിരുത്തി കേട്ടു.

അവൾ ചോദിച്ചു: "അപ്പോൾ നിങ്ങളുടെ വീട്ടിൽ ആരൊക്കെയുണ്ട്?"

"വൃദ്ധയായ അമ്മ മാത്രം."

"അപ്പോൾ ആഹാരത്തിനും മറ്റും?"

"എന്തിനും അമ്മയല്ലാതെ മറ്റാരുംതന്നെ ഇല്ല. പിന്നെ എന്റെ ആഹാരത്തിന്റെ കാര്യം. ഞാൻ പകലത്രയും പുറത്തായിരിക്കും. എവിടെന്നെങ്കിലും ആഹാരം കഴിക്കും. ചില ദിവസം പട്ടിണി. ഒന്നിനും എനിക്ക് വിഷമം തോന്നാറില്ല."

പാരുൽ താരകനെ സപ്രശംസം നോക്കി.

അവൾ ചോദിച്ചു: "ഒറ്റപ്പെട്ടപോലെ തോന്നില്ലേ?"

"എന്തിന് ? ഒറ്റക്കിരിക്കേണ്ടിവന്നാലല്ലേ അങ്ങനെ തോന്നൂ? ദരിദ്ര ബാന്ധവ ഭാണ്ഡാരത്തിനുവേണ്ടി എന്തെല്ലാം പണികൾ കിടക്കുന്നു! അതൊക്കെ ചെയ്യാൻതന്നെ സമയം പോര. അതുമല്ല, അളകേശൻ ഇവിടെ ഇല്ലാത്ത സ്ഥിതിക്ക്..."

"അളകേശൻ ആരാണ്"

"അളകേശനെ അറിയില്ലെന്നോ? ഇന്ന് രാവിലെ ഇവിടെ വന്നില്ലേ?"

"കണ്ടതായി ഓർക്കുന്നില്ല."

"കണ്ടിട്ടുണ്ട്. വെളുത്ത് നല്ല ആരോഗ്യമുള്ള ഒരു യുവാവ്. അയാൾ തന്റെ കമ്പിളി വിറ്റുകിട്ടിയ ഇരുപതുരൂപകൊണ്ടാണ് അന്ന് ശേഷക്രിയകൾ നടത്തിച്ചത്. ഇങ്ങനെയൊരു ചെറുപ്പക്കാരനെ കാണില്ല. പാവങ്ങൾക്കുവേണ്ടി പ്രാണൻ കളയാനും മടിയില്ല. എന്നാൽ പൊലീസ് അയാളുടെ പുറകെ കൂടിയിരിക്കുന്നു. അയാളെ അവർക്കു സംശയം.?"

"എന്തിന് സംശയിക്കുന്നു? എന്തു കാട്ടിയിട്ട്?"

"സംശയിക്കാതിരിക്കുമോ? എന്നെയുമുണ്ട് സംശയം"

"പാവങ്ങളെ സഹായിക്കാൻ പുറപ്പെടുന്നവരെയൊക്കെ അവറ്റക്ക് സംശയമാണ്. അവരുടെ പുറകെ സ്പൈകളെ വിടുന്നു. അവരാണ് ബോംബും തോക്കുംകൊണ്ട് കുഴപ്പം സൃഷ്ടിക്കുന്നതെന്നാണ് വിചാരം. അവരുടെകൂടെ ഈയിടെ ഒരു വെള്ളക്കാരനും വന്നുകൂടിയിരിക്കുന്നുവത്രെ. സിംസനെന്നാണത്രെ പേർ. അവനൊരു ശരിയായ ചെകുത്താൻ തന്നെയാണെന്നാണ് കേൾവി. ഞങ്ങളെ തെരഞ്ഞുനടക്കുകയാണ് പിടികൂടാൻ തക്കംനോക്കി."

"എന്തിനു പിടികൂടുന്നു? എന്തുകുറ്റം ചെയ്തിട്ട്?"

"അവിടെയുമിവിടെയും നടക്കുന്ന കൊല്ലും കൊലയുമൊക്കെ ഞങ്ങൾ നടത്തുന്നതാണെന്നാണ് അയാളുടെ ധാരണ. സത്യത്തിൽ ഇതിലൊന്നും ഞങ്ങൾക്ക് പങ്കില്ല. അതൊക്കെയിരിക്കട്ടെ. അളകൻ ഇന്നു പോകുംമുമ്പ് ഏൽപ്പിച്ചിരിക്കുന്നു, ഇത് ഇവിടെ തരണമെന്ന്."

"ഞാൻ പറഞ്ഞില്ലേ ഇതൊന്നും തിന്നില്ലെന്ന്?"

"നീയും തിന്നാൻ ഭാവമില്ല. നിന്റെ അമ്മയും തിന്നാൻ ഭാവമില്ല. പിന്നെ ഞാനെന്തിനാണ് ഇതുംകൊണ്ട് നടക്കുന്നത്? അളകൻ തിരിച്ചു

വരുമ്പോൾ വിവരമറിഞ്ഞാൽ എന്നെ കുറ്റപ്പെടുത്തും."

"നിങ്ങൾ നിങ്ങളുടെ ചങ്ങാതിയെ ഭയപ്പെടുന്നതുപോലെ തോന്നുന്നല്ലോ. എന്നാൽ തരൂ രസഗുള തിന്നേക്കാം" ഇതും പറഞ്ഞ് അവൾ ഒരു രസഗുള എടുത്ത് തിന്നു. പിന്നെ പറഞ്ഞു:

"ഇനി കുറ്റപ്പെടുത്തുമെന്ന ഭയം വേണ്ടല്ലോ."

താരകന്റെ മുഖത്ത് ചിരി വന്നു. അയാൾ പറഞ്ഞു: "അളകനെ നിനക്കറിയില്ല. അറിഞ്ഞിരുന്നെങ്കിൽ ഭയപ്പെടാതിരിക്കില്ല."

"അങ്ങനെയാണോ?"

"അതെ, അസഹ്യമായ തണുപ്പിനെ അവഗണിച്ച്, താൻ പുതച്ചിരുന്ന കമ്പിളി വലിച്ചെടുത്ത് വലിച്ചെറിഞ്ഞുകൊടുക്കുവാൻ തീരെ മടിക്കാത്ത ഒരുവനെ ഭയപ്പെടുകതന്നെ വേണം."

"അളകൻ വലിയ തറവാട്ടിലെ പയ്യനാണെന്നു തോന്നുന്നു?"

"വലിയവനൊന്നുമല്ല. എന്റെയും അയാളുടെയും സ്ഥിതി ഒരുപോലെ തന്നെ. എന്നാൽ എനിക്ക് ആരുമില്ല. അയാൾക്ക് അച്ഛനും അമ്മയും ബന്ധുക്കളും ഒക്കെ ഉണ്ട്."

"അവർ ഒന്നും പറയാറില്ലേ?"

"പറയാറില്ലെന്നോ! വായ് നിറയെ പറയും. എത്രയോ തവണ വീട്ടിൽനിന്ന് ഇറക്കിവിട്ടു. എത്രയോ ദിവസം പട്ടിണി കിടന്നു."

പെട്ടെന്ന് ചിറ്റമ്മയുടെ കരച്ചിൽ കേട്ടുതുടങ്ങി. "എടീ പാരുൽ! എവിടെ പോയി നീ!"

താരകൻ ഈ ഭവനവുമായി ബന്ധപ്പെട്ടത് അങ്ങനെയായിരുന്നു. ഇവ്വിധം ദരിദ്രബാന്ധവഭാണ്ഡാരക്കാർ എത്രയോ മൃതദേഹങ്ങൾ സംസ്കരിക്കുവാൻ സഹായിച്ചിരിക്കുന്നു. എന്നാൽ അവരുമായി അതോടെ സമ്പർക്കം അവസാനിക്കുകയാണുണ്ടായിട്ടുള്ളത്. ഈ ഗാംഗുലി കുടുംബവുമായിട്ട് മാത്രമാണ് ഇത്രയ്ക്ക് അടുപ്പം.

അന്ന് തിരിച്ചുപോന്ന സമയം ചിറ്റമ്മ പറഞ്ഞത് ഓർക്കുകയാണ്:

"നീ നാളെയും വരണം മോനെ! എപ്പോൾ എന്താണാവശ്യമായി വരികയെന്നറിയില്ലല്ലോ."

താരകൻ പറഞ്ഞു: "നിങ്ങളുടെ ബന്ധുക്കളെ വല്ലവരെയും അറിയിക്കാനുണ്ടെങ്കിൽ പറഞ്ഞോളൂ. ഞാൻ അറിയിക്കാം."

"ഇല്ല മോനെ! എനിക്ക് ഈ ഒരു മകൾ മാത്രമേ ഉള്ളൂ!"

"ശരി ചിറ്റമ്മേ! ഞാൻ നാളെ രാവിലെത്തന്നെ വരാം ഇപ്പോൾ ഇറങ്ങട്ടെ."

ഏഴ്

പിറ്റെന്നാൾ മാത്രമല്ല, എല്ലാദിവസവും രാവിലെ താരകന്റെ വരവു തുടങ്ങി. വരുമ്പോൾ അങ്ങാടിസാധനങ്ങളും ഉണ്ടാകും കൈയിൽ. ഉരു

ളക്കിഴങ്ങ്, പടവലങ്ങ, വഴുതനങ്ങ – എന്നും എന്തെങ്കിലും.

പുറത്തുനിന്ന് വിളിക്കും. "ചിറ്റമ്മേ, വാതിൽ തുറക്കൂ."

വിളി കേട്ടാൽ ചിറ്റമ്മയും വിളി തുടങ്ങും: "ഏയ് പാരുൽ!"

ചില ദിവസം നേരം കുറച്ചു വൈകിയെന്നു വരും. ഒരു ദിവസം പാരുൽ ചോദിച്ചു: "ഇന്നെന്താണ് താരകേട്ടൻ ഇത്രനേരം വൈകിയത്?"

താരകൻ പറഞ്ഞു: "വൈകാതിരിക്കുമോ? ഒരു മനുഷ്യൻ ഉള്ള ഭാരമെല്ലാം എന്റെ തലയിൽ വെച്ച് ഒറ്റ പോക്കുപോയിട്ട് ഇതേവരെ തിരിച്ചുവരുന്നഭാവമില്ല. എവിടെപ്പോയി മുങ്ങിയോ? ഞാനൊറ്റയ്ക്ക് എന്തൊക്കെ ചെയ്യും?" ചിറ്റമ്മയ്ക്ക് കറപ്പുവേണ്ട ദിവസമാണെങ്കിൽ കറപ്പും വാങ്ങിയിട്ടുണ്ടാവും. അതു കൊടുക്കാൻ പിന്നെ ചിറ്റമ്മയുടെ മുറിയിലേക്കു ചെല്ലും.

ഒരു ദിവസം ചിറ്റമ്മ ചോദിച്ചു: "താരകാ, അളകനെന്നാണ് വരിക? എത്ര നാളായി പോയിട്ട്? എന്താണിത്ര വലിയ പണി അയാൾക്ക്?"

"അയാൾക്ക് പണിയോ? അയാൾ എന്നെപ്പോലെയുള്ള പത്തുപേർ എടുക്കുന്ന പണി ഒറ്റയ്ക്കെടുക്കുന്നു. എങ്ങനെയാണ് ഒറ്റയ്ക്ക് ഇത്ര പണിയെടുക്കാന് കഴിയുന്നതെന്ന് ഞാൻ ചോദിക്കാറുണ്ട്. എന്താണ് മറുപടിയെന്നാണ് വിചാരം? പണിക്കുവേണ്ടിയാണ് ഞാൻ ജീവിക്കുന്നത്. ജീവിക്കാൻ പണിയെടുക്കുകയല്ല എന്നാണ് പറയുന്ന മറുപടി."

"അതാണല്ലേ അത്രയേറെ പണിത്തിരക്ക്? ആട്ടെ, ഇതിന് എത്ര പണം കിട്ടുന്നുണ്ട് അളകന്?"

"പണം? പ്രതിഫലത്തിന്റെ കാര്യമാണോ ചോദിക്കുന്നത്? ഒരൊറ്റ പൈസ ആയാൾക്ക് ഇതിനു കിട്ടുന്നില്ല."

"എന്റെ ദൈവമേ! ഒന്നും കിട്ടുന്നില്ലെങ്കിൽ കഴിഞ്ഞുകൂടുന്നതെങ്ങനെ? നീ ഞങ്ങൾക്കുവേണ്ടി ചെലവിടുന്ന പണം എവിടന്ന്?"

"ഒക്കെ അളകന്റെ ശ്രമം കാരണം കിട്ടുന്നതാണ്. ഞങ്ങളുടെ ദരിദ്രബാന്ധവഭാണ്ഡാരത്തിന് കിട്ടുന്ന പണമെല്ലാം അളകൻ നടന്ന് പിരിച്ചെടുക്കുന്നതുതന്നെ. ഇതിനുവേണ്ടി ഞങ്ങൾ വീടുതോറും കയറിയിറങ്ങേണ്ടിവരുന്നു."

"എല്ലാവരും പണം തരാറുണ്ടോ?"

"പണം ആരാനും അത്ര എളുപ്പം എടുത്തുതരുമെന്ന് വിചാരിക്കുന്നുണ്ടോ ചിറ്റമ്മേ! പലരും വായിൽ തോന്നിയ ചീത്തവിളിച്ചുപറയും. അസഭ്യം പറഞ്ഞ് ഓടിച്ചുവിടും. ചിലർ ഞങ്ങൾ 'ഫോർട്വന്റി'യാണെന്ന് അപഹസിക്കും. പാവങ്ങളുടെ പേരിൽ മുതലക്കണ്ണീരൊഴുക്കി പണം നാട്ടുകാരിൽനിന്ന് പിടുങ്ങി കുടിച്ചുമുടിക്കുന്നുവെന്ന് വേറെ ചിലർ."

"അതുവ്വോ?"

"ഉവ്വെന്നെ, ചിറ്റമ്മേ! ഈ കൽക്കത്തയിൽ എന്തെല്ലാം തരക്കാരായ ജനങ്ങൾ ഉണ്ടെന്നാണ് വിചാരം? എനിക്കും ചിറ്റമ്മയ്ക്കും മറ്റും ഈ വറുതി, എന്നാൽ അപ്പുറത്തേക്ക് നോക്കൂ. യുദ്ധത്തിന്റെ സമയത്ത് സമ്പാദിച്ചുകൂട്ടിയ പണക്കൂമ്പാരംകൊണ്ട് എന്തുചെയ്യണമെന്നറിയാതെ വെപ്രാളം കൊള്ളുന്നു അവർ. ശരി, ചിറ്റമ്മേ! ഞാനിനി ഇറങ്ങട്ടെ."

ചിറ്റമ്മ വിളിച്ചു ചോദിച്ചു: "പാരുൽ, താരകൻ പോകയാണെന്ന്. നാളെ വല്ലതും കൊണ്ടുവരാനുണ്ടെങ്കിൽ പറയൂ."

പാരുൽ വരുന്നതുവരെ നിൽക്കാതെ താരകൻ നേരെ അടുക്കളയിലേക്ക് ചെന്നു. പാരുൽ അടുക്കളയിൽ കരിക്ക് തീ പിടിപ്പിക്കുകയായിരുന്നു. കണ്ണും മുഖവും പുകയേറ്റ് ചുവന്നുവശായിരിക്കുന്നു.

താരകൻ പറഞ്ഞു: "ചിറ്റമ്മ എത്രനേരമായി വിളിക്കുന്നു! നീയെന്താണിങ്ങനെ മിണ്ടാതെ നിൽക്കുന്നത്? ഞാൻ പോകുന്നു. നാളെ വല്ലതും കൊണ്ടുവരാനുണ്ടെങ്കിൽ പറഞ്ഞോളൂ."

പാരുൽ കരികൊണ്ട് വിഷമിക്കുകയായിരുന്നു. അവൾ പറഞ്ഞു:

"നോക്കൂ. ഇതെന്തൊരു കരിയാണിത്."

"എന്തേ? എന്താണിതിന്?"

"ഇത് കരിയോ, അതോ കല്ലോ? എന്റെ കണ്ണ് എരിഞ്ഞു ചാമ്പലാകാറായിരിക്കുന്നു."

"കരി വിൽക്കുന്നവരുടെ തെമ്മാടിത്തരമാണ് ഇത്. ഈ യുദ്ധകാലത്ത് തോന്നിയത് കാട്ടാമെന്നായിരിക്കുന്നു. പണം പണമെന്ന വിചാരമേ അവർക്കുള്ളൂ. ഞാൻ പോകുന്ന വഴിക്കുതന്നെ അവറ്റയോട് പറയുന്നുണ്ട്. ഇനി നാളെ എന്തൊക്കെയാണ് കൊണ്ടുവരേണ്ടതെന്ന് പറയൂ."

"അതൊക്കെ എങ്ങനെയാണ് നേരത്തെകൂട്ടി പറയാൻ കഴിയുക? താരകേട്ടൻ വൈകുന്നേരം ഒന്ന് ഇവിടത്തോളം വരാമോ എന്നുനോക്കൂ..."

"വൈകുന്നേരം എനിക്ക് വേറെ പലദിക്കിലും പോകേണ്ടതുണ്ട്. എന്തൊക്കെ ചെയ്യാനുണ്ടെന്നോ!"

"എന്താണിത്രയേറെ പണി?"

"നീയൊരു പെൺകുട്ടി. പറഞ്ഞാൽ മനസിലാവില്ല. അളകൻ ഉണ്ടായിരുന്നെങ്കിൽ ഇത്ര ബുദ്ധിമുട്ടുണ്ടാകുമായിരുന്നില്ല. അയാൾ പോയതാണ് വിഷമമായത്."

"അളകേട്ടനെന്തിനാണ് ഇങ്ങനെ ഓടിനടക്കുന്നത്? പോയാൽ തിരിച്ചുവരണമെന്ന വിചാരമേയില്ല."

"അളകനെ അറിയാത്തതുകൊണ്ടാണ് നീ ഇങ്ങനെ പറയുന്നത്. അയാളെപ്പോലുള്ള പ്രവർത്തകനാകാൻ എനിക്കു കഴിഞ്ഞിരുന്നെങ്കിൽ."

"അളകേട്ടനെ നിങ്ങൾക്ക് വളരെ ഇഷ്ടമാണെന്നു തോന്നുന്നു."

"അളകനെ അയാളുടെ അച്ഛനുമമ്മയ്ക്കും ഒഴികെ ബാക്കി എല്ലാവർക്കും വളരെ ഇഷ്ടമാണ്. അയാളെ അടുത്തറിഞ്ഞാൽ നിനക്കും സ്നേഹിക്കാതിരിക്കാൻ പറ്റില്ല. അങ്ങനെയുള്ള ഒരു ചെറുപ്പക്കാരൻ. അതിരിക്കട്ടെ. ഞാനിപ്പോൾ പോകുന്നു. നാളെ വരാം."

"അപ്പോൾ എനിക്ക് കത്തിക്കാൻ കരിയോ? ഈ കരികൊണ്ട് അടുപ്പിൽ തീ കത്തിക്കാൻ പുറപ്പെട്ടാൽ ഞാൻ ബാക്കിയുണ്ടാവില്ല."

താരകൻ ചിരിച്ചുകൊണ്ട് പറഞ്ഞു: "ഞാനുള്ളിടത്തോളംകാലം നിന്നെ അതിന് സമ്മതിക്കുകയില്ല. അതിനിടയ്ക്ക് എന്നെ പൊലീസുകാർ പിടികൂടിയാലോ, പിന്നെ നിവൃത്തിയില്ല."

പൊലീസ് പിടിക്കുമെന്നു കേട്ടപ്പോൾ പാരുൽ പരിഭ്രാന്തയായി.

"നിങ്ങളെന്തു ചെയ്തിട്ടാണ് പൊലീസ് പിടിക്കാൻ വരുന്നത്?"

"നിന്നോട് പറയാൻ വിരോധമില്ല. പക്ഷേ, ആരോടും പറയരുത്. നിന്നോട് ഞാൻ ഇതൊക്കെ പറഞ്ഞെന്ന് അളകൻ അറിഞ്ഞാൽ അയാൾ എന്നെ വെടിവെച്ചുകൊല്ലും. ആ സമയത്ത് അയാൾക്ക് യാതൊരു മമതയും ഉണ്ടാവില്ല."

"എന്നാൽ എന്നോട് പറയണമെന്നില്ല. നിങ്ങളുടെ ഇടപാടുകൾ നിങ്ങളൊക്കെത്തന്നെ അറിഞ്ഞാൽമതി. എന്നോടു പറയണമെന്ന് ഞാൻ പറയില്ല."

ഇതും പറഞ്ഞ് അവൾ അടുപ്പിൽ തീ പിടിപ്പിക്കാനുള്ള യത്നത്തിലേക്കു തിരിഞ്ഞു.

അപ്പുറത്ത് നിന്ന് വീണ്ടും അമ്മയുടെ വിളി:" ഓ പാരുൽ, താരകൻ പോയോ?"

പാരുൽ ഉറക്കെ പറഞ്ഞു. "ഉവ്വ്, പോയി."

"എനിക്ക് കറപ്പു കൊണ്ടുവരണമെന്ന് പറഞ്ഞില്ലേ?"

"ഇല്ല"

"ഇല്ലേ? എന്തേ പറയാതിരുന്നത്?"

പാരുലിനു ശുണ്ഠി വന്നു.

"ഞാനോർത്തില്ല."

"എങ്ങനെ ഓർക്കും. വർത്തമാനം പറഞ്ഞുകൊണ്ടിരുന്നാലുണ്ടോ വല്ലതും ഓർക്കുന്നു?"

പാരുലിനു സഹിച്ചില്ല. നേരെ അമ്മയുടെ അടുക്കലേക്കു ചെന്നുപറഞ്ഞു: "അമ്മ അവിടെ മിണ്ടാതിരിക്കുന്നുണ്ടോ? ഇവിടെ കരിങ്കല്ലുപോലത്തെ കരിയുടെ മുമ്പിൽ കുനിഞ്ഞിരുന്ന് ഊതിയൂതി ഗതികെട്ടു. അതിനിടയ്ക്കാണ് നിങ്ങളുടെ ഈ വെളിച്ചപ്പെടൽ. നിങ്ങളൊരു സുഖക്കേടുകാരി. മിണ്ടാതെ ഒരിടത്തു കിടന്നാൽ മതി. സമയത്തിന് സമയത്തിന് ഈ ഞാൻ തന്നെ വേണം വല്ലതും അടുപ്പിൽ വെച്ചെടുത്ത് വിളമ്പിത്തരാൻ."

ഇത് കേട്ടപ്പോൾ അമ്മയുടെ സ്വരം ഒന്നുകൂടി ഉറക്കെയായി: "എന്റെ വയറ്റിൽനിന്ന് പിറന്ന നീ ഇങ്ങനെയാണോടീ പറയുന്നത്? എനിക്കിന്ന് ഒരു വസ്തു വയ്യാതായതുകൊണ്ടല്ലേ നീ ഇത്രയ്ക്ക് മുക്കുന്നത്? ഇത്ര ഊറ്റം കൊള്ളില്ല മോളേ! ഇതൊന്നും ശാശ്വതമല്ല. നിന്റെ കല്യാണം കഴിഞ്ഞ് ശ്വശുരന്റെ വീട്ടിലെത്തുമ്പോഴേ നീ അമ്മയെ അറിയുള്ളു."

എന്നാൽ ആരുടെ ഉള്ളിൽ തറയ്ക്കാനാണോ അമ്മ ഇത് പറഞ്ഞത്, അവൾ ആ സമയം അവിടെയെങ്ങും ഉണ്ടായിരുന്നില്ല. ഒരിടത്തുനിന്ന് പറയുന്നത് കേൾക്കാൻ അവൾക്ക് ഒരുനാളും സമയം ഉണ്ടായിരുന്നില്ല. അവൾതന്നെ വേണം ഭക്ഷണം പാകംചെയ്യാൻ. അത് കഴിഞ്ഞ് അമ്മയ്ക്ക് വിളമ്പിക്കൊടുത്ത് രണ്ട് വറ്റ് താനും വാരിത്തിന്നെന്നുവരുത്തി പാത്രങ്ങൾ കഴുകാൻ പെറുക്കിയെടുത്ത് പൈപ്പിന്റെ ചോട്ടിലേക്ക് ഓട

ണം. നേരല്ലേ? എന്തെല്ലാം പ്രാരാബ്ധങ്ങൾ! പറയുമ്പോൾ രണ്ടേ രണ്ട് ജീവികളേയുള്ളൂ. അതുകൊണ്ടെന്ത്? ആ രണ്ട് ജീവികൾക്കും വേണ മല്ലോ ഉപ്പുതൊട്ടു കർപ്പൂരം വരെയുള്ള ഒരു നൂറുകൂട്ടം സാധനങ്ങൾ.

പിന്നെ ഉച്ചനേരത്ത് എല്ലാവരും ഒന്ന് നടുനിവർത്താൻ നോക്കുന്ന നേരത്ത് ഒരിടത്ത് ചുരുണ്ടുകിടന്ന് തന്റെ സ്ഥിതിയെപ്പറ്റി ആലോചിക്കാ മെന്നുവച്ചാൽ അതിനും ഈ അമ്മ സമ്മതിക്കില്ല. മുറിയിൽക്കിടന്ന് ഓരോന്നും വിളിച്ചു പറഞ്ഞുകൊണ്ടിരിക്കും. 'പൈപ്പിൽ വെള്ളം ചോർന്നു പോണു, വാതിൽക്കൽ ആരോ മുട്ടി, ആരാണെന്ന് നോക്ക്!' ലോകത്തിലെ എല്ലാ ഭാരങ്ങളും തോളിലേറ്റിക്കൊണ്ട് നടക്കാനാണ് ഈ പാരുലെന്ന പെണ്ണിനെ ചമച്ചതെന്നുതോന്നും.

അന്നൊരു ദിവസം പെട്ടെന്ന് പടിപ്പുരവാതിൽക്കൽ മുട്ടുകേട്ടു.

കേട്ട ഉടൻ അമ്മ തുടങ്ങി; "മോളെ, പാരൂ, ആരാണ് വാതിൽക്കൽ മുട്ടുന്നതെന്നു നോക്കൂ. താരകനാവും, വാതിൽ തുറന്നുകൊടുക്കൂ."

വിളിച്ചാൽ ഉടൻ വിളികേൾക്കുന്നവളല്ല പാരുൽ. ഏറെ ശാസിക്കാൻ തുടങ്ങിയാൽ അതാണ് ഫലം – ശാസന അനുസരിക്കുന്നതിൽ ശുഷ്കാന്തി കുറഞ്ഞുകുറഞ്ഞു വരും.

പാരുലിന്റെ കാര്യത്തിലും അതുതന്നെ സംഭവിച്ചു.

യദു ഭട്ടാചാര്യലെയ്നിൽ ഉള്ള പടിപ്പുരവാതിൽക്കൽ ഏറെയാരും മുട്ടാറില്ല. താരകൻ രാവിലെത്തെ നേരം അങ്ങാടി സാധനങ്ങൾ കൊണ്ടു വന്നു കൊടുക്കും. വേഗം തിരിച്ചു പോകും. പിന്നെ വൈകിട്ടും ഒരു തവണ വരും. അതിനിടയ്ക്ക് ഉച്ചനേരത്ത് വല്ലവരും വല്ലപ്പോഴും വന്നാലായി. ഏതെങ്കിലും അത്യാവശ്യസാധനം, എത്തിക്കണമെങ്കിൽ മാത്രമേ താര കൻ ചെല്ലുക പതിവുള്ളൂ.

എന്നാൽ, അടുക്കളപ്പണികൾ എല്ലാം ഒതുക്കി പാരുൽ ഒന്ന് നടുനി വർത്താൻ ഭാവിക്കുമ്പോഴാണ് വാതിൽക്കൽ ഈ മുട്ട്.

അമ്മയുടെ വിളി തുടങ്ങുന്നതിനുമുമ്പുതന്നെ വാതിൽക്കലേക്കു ചെന്ന് പാരുൽ ചോദിച്ചു.

"ആരാത്?"

"ഒന്നു വാതിൽതുറക്കൂ."

പരിചയം തീരെ ഇല്ലാത്ത സ്വരം

പാരുൽ ചോദിച്ചു : "ആരാണ് നിങ്ങൾ? ആരെ കാണണം?"

"എന്നെ അറിയില്ല. വാതിൽ തുറക്കൂ. അത്യാവശ്യം. ദയവുചെയ്ത് വാതിൽ ഒന്നു തുറക്കൂ."

പാരുലിന് ആദ്യം ഒരു സങ്കോചം തോന്നി, പിന്നെ സംശയം.

അവൾ പറഞ്ഞു: "ഇവിടെ പുരുഷന്മാർ ആരുമില്ല. ആവശ്യമെ ന്താണ്?"

"പറഞ്ഞില്ലേ? ഇവിടെനിന്നുകൊണ്ട് പറയാൻ പറ്റില്ല. തുറക്കൂ വാതിൽ."

എന്നിട്ടും സംശയം തടഞ്ഞു. അകത്തുനിന്ന് അമ്മ വീണ്ടും വിളിച്ചു

പറഞ്ഞുകൊണ്ടിരുന്നു: "പാരു, നിന്റെ ചെവി പൊട്ടിപ്പോയോ? നോക്കെടി വന്നിരിക്കുന്നത് ആരാണെന്ന്!"

ഒടുവിൽ വാതിൽ തുറന്നു.

മുമ്പ് താൻ കണ്ടിട്ടേ ഇല്ലാത്ത ഒരു മനുഷ്യൻ.

"ആരാണ് നിങ്ങൾ? വേണ്ടതെന്താണ് നിങ്ങൾക്ക്?"

അയാൾ ചോദിച്ചു: "ഇവിടെ അളകേശ് ചക്രവർത്തി ഉണ്ടോ?"

ഒരു നിമിഷംകൊണ്ട് എന്തോ ആലോചിച്ചിട്ട് പാരുൽ പറഞ്ഞു "അളകേശ് ചക്രവർത്തി! അങ്ങനെയൊരാൾ ഇവിടെയില്ല."

"ഇല്ല?"

"ഇല്ല"

"അളകേശ് ചക്രവർത്തിയെന്ന ഒരാൾ ഇവിടെ വല്ലപ്പോഴും വരാറുണ്ടോ?"

"ഇവിടെ ആണുങ്ങളായിട്ട് ആരും തന്നെയില്ല താമസം."

"പിന്നെ ആരൊക്കെയുണ്ട് ഇവിടെ താമസം?"

"ഞാനും അമ്മയും. അമ്മ വിധവ. അച്ഛൻ ആറുമാസം മുമ്പ് മരിച്ചു."

ആ മനുഷ്യൻ വീണ്ടും തിരക്കി: "അപ്പോൾ നിങ്ങളുടെ കാര്യങ്ങൾ, അതായത് ചന്തയ്ക്ക് പോകുക തൊട്ടുള്ള പുറംകാര്യങ്ങൾ, ആര് അന്വേഷിക്കുന്നു?"

പാരുൽ ബുദ്ധിപൂർവം പറഞ്ഞു: "ഞാൻ തന്നെ."

"അതുശരി. ഏതായാലും അസമയത്തു വന്നു ബുദ്ധിമുട്ടിച്ചതിന് മാപ്പ്."

അയാൾ പോയിക്കഴിഞ്ഞിട്ടും അമ്മയുടെ വിളിയും കൂട്ടവും തുടർന്നു: "മൂധേവിക്ക് ചെവി തീരെ പൊട്ടിപ്പോയോ? പാരൂ, എടീ പാരൂ?"

പാരുൽ അമ്മയുടെ അടുക്കലേക്ക് കടന്നുചെന്നിട്ട് പറഞ്ഞു:

"എന്തിനാണിവിടെക്കിടന്ന് ഇത്ര തൊള്ളതുറക്കുന്നത്. എന്തുണ്ടായിട്ട്?"

"പുറത്ത് ആരോ വന്നുനിന്നു വിളിച്ചു. ഞാൻ വിചാരിച്ചു. നീ അവിടെക്കിടന്ന് കൂർക്കം വലിക്കുകയാണെന്ന്. ആരാണ് വന്നിരുന്നത്? താരകനോ?"

പാരുൽ അതിനുത്തരമൊന്നും പറയാതെ തിരിഞ്ഞുനടന്നപ്പോൾ അമ്മ വീണ്ടും തിരക്കി. "ചോദിച്ചതിന് മറുപടി പറഞ്ഞിട്ട് പോയാലെന്താ നിനക്ക്? ആരായിരുന്നു അതെന്ന്?"

പാരുൽ പറഞ്ഞു: "അമ്മയെന്തിനാണ് വേണ്ടാത്തതൊക്കെ അന്വേഷിക്കുന്നത്? അറിഞ്ഞിട്ടെന്തുവേണം, ആരാണ് വന്നതെന്ന്?"

"നീയെന്താണെടുത്തുചാടുന്നത്? ആരാണ് വന്നതെന്ന് അന്വേഷിച്ചതും കുറ്റമായോ? നിനക്കെന്താണ് ഈയിടെയായി ഇത്ര ശുണ്ഠി? എന്തുപറ്റി നിനക്ക്?"

പക്ഷേ, ഇതിനൊക്കെ മറുപടി പറയേണ്ടവൾ ആ ദിക്കിലൊന്നുമുണ്ടായിരുന്നില്ല.

എട്ട്

ലോകം മനുഷ്യനെ വഞ്ചിച്ചാൽ അവന്റെ മനസ്സ് എപ്പോൾ ഏതു വശത്തേക്കാണ് തിരിയുകയെന്ന് പറയാൻ വിഷമം. ഈശ്വരന്റെ ഏതൊരു ഇച്ഛാപൂർത്തിക്കാണാവോ പാരുൽ ചൗധരികുടുംബത്തിൽ ജാതയായത്? പിറന്നനേരം അവളെ സ്വാഗതം ചെയ്യുവാൻ മുഴക്കിയ മംഗളശംഖനാദം ചുറ്റുവട്ടത്ത് ചെറിയ തോതിലെങ്കിലും പ്രതിധ്വനിച്ചിട്ടുണ്ടാവും. ഈ പെൺകുട്ടി ഒരുനാൾ ലോകത്തിന്റെ ഒരു മൂലയ്ക്ക്, ഒരു നിബിഡമായ സ്നേഹബന്ധത്താൽ ആബദ്ധയാകുമെന്ന് അച്ഛനമ്മമാർക്ക് ക്ഷീണിച്ച ഒരാശ ഉദിക്കുകയും ചെയ്തിരിക്കും. എന്നാൽ അങ്ങനെയൊന്നും സംഭവിച്ചില്ല. പിറന്ന ആയിടയ്ക്കുതന്നെ, ഈ ലോകത്തിൽ ജീവിക്കുകയെന്നതിലും ഏറെ യാതനാദായകമായി മറ്റൊന്നുമില്ലെന്ന് അവൾക്കനുഭവമായി. ആരെ വിശ്വസിച്ചാണോ ജീവിതയാത്ര ആരംഭിച്ചത് അയാളും ഈ ലോകത്തിൽനിന്ന് യാത്രയായി. അവശേഷിച്ച ആളും അവസാനകാലത്തേക്ക് നീങ്ങുകയാണ് – ദുഃഖത്താലും അനാഹാരത്താലും കറപ്പിന്റെ ലഹരിയാലും മനോവികാരഗ്രസ്തയായിട്ട്.

വീടിന്റെ പിറകിലുള്ള ജനാലയിൽകൂടി നോക്കിയാൽ കാണുന്നത് ഒരു നുറുങ്ങ് ആകാശം. ആ ആകാശത്തേക്കുനോക്കി പാരുൽ അവളുടെ ഭാഗ്യദേവതയോട് ഒരു നൂറു മൗനപ്രശ്നങ്ങൾ ചോദിക്കും. ദൈവമേ! എന്താണീ കാട്ടിയത്? ഞാൻ എന്റെ ആഗ്രഹപ്രകാരമല്ല ഈ ലോകത്തിൽ വന്നത്. എന്നിട്ടും എന്നോട് എന്താണിത്ര വൈമുഖ്യം? മറ്റുള്ള യുവതികൾക്കെന്നപോലെ എനിക്കും എന്തുകൊണ്ട് സ്നേഹം ലഭിക്കുന്നില്ല? ഉള്ളുതുറന്ന് സംസാരിക്കാൻ ഒരു തുണയില്ല. എനിക്കായി നിന്റെ ഭണ്ഡാരത്തിലുള്ളത് വെറും അനാദരവും അവഹേളനവും അവജ്ഞയും മാത്രമാണെന്നോ?

അമ്മ ചോദിക്കും: "നീയെന്താണ് പുറത്തേക്ക് ഇങ്ങനെ നോക്കിക്കൊണ്ട് നിൽക്കുന്നത്, മോളെ?"

അച്ഛൻ അലിപൂർ കോർട്ടിൽ മുക്തിയാർ ആയിരുന്നു. താമസസ്ഥലത്തുനിന്ന് അവിടേക്ക് ഏതാനും മൈൽ ദൂരമുണ്ട്. ഭക്ഷണം കഴിച്ച് കറുത്ത കോട്ടിട്ട് ഹരിചരൺ ഗാംഗുലി കോർട്ടിലേക്ക് പുറപ്പെടും. കോർട്ടിൽ ഹരിമുക്തിയാർ എന്നപേരിൽ അറിയപ്പെടുന്നു. അവിടെ ഒരു നിമിഷംപോലും ഒരിടത്ത് ഇരിക്കുവാൻ അയാൾക്ക് ഇടകിട്ടാറില്ല. ആവശ്യമുള്ള ജോലിയുടെ തിരക്കുകൊണ്ടല്ല. അനാവശ്യ ജോലികളുടെ തിരക്കുകൊണ്ടാണ് ഈ ബദ്ധപ്പാട്. കോടതിയുടെ ഒരു മുറിയിൽനിന്ന് മറ്റൊന്നിലേക്കുള്ള ഓടിനടത്തം കൊണ്ടുതന്നെ പകുതിശക്തിയും ക്ഷയിക്കും. പിന്നെ ഏതെങ്കിലും ഒരു വഴിക്ക് രണ്ടോ മൂന്നോ ഉറുപ്പിക തരമാക്കി വീട്ടിൽ തിരിച്ചുചെന്ന് കട്ടിലിൽക്കയറി ഒരൊറ്റക്കിടപ്പ്.

പത്നി ചോദിക്കും : "എന്തേ, ഇന്ന് വിശേഷിച്ച്? അസുഖമൊന്നുമില്ലല്ലോ?"

ഹരിമുക്തിയാർ അന്നത്തെ സമ്പാദ്യം ഗൃഹിണിയുടെ കൈയിൽ വെച്ചുകൊടുത്തുകൊണ്ടു പറയും: "ഇത് കൈയിൽ വെച്ചോളു."

അവൾ അത് തുണിത്തുമ്പിൽ കെട്ടിക്കൊണ്ട് ചോദിക്കും: "പാരുലിന് മരുന്നോ? കൊണ്ടുവന്നില്ലേ?"

"മരുന്ന് കിട്ടിയില്ല. ഒരു കടയിലും അത് കിട്ടാനില്ല."

"അങ്ങനെ വരില്ല. അന്വേഷിച്ചുനോക്കാഞ്ഞിട്ടാവും.""

"നീയെന്താണ് ഇങ്ങനെ പറയുന്നത്? നടന്നുനടന്ന് ഞാൻ തളർന്നുപോയി. അതിനിടയ്ക്ക് നെഞ്ചുവേദനയും തുടങ്ങി. ഈ യുദ്ധകാലത്ത് എന്തു കിട്ടാനാണ്? എന്ത് ചോദിച്ചാലും ഇല്ല, ഇല്ല എന്ന വായ്ത്താരി."

"ഇനിയെന്തു കാട്ടും? മരുന്നുകഴിക്കാതെ അവൾക്ക് എഴുന്നേറ്റു നടക്കാറാവില്ലെന്നല്ലേ ഡോക്ടർ പറഞ്ഞത്?"

"നോക്കട്ടെ, നാളെ ധരംതലയിൽ ഒന്നുപോയി നോക്കട്ടെ."

ഹരിമുക്തിയാറിന് ഈ പൊളിഞ്ഞുവീഴാറായ വീട് പാരമ്പര്യമായി കിട്ടിയതാണ്. എന്നാൽ പാരുലിനെ കിട്ടിയത് ദുർഭാഗ്യം കാരണമാണെന്നു വേണം പറയുവാൻ. അച്ഛന്റെയും അമ്മയുടെയും ദുർഭാഗ്യം.

കുട്ടിക്കാലത്ത് അവൾ സ്കൂളിൽ പോയി. അത് സാധാരണ സ്കൂളായിരുന്നില്ല. കോർപ്പറേഷന്റെ പ്രീ പ്രൈമറി സ്കൂൾ. ഫീസ് കൊടുക്കണ്ട. ചുറ്റുവട്ടമുള്ള പത്തിരുപത് കുട്ടികൾ വേറെയുമുണ്ടായിരുന്നു. ഒരു വേലക്കാരിയുണ്ട്. ശമ്പളം കൊടുത്ത് നിർത്തിയവൾ. വീടുകൾതോറും കയറിയിറങ്ങി അവൾ കുട്ടികളെ സ്കൂളിലേക്കു കൊണ്ടുപോകും. ആ സ്കൂളിലെ പഠിപ്പ് കഴിഞ്ഞപ്പോൾ ഇനി ഏത് സ്കൂളിലെന്നായി പ്രശ്നം. സ്കൂളുകൾ കൽക്കത്തെയിൽ ഇഷ്ടംപോലെയുണ്ടായിരുന്നു. അന്ന് ചില സ്കൂളുകൾക്ക് സ്വന്തം ബസും ഉണ്ടായിരുന്നു. പണക്കാരുടെ സന്താനങ്ങളായിരുന്നു ആ ബസുകളിൽ പോയിരുന്നത്. അതേ സ്കൂളിൽ പാരുലിനെയും ചേർക്കുകതന്നെ എന്ന് നിശ്ചയിച്ചു.

പാരുലിന് എന്തൊരാനന്ദമായിരുന്നു. അവൾ ബസിൽക്കയറി സ്കൂളിൽ പോകും. അത് രോമാഞ്ചകരമായ ഒരനുഭവമായിരുന്നു.

ഹരിമുക്തിയാർ നല്ല മുഹൂർത്തംനോക്കി മകളെ അണിയിച്ചൊരുക്കി. ബേൽതലയിലെ ഒരു ബാലികാവിദ്യാലയത്തിൽ അവളെ ചേർത്തു. ഏഴുറുപ്പിക ബസ്ചാർജ്, മൂന്നു റുപ്പിക ഫീസ്, മാസംതോറും പത്തുറുപ്പിക ചെലവ്. പുറമെ ഡ്രസിനും പുസ്തകങ്ങൾക്കുമുള്ള ചെലവും. മകളുടെ പഠിപ്പിനുവേണ്ടി അതും അയാൾ ഏതുവിധവും നിർവഹിക്കും. എത്രതന്നെ ഞെരുക്കമുണ്ടായാലും മകളുടെ ഭാവിയെയോർത്ത് ഈ ചെലവുകൾക്ക് പണം കാണുകതന്നെ വേണം.

പക്ഷേ, പത്തുറുപ്പിക കൊണ്ട് കാര്യം അവസാനിച്ചിരുന്നില്ല. ഇന്ന് ഒന്നിന് വരിപ്പണം. നാളെ മറ്റൊന്നിന്. പിന്നെ ഫാൻ ഫീ കൊണ്ടുവാ, ബിൽഡിങ് ഫീ കൊണ്ടുവാ! പലജാതി പിരിവുകൾ.

ഹരിമുക്തിയാർ എല്ലാ ചെലവുകളും സഹിച്ചു. മകൾ നാലക്ഷരം പഠിച്ചവളാണെങ്കിൽ നല്ലവരനെ കിട്ടാൻ വിഷമമുണ്ടാവില്ല എന്നായിരുന്നു പ്രതീക്ഷ.

മനുഷ്യർക്ക് എന്തെന്തു പ്രതീക്ഷകൾ!

ആ സമയം ഹരിമുക്തിയാറിനുമറിഞ്ഞുകൂടായിരുന്നു, കരുണാമയിക്കുമറിഞ്ഞുകൂടായിരുന്നു, അവരുടെ എല്ലാ പ്രതീക്ഷകൾക്കും തിലോദകം നൽകിക്കൊണ്ട് ഭാഗ്യദേവത ഇവ്വിധം ഒരുകളി കളിക്കുമെന്ന്.

ഒരുദിവസം ഹരിമുക്തിയാർ പതിവുപോലെ കോർട്ടിൽനിന്ന് മടങ്ങിവന്നു, തികച്ചും മറ്റൊരു രൂപത്തിൽ. ദേഹമാകെ രക്തക്കറ, കീറിയ കുപ്പായം, വഴിയേ പോയിരുന്ന ചില മാന്യന്മാർ അയാളെ പിടിച്ച് വീട്ടിലെത്തിക്കുകയാണ് ചെയ്തത്.

കരുണാമയി അടുക്കളയിൽനിന്ന് പുറത്തേക്കുവന്ന് ഹരിയെ കണ്ടപ്പോൾ ഉറക്കെ കരയാൻ തുടങ്ങി. കൂട്ടിക്കൊണ്ടുവന്നവർ അപകടത്തെപ്പറ്റി ചുരുക്കിപ്പറഞ്ഞു. കോർട്ടിൽനിന്ന് കാൽനടയായി വീട്ടിലേക്ക് പോരുന്ന സമയം ഒരു മിലിട്ടറി ലോറി തട്ടിയിട്ട് കടന്നുപോയി!

ആകസ്മികമായി ഉണ്ടായ അപകടം വന്നതുപോലെ പോയില്ല. അത്ര സാരമില്ല എന്ന് ആദ്യം തോന്നിയെങ്കിലും, വല്ല എണ്ണയോ കുഴമ്പോ തൊട്ടുപുരട്ടിയാൽ ഭേദമാവും, വീണ്ടും എണീറ്റ് നടക്കാറാവും എന്ന് വിചാരിച്ചുവെങ്കിലും, സംഭവിച്ചത് മറിച്ചാണ്.

കുറെ ദിവസം കഴിഞ്ഞപ്പോഴാണ് അറിയാറായത് – സാധാരണമെന്ന് തോന്നിച്ചിരുന്ന ആ അനിഷ്ടസംഭവം, ശരീരത്തിൽ ഉള്ളിലൊതുങ്ങിക്കിടക്കുന്ന ഒരു സ്ഥാനത്ത് വിട്ടുമാറാത്ത ഒരു പരിക്ക് ഏൽപ്പിച്ചിട്ടു പോയിരിക്കുന്നു.

ഹൃൽപിണ്ഡം എന്നു പറയാറുള്ള സ്ഥാനത്ത്.

കരുണാമയി തലവഴി ഇട്ടിരുന്ന ചേലത്തുമ്പ് മുഖത്തേക്ക് വലിച്ചിട്ട് ഡോക്ടറുടെ മുമ്പിൽനിന്നു. അവൾ ചോദിച്ചു:

"അപ്പോൾ എന്താണുണ്ടാവുക ഡോക്ടർസാറേ? ഭേദമാവില്ലേ?"

ഡോക്ടർ കിട്ടിയ ഏതാനും ഉറുപ്പിക നിർവികാരഭാവത്തിൽ കീശക്കകത്താക്കിക്കൊണ്ടു പറഞ്ഞു: "ഭേദമാവും, തീർച്ച. പക്ഷേ, കുറെനാളത്തേക്ക് കിടക്കയിൽനിന്ന് എഴുന്നേറ്റുകൂടാ."

"എത്രനാൾ അങ്ങനെ വേണ്ടിവരും?"

"അഞ്ചാറുമാസം"

കേട്ടപ്പോൾ അവളുടെ ഉള്ളം നടുങ്ങി.

"അങ്ങോരു കോർട്ടിൽ പോകുന്നതിനു വിരോധമില്ലല്ലൊ?"

"വയ്യ"

വാർത്ത ഹരിമുക്തിയാറിന്റെ ചെവിവരെ എത്തിയില്ല. കേട്ടാൽ എന്താണ് പറയുമായിരുന്നതാവോ? എന്നാൽ കരുണാമയി അന്തംവിട്ടു പോയി. ഇങ്ങനെയായാൽ എങ്ങനെ കുടുംബം പുലരും? മകൾക്ക് മാസം തോറും എവിടന്ന് കൊടുക്കും ഫീസ്?

ആദ്യമാദ്യം ആരും ഒന്നുമറിഞ്ഞില്ല. ചികിത്സയ്ക്കുള്ള മരുന്ന് മുറയ്ക്കു വന്നുകൊണ്ടിരുന്നു. മകൾ പഴയപടി പഠിപ്പ് മുടങ്ങാതെ തുടർന്നു. അടുക്കളയിൽ രണ്ടുനേരവും തീപുകഞ്ഞു. കരുണാമയി തന്നെ മാർക്കറ്റിൽപോയി. എന്നും പച്ചക്കറികൾ വാങ്ങിക്കൊണ്ടുവന്നു.

അന്ന് പാരുലിന്റെ കുട്ടിത്തം വിട്ടുമാറിയിരുന്നില്ല. കിണ്ണത്തിനു മുമ്പിലിരിക്കുമ്പോൾ അവൾ ചോദിക്കും: "ഇന്ന് മീൻകറിയില്ലാത്തതെന്തുകൊണ്ടാണമ്മേ?"

കരുണാമയി നുണ പറയും: "ഇന്ന് മാർക്കറ്റിൽ മീൻ എത്തിയില്ല മോളേ! നീ പരിപ്പുകൂട്ടി ഊണുകഴിക്ക്. നാളെ മീൻ വാങ്ങിത്തരാം."

പാരുലിന് അറിവുവയ്ക്കാൻ തുടങ്ങിയിരുന്നതേയുള്ളൂ. എവിടെന്നു വരുന്നു പച്ചക്കറികളും മീനും മറ്റ് അടുക്കള സാധനങ്ങളും? ഇതിന് പണച്ചിലവുണ്ടോ? ഉണ്ടെങ്കിൽ എവിടെന്നുകിട്ടുന്നു പണം? എന്നൊന്നും അറിയാനുള്ള ബുദ്ധിവെച്ചുകഴിഞ്ഞിട്ടുണ്ടായിരുന്നില്ല.

അച്ഛൻ അകത്ത് കട്ടിലിൽ കിടപ്പുതന്നെ.

ചില ദിവസം അമ്മ വന്നു പറയും: "മോളെ പാരൂ, പടിപ്പുരവാതിൽ അടച്ചേക്കൂ. ഞാൻ ഒന്നു പുറത്തേക്കിറങ്ങുകയാണ്. ക്ഷണം തിരിച്ചു വരാം."

"ഈ സന്ധ്യനേരത്ത് എവിടെപ്പോണു അമ്മ?"

"കുറച്ച് ആവശ്യമുണ്ട് മോളെ. പോയതറിയാതെ വന്നേക്കാം."

"ഞാനും വരാം കൂടെ."

"ഛേ! നീ കൂടെ പോന്നാൽ അച്ഛന്റെ അടുക്കൽ ആരുണ്ട്? നീ അച്ഛന്റെ അടുക്കൽ ചെന്നിരിക്ക്. ഞാനിതാ എത്തിക്കഴിഞ്ഞു. ഞാനൊന്ന് പോയിട്ടു വരട്ടെ കുട്ടീ."

പാരുൽ പിന്നെ വാശി പിടിച്ചില്ല.

കരുണാമയി യദുഭട്ടാചാര്യ ലെയ്നിൽനിന്ന് മറ്റൊരു തെരുവിലേക്ക് കടക്കും. അത് ചെന്നുമുട്ടുന്നത് കാളീഘട്ട് റോഡിൽ. സന്ധ്യാസമയത്ത് ആ റോഡ് ജനത്തിരക്കുള്ളതായിരിക്കും. രാത്രി ഏറിവരുന്തോറും തിരക്കിന് ആക്കം കൂടും. എന്നാൽ ഒരു ദിവസം വഴിയിൽ തിരക്ക് കുറവാണെന്ന് കരുണാമയി കണ്ടു.

മുമ്പ് ഹരിമുക്തിയാർ തന്നെയാണ് മാർക്കറ്റിൽ പോകുക പതിവ്. വീട്ടിൽ വേറെ ആൺപിറന്നവരാരും ഇല്ലാത്ത സ്ഥിതിക്ക് ആരുണ്ട് താനല്ലാതൊരാൾ?

ചില ദിവസം ഹരി സഞ്ചി താഴെയിറക്കിവെച്ചുകൊണ്ടു പറയും. "നോക്ക്, എന്താണ് കൊണ്ടുവന്നിരിക്കുന്നതെന്ന്."

കരുണാമയി വന്നു നോക്കും.

"ഇലിശ്മീൻ!"

ഹരിയുടെ മുഖത്ത് ആ സമയം വിജയത്തിന്റേതായ ചിരി കളിക്കുന്നുണ്ടാവും. അങ്ങനെയുള്ള ദിവസം കോർട്ടിൽനിന്ന് പതിവിലേറെ പണം കിട്ടിക്കാണും.

കരുണാമയിക്ക് ഗൃഹനായകന്റെ ഈ ധാരാളിത്തം പിടിക്കില്ല.

അവൾ പറയും: "എന്തിനാണിത്ര വിലപിടിച്ച മീൻ വാങ്ങിയത്? പൊടിമീൻ വല്ലതും വാങ്ങിയാൽ മതിയായിരുന്നില്ലേ?"

"ഇങ്ങനെ വല്ലപ്പോഴുമല്ലാതെ എന്നും ഇലിശ്മീൻ ആരു വാങ്ങുന്നു? പാരു ഇലിശ്മീൻ താ ഇലിശ്മീൻ താ എന്നു പറയുന്നു. എന്നും നീയിതു കേൾക്കാറുള്ളതല്ലേ?"

"ഇങ്ങനെ പണം നശിപ്പിക്കാതിരിക്കൂട്ടോ. അവളങ്ങനെയൊക്കെ ഓരോന്നു പറഞ്ഞുകൊണ്ടിരിക്കും. നിങ്ങടെ കൈ ചോരുന്നതാണ്. കൈയിൽ കാശിരിക്കില്ല."

"എന്റെ പെണ്ണേ! ഞാൻ നിത്യവും ഇലിശ്മീൻ കൊണ്ടുവരുമെന്നാണോ ധരിച്ചത്?"

"ഇലിശ്മീൻ തിന്നാത്തവരും ജീവിക്കുന്നില്ലേ; ആ കാശ് കൈയിലിരിക്കില്ലേ?"

"ഉള്ളപ്പോൾ വാങ്ങുക, ഇല്ലാത്തപ്പോൾ ഇല്ലാത്തപോലെ."

"നിങ്ങളെപ്പോലെ ദീപാളികുളിക്കാരന്റെകൂടെ കൂടിയ എനിക്ക് എന്തൊക്കെയാണാവോ അനുഭവിക്കേണ്ടിവരിക. പാരുവിന്റെ കല്യാണത്തിനു സമയമാവുമ്പോൾ എവിടുന്നുണ്ടാവും പണം?"

"ജന്മം തന്നവൻ തിന്നാനും തരും. അവൾക്കു വിധിച്ചിട്ടുള്ളത് അവൾ അനുഭവിക്കാതെ തരമില്ല. ഞാനോ നീയോ വിചാരിച്ചാൽ എന്തുചെയ്യാൻ കഴിയും? തലയിലെഴുത്തുണ്ടെങ്കിൽ പണമില്ലാതെതന്നെ അവളുടെ വിവാഹം നടക്കും. അത് തടയാനാവില്ല. നോക്കിക്കോളൂ."

അച്ഛൻ പറയുന്നതെല്ലാം മകൾ കേൾക്കാറുണ്ട്. അവൾ പറയും. "ഞാൻ കല്യാണം കഴിക്കില്ല അമ്മേ!"

കേട്ടിട്ട് അന്തംവിട്ടുപോയ അമ്മ പറയും: "എന്തൊക്കെയാണ് നീ പറയുന്നത് പെണ്ണേ! പെണ്ണായി പിറന്നില്ലേ? കല്യാണം ഇല്ലാതെ എങ്ങനെ?"

"ഞാൻ പോയാൽ അമ്മയ്ക്കാരുണ്ട്?"

"അത് നീയാലോചിക്കണ്ട."

"എനിക്കൊരു സഹോദരനുണ്ടായിരുന്നുവെങ്കിൽ അവൻ അമ്മയെ നോക്കുമെന്ന് വിചാരിക്കാമായിരുന്നു."

"എല്ലാം തികഞ്ഞ ആരെങ്കിലും ഈ ലോകത്തുണ്ടോ വിഡ്ഢിക്കുട്ടീ! എത്രയെത്ര പെൺകുട്ടികളുണ്ട് ഉടപ്പിറന്നവരില്ലാതെ! അവരൊക്കെ കല്യാണം കഴിക്കുന്നില്ലേ? എനിക്കും ഉണ്ടായിരുന്നില്ല സഹോദരൻ. ഞാനെന്നിട്ട് എന്റെ കല്യാണത്തിന് തടസ്സം പറഞ്ഞോ?"

പാരുലിന്റെ കൗതുകം പെട്ടെന്ന് ഉണർന്നു : "അമ്മയ്ക്കെന്തുകൊണ്ടാണ് സഹോദരനില്ലാതെപോയത്? ഉണ്ടായിരുന്നുവെങ്കിൽ എന്തു രസമാകുമായിരുന്നു! എനിക്ക് 'അമ്മാവാ' എന്നു വിളിക്കാൻ ഒരാളുണ്ടാകുമായിരുന്നു. വേനലൊഴിവുകാലത്ത് ഞാൻ അമ്മാവന്റെ വീട്ടിൽ പോകുമായിരുന്നു."

"എന്റെ സ്കൂളിൽ ഞാൻ മാത്രമേയുള്ളു ഒരമ്മാവനില്ലാതെ."

അമ്മ ഇതു കേട്ടതായി നടിച്ചില്ല. ഗൃഹകൃത്യങ്ങൾക്കിടയ്ക്ക് ഈ മുറിയിൽനിന്ന് ആ മുറിയിലേക്ക് പോകും. പാരുൽ പിറകെ ചെല്ലും. അവൾ ചോദ്യം തുടരും : "എന്തുകൊണ്ടാണമ്മ മിണ്ടാത്തത്? എനിക്കൊരമ്മാവനില്ലാത്തതെന്തുകൊണ്ടാണമ്മേ?"

അമ്മയ്ക്ക് ചോദ്യം കേട്ടുകേട്ട് ദേഷ്യം വരും: "നീയെന്തിനാണിങ്ങനെ എന്റെ വാലുംപിടിച്ച് നടക്കുന്നത്. അസത്തേ! നിനക്ക് ഇന്ന് ഒന്നുമില്ലേ എഴുതാനും വായിക്കാനും? നീയെന്റെ കാലിൽ തട്ടിമറിഞ്ഞ് വീഴുമല്ലോ."

പാരുൽ ചെറിയ ഒരു പെൺകുട്ടി. പകൽമുഴുവൻ ഓടിക്കളിച്ചുനടന്ന് സന്ധ്യയാവുമ്പോഴേക്ക് ഉറക്കം തൂങ്ങിത്തുടങ്ങും. അത്താഴത്തിന് ഉരുള ഉരുട്ടി വായിൽവെച്ചുകൊടുക്കേണ്ടിവരും. പിന്നെ കിടക്കയിൽ കൊണ്ടുപോയി കിടത്തുമ്പോഴേക്ക് കുട്ടി നല്ല ഉറക്കമായിക്കഴിയും. അവളുടെ ഇരുവശവും ഹരിയും കരുണാമയിയും കിടക്കും.

കരുണാമയി പറയും: "പാരുലിന്റെ ഈ മാസത്തെ ഫീസ് കൊടുത്തിട്ടില്ല മറന്നോ അത്?"

ഹരി പറയും: "ഈ മാസത്തേക്ക് അവിടെ നിക്കട്ടെ. അടുത്തമാസം ഒന്നിച്ചുകൊടുക്കാം. ഒന്നും കൈയിലിരിപ്പില്ല. കഴിഞ്ഞമാസത്തെ പാലിന്റെ പണം ബാക്കിയാണ്."

രണ്ടുപേരുമൊന്നിച്ചിരിക്കുമ്പോൾ വീട്ടിലെ വറുതികളെയും പണം ഉണ്ടാക്കാനുള്ള ഉപായങ്ങളെയും പറ്റിയായിരിക്കും വർത്തമാനം. സംതൃപ്തിക്കുപകരം ഉദ്വേഗജനകവും രൂക്ഷവുമായ ആവശ്യങ്ങളായിരിക്കും ആദ്യാവസാനവേഷത്തിൽ അവരുടെ മുഖത്തേക്ക് തുറിച്ചുനോക്കി നിൽക്കുന്നത്. പഴന്തുണി കണക്കെ ഒരറ്റം ഏച്ചു കെട്ടുമ്പോൾ മറ്റേ അറ്റം നിർലജ്ജം പ്രകടമാവുന്നു. കരുണാമയിയുടെ ജീവിതം ഈ നിർലജ്ജത മറയ്ക്കുന്നതിനുള്ള ഉയിരൊടുക്കുന്ന അധ്വാനത്തിന്റെ ചരിത്രമാണ്.

അന്ന്, ഹരിമുക്തിയാർ പരവശനായി വീട്ടിലെത്തി കിടപ്പുതുടങ്ങിയതിന്റെ പിറ്റേന്നാൾ, സഞ്ചിയെടുത്ത് മാർക്കറ്റിലേക്ക് പുറപ്പെട്ട കരുണാമയി ഈ പഴയ കാര്യങ്ങളാണ് ഓർത്തുപോയത്. പാരുൽ ജനിച്ച നാളത്തെ സംഭവങ്ങളും അവൾ ഓർത്തു. രാത്രിയുടെ ഇരുട്ട് ഇനിയും നീങ്ങിയിട്ടുണ്ടായിരുന്നില്ല. വയറ്റാട്ടി സന്ധ്യക്കുതന്നെ എത്തിക്കഴിഞ്ഞിരുന്നു. വിളിച്ചുവരുത്തിയത് ഹരിമുക്തിയാർതന്നെ.

പിശകിപ്പിശകി പത്തുറുപ്പികയ്ക്ക് വയറ്റാട്ടി വരാമെന്ന് ഏറ്റു. ഇരുപതു റുപ്പികയാണ് അവൾ ആദ്യം ആവശ്യപ്പെട്ടത്.

ആൺകുട്ടി പിറക്കുമെന്നായിരുന്നു വലിയ പ്രതീക്ഷ.

അതുകൊണ്ട് പത്തുരൂപയ്ക്ക് സമ്മതിച്ചത് വലിയ മെച്ചമായി എന്നുതന്നെ വേണം വിചാരിക്കാൻ. ഓരോ സാധനങ്ങളുടെ വില നോക്കിയാൽ പത്തുറുപ്പിക ഒരു പ്രതിഫലമേയല്ല. കോർപ്പറേഷന്റെ സൗജന്യ ആസ്പത്രിയിൽ പത്തുറുപ്പിക കൊണ്ട് ഒന്നുമാവില്ല.

സന്ധ്യക്കുതന്നെ എത്തി വയറ്റാട്ടി. ഹരിമുക്തിയാർക്ക് പരിഭ്രമം

കാരണം ഇരിപ്പുറയ്ക്കുന്നില്ല.

അയാൾ അവളെ വിളിച്ചു ചോദിച്ചു: "എന്തു തോന്നുന്നു. നിങ്ങൾക്ക്? എന്താവും? ആണോ പെണ്ണോ?"

"ആൺകുട്ടിയാവുമെന്നാണ് തോന്നണത് സാറേ! ഇത്രയധികം വേദന കാണുന്ന സ്ഥിതിക്ക്."

ഹരി കാളീമാതാവിനെത്തന്നെ സ്മരിച്ചുകൊണ്ടിരുന്നു. കാളീമാതാവല്ലാതെ ആരുണ്ട് തുണ?

രാത്രി മൂന്നുമണിയോടെ കരുണാമയിക്ക് വേദന സഹിക്കാതെയായി. ഹരി തളത്തിൽ നടന്നുകൊണ്ട് കാളീമന്ത്രജപം തുടങ്ങി. പെട്ടെന്ന് ഒരു ശിശുവിന്റെ കരച്ചിൽ കേട്ടതോടെ ജപം നിന്നു. നടക്കുകയായിരുന്ന അയാൾ പെട്ടെന്ന് പാറപോലെ ഇളകാതെയായി.

കുറെ കഴിഞ്ഞ് വയറ്റാട്ടി വന്ന് അറിയിച്ചു: "സാറിനൊരു കുഞ്ഞുമോൾ പിറന്നിരിക്കുന്നു."

"കുഞ്ഞുമോൾ! കുഞ്ഞുമോളെന്നുവെച്ചാൽ? പെൺകുട്ടി?"

"അതെ"

വിവരമറിയിച്ച ഉടൻ വയറ്റാട്ടി പ്രസവമുറിയിലേക്കുതന്നെ പോയി.

ആയിക്കോട്ടെ. പെൺകുട്ടിയായിപ്പോയെന്നുവെച്ച് ഖേദമില്ല. തലയിലെഴുത്ത് നന്നെങ്കിൽ ഒരു പെണ്ണ് പത്താണുങ്ങളുടെ ഫലം ചെയ്യും. നല്ല ഒരു ജാമാതാവ് വന്നാൽ അയാൾ മകനെപ്പോലെ ശ്വശുരരുടെ പാകം നോക്കും.

ഗൃഹനാഥന് അസുഖം തുടങ്ങിയപ്പോൾ, പാരുൽ ആൺകുട്ടിയായിരുന്നുവെങ്കിൽ തനിക്ക് ഇത്രയ്ക്ക് ആധി തോന്നുമായിരുന്നില്ല എന്ന് കരുണാമയിക്ക് തോന്നി. ഒന്നാമത് ഗൃഹനാഥന് ഈ വിധമുള്ള അസുഖം അതിനുപരി യൗവനയുക്തയായ പാരുൽ.

പാരുൽ പറഞ്ഞു: "അമ്മ ഇനിത്തൊട്ട് മാർക്കറ്റിൽ പോകണ്ട. ഞാൻ പോകാം."

കരുണാമയി പറഞ്ഞു: "നീയെന്താണീ പറയുന്നത്? മാർക്കറ്റിൽ പോകാനുള്ള ഒരു ആള്! വിശേഷം തന്നെ."

"എന്താണ് പോയാൽ!"

"പിന്നെ എനിക്ക് ഇവിടെ പൊറുതിയുണ്ടാവുമോ?"

"നാട്ടുകാരുടെ ചെലവിലല്ലല്ലോ നമ്മൾ കഴിഞ്ഞുകൂടുന്നത്. അവരെ പേടിച്ചിരുന്നാൽ പറ്റുമോ?

പുറത്തേക്കിറങ്ങാതെ ഒരു കാര്യവും നടക്കുകയില്ല. അതായിരുന്നു കാലം. ഇതുവരെ സ്കൂൾബസിലായിരുന്നു പോക്കും വരവും. എവിടെയാണ് ചന്ത, എവിടെയാണ് ഡിസ്പെൻസറി എന്നുവല്ലതും അവളുണ്ടോ അറിയുന്നു? എന്നാൽ, ഫീസുകൊടുക്കാത്തതുകാരണം അവളുടെ പേർ സ്കൂൾ രജിസ്റ്ററിൽനിന്ന് വെട്ടിക്കളഞ്ഞിരുന്നു. ഇനി അവിടെ ചെല്ലാനുള്ള അധികാരവും അവൾക്കില്ല. ചുറ്റുവട്ടത്തുള്ള പെൺകുട്ടികൾ ഇപ്പോഴും ബസിൽകയറി സ്കൂളിൽ പോകുന്നു. അവളുടെ വീടിനു മുമ്പിൽത്ത

ന്നെയാണ് പതിവായി ബസ് വന്നുനിൽക്കുക. പക്ഷേ, 'വേഗം ചോറു തരു' എന്ന് പറഞ്ഞ് അമ്മയെ തിടുക്കം കൂട്ടുകയോ വല്ലതും വാരിത്തിന്ന് പുസ്തകങ്ങൾ വാരിയെടുത്ത് സഞ്ചിയിലിട്ട് ഓടിച്ചെല്ലുകയോ ഇനി വേണ്ട. ആസമയം ഇപ്പോൾ അവൾ അടുക്കളയിലായിരിക്കും. കരുണാമയി അച്ഛന്റെയടുക്കലും.

അമ്മ ഇടക്കിടയ്ക്ക് അവളെ ആശ്വസിപ്പിക്കാറുണ്ട്. "നീ ഒട്ടും വിചാരപ്പെടണ്ട. അച്ഛന്റെ രോഗം ഒന്ന് മാറിക്കോട്ടെ. നിനക്ക് ഇനിയും സ്കൂളിൽ പോകാറാവും. കൊടുക്കാനുള്ള ഫീസ് കൊടുത്തുതീർത്താൽ മതി. വെട്ടിയ പേർ പിന്നെയും എഴുതിച്ചേർക്കും."

എന്നാൽ, അവളുടെ പേർ ഒരിക്കലും വീണ്ടും എഴുതിച്ചേർക്കുകയുണ്ടായില്ല. സ്കൂൾ ബസ് നിത്യവും കുട്ടികളെ കാത്ത് നിരത്തിൽ വന്നു നിന്നു. എന്നാൽ, പാരുൽ മാത്രം അതിൽ പിന്നെ കയറുകയുണ്ടായില്ല. പഠിപ്പ് എന്നെന്നേക്കുമായി ഉപേക്ഷിക്കേണ്ടിവന്നു.

അങ്ങനെ കുറെനാൾ കഴിഞ്ഞപ്പോൾ അച്ഛൻ മരിച്ചു. അതോടെ അമ്മയും തകർന്നു. അങ്ങനെ കഴിയുമ്പോഴാണ് അവളുടെ ജീവിതത്തിലേക്ക് അളകേശന്റെയും താരകന്റെയും കടന്നുവരവ്. അവരോടൊപ്പം തന്നെ ദരിദ്രബാന്ധവഭാണ്ഡാരത്തിലെ മറ്റ് മെമ്പർമാരും.

ഒൻപത്

ഒരു സാധാരണക്കാരി മാത്രമാണ് പാരുൽ. കൽക്കത്തയിലെ ലക്ഷോപലക്ഷം പെൺകുട്ടികളെപ്പോലെതന്നെയുള്ള ഒരുവൾ. പാരുലിനെപ്പോലെ സാധാരണ കുടുംബത്തിൽ പിറന്ന് സാധാരണ സ്ത്രീകളെപ്പോലെ ജീവിച്ച് മരിച്ചുപോയവരുടെ കണക്ക് ആരും എടുത്തിട്ടില്ല.

എന്നാൽ എഴുതിവെച്ചിട്ടുണ്ട്. ഒരിടത്ത്, പൊലീസിന്റെ പഴയ ഡയറിക്കുറിപ്പുകളിൽ. അതിൽ മര്യാദക്കാരുടെയും മഹാപുരുഷന്മാരുടെയും പേരുകൾ കാണുകയില്ല. കള്ളന്മാരുടെയും കൊലക്കുറ്റക്കാരുടെയും തെമ്മാടികളുടെയും മറ്റ് സമൂഹവിരുദ്ധരുടെയും പേരുകളാണ് അതിൽ. ഒരു കാലത്ത് ആ പേരുകളെടുത്തുവെച്ച് എത്രയെത്ര ഗവേഷണങ്ങൾ, ഭവന പരിശോധനകൾ, ചോദ്യം ചെയ്യലുകൾ, ഓടിച്ചിട്ട് പിടിക്കലുകൾ! എത്രയെത്ര റിപ്പോർട്ടുകൾ എഴുതപ്പെട്ടു! എന്നാൽ ഒരുദിവസം കാലത്തിന്റെ മാറ്റിമറിച്ചിലുകളിൽപ്പെട്ട് അവയിൽ പൊടിപറ്റി. പിന്നെ ആ ഡയറി റിക്കാർഡ് റൂമിലെ ഇരുമ്പുഷെൽഫുകളിൽ സ്ഥലം പിടിച്ചു. 'ഫയൽ ക്ലോസ്ഡ്' എന്ന കുറിപ്പോടെ.

ഇന്ന് മി. ജോൺസിംസൻ വളരെ നാളുകൾക്കുശേഷം കൽക്കത്തയിൽ വന്നിരിക്കയാണ്. അയാൾ ഇപ്പോൾ ലാൽബസാറിലെ (അവിടെയാണ് പൊലീസ് ഹെഡ്ക്വാർട്ടേഴ്സ്) ആ പഴയ ഫയലുകൾ തപ്പിയെടുത്ത് പൊടിതട്ടിക്കുടഞ്ഞ് നോക്കുകയാണെങ്കിൽ അതിൽ 'ഫയൽ

ക്ലോസ്ഡ്' എന്ന് എഴുതിയിരിക്കുന്നതു കാണാം.

എന്നാൽ അന്ന് ആ ഫയലുകൾ ഏറ്റവും സജീവങ്ങളായിരുന്നു. അവ ഇടയ്ക്ക് മി. ഡഗ്ളസിന്റെ മേശപ്പുറത്തെത്തും. അല്ലെങ്കിൽ ചില പ്പോൾ മി.സിംസന്റെ മുറിയിൽ. വിപ്ലവവാദികളായ എല്ലാ യുവാക്കളു ടെയും നേതാക്കന്മാരുടെയും പ്രവർത്തനങ്ങൾ അവയിൽ കുറിച്ചുവെച്ചി ട്ടുണ്ട്. പ്രഫുല്ല ചൗധരിയുടെ പ്രവർത്തനചരിത്രം അവയിലുണ്ട്. എപ്പോൾ അയാൾ ഡാക്കയ്ക്ക് പോയി, എന്നൊക്കെ മയ്മൻ സിങിൽ പോയി. പിന്നെ എന്നു കൽക്കത്തയ്ക്കുമടങ്ങി, അല്ലെങ്കിൽ മേദിനിപൂരിൽ (മി ഡ്നാപൂർ) കാണപ്പെട്ടു തുടങ്ങിയ റിപ്പോർട്ടുകൾ അതിൽ കോർത്തു കെട്ടിയിരിക്കുന്നു. അതിൽ സിംസൻ എഴുതിവെച്ച കുറിപ്പുകളും.

ഒരു ഒറ്റുകാരൻ വന്നു പറയുന്നു : "സാർ, ഇന്ന് ജയപ്രകാശ് നാരാ യണൻ ഹാഒഡാ(ഹൗറ) സ്റ്റേഷനിൽ ദില്ലിമെയിലിൽ കയറുന്നത് കണ്ടി രിക്കുന്നു."

"എവിടേക്കാണ് ടിക്കറ്റ്?"

"അതറിയില്ല സർ. എനിക്ക് സ്റ്റേഷൻ ഡ്യൂട്ടിയായിരുന്നു. ജയപ്ര കാശ് വണ്ടിവിടുന്നതിന് ഒരു സെക്കന്റ് മുമ്പ് പെട്ടെന്ന് കടന്നുവന്ന് തിര ക്കിനിടയിലൂടെ വണ്ടിയിൽ കയറി. പിന്നെ ആളെ കണ്ടില്ല."

ശരിതന്നെ. മി. സിംസൻ അലമാരതുറന്ന് ഫയൽ എടുത്തു. അതിൽ നോട്ടെഴുതി. പിന്നെ ഡഗ്ലസിന്റെ മുറിയിൽ ചെന്ന് അത് അയാളെ കാണിച്ചു. ഡഗ്ലസ് അതിൽ ആവശ്യമായ കൽപ്പന എഴുതി. ആ കൽപ്പ നയനുസരിച്ച് ദില്ലിമെയിൽ കടന്നുപോകുന്ന പട്ന, അലഹാബാദ് തൊട്ട് ദില്ലിവരെയുള്ള പ്രധാന സ്റ്റേഷനുകളിലെ പൊലീസ് അധികൃതർക്ക് സാങ്കേതികഭാഷയിൽ കൽപ്പനപോയി.

ജയപ്രകാശ് നാരായണൻ മാത്രമല്ല; എം കെ ഗാന്ധി, സുഭാഷ് ബോസ് എന്നിവരുടെ ഫയലുകളും കൂട്ടത്തിലുണ്ട്. മുഹമ്മദലിജിന്ന, നാസിമുദ്ദീൻ, ജവാഹർലാൽ നെഹ്റു, ശ്യാമപ്രസാദ് മുഖർജി–എല്ലാവ രുടെയും ഫയലുകൾ. എല്ലാവരും ബ്രിട്ടീഷ് ഗവൺമെന്റിന്റെ ശത്രുക്കൾ.

ഒറ്റൊരുവൻ വന്ന് അറിയിക്കുന്നു: "സർ, കഢേയ (കൽക്കത്തയിലെ ഒരു നഗരപ്രാന്തം)യിലെ വീട്ടിൽ പ്രഫുല്ല ചൗധരി വന്നുകൂടിയിരിക്കുന്നു. ഞാൻ കണ്ടു അവിടെ."

"പ്രഫുല്ല ചൗധരി? ദാറ്റ് ഗാങ്ങ് ലീഡർ, എപ്പോൾവന്നു കൽക്കത്ത യിൽ?"

"ഇന്നലെ."

"ആൾ അയാൾതന്നെയാണ് എന്ന് ഉറപ്പുണ്ടോ?"

"ഉണ്ട് സർ! ദരിദ്രബാന്ധവഭണ്ഡാരത്തിന്റെ പ്രവർത്തകരെ പിന്തു ടർന്നു. എങ്ങോട്ടാണ് അവരുടെ പോക്കെന്ന് നോക്കി. ബലിഗഞ്ജി യിൽനിന്ന് വടക്കോട്ടായിരുന്നു അവരുടെ പോക്ക്. പിറകെ ചെന്നപ്പോൾ അവർ കഢേയിലെ ഒരു വീട്ടിലേക്കു കടന്നുപോകുന്നതു കണ്ടു."

"എന്നിട്ട്"

"സംശയം തോന്നി നോക്കിയപ്പോഴുണ്ട് പ്രഫുല്ല ചൗധരി."

"എങ്ങനെ ആളെ തിരിച്ചറിഞ്ഞു?"

"സാറു തന്ന ഫോട്ടോയുമായി ഒത്തുനോക്കി."

"അതുശരി, പിന്നെ?"

"കണ്ട ഉടൻ റിപ്പോർട്ടു തരാൻ ഓടിപ്പോന്നു."

ഇത്തരം റിപ്പോർട്ടുകൾ ഉടൻ എഴുതിവയ്ക്കപ്പെടുന്നു. ഓഫീസിലെ ഇൻസ്പെക്ടർമാരും സബ് ഇൻസ്പെക്ടർമാരും ഉഷാറാവുന്നു. മി. സിംസൻ പ്ലെയിൻ വേഷത്തിൽ വണ്ടിയെടുത്ത് പുറപ്പെടുന്നു.

ചെന്ന് അന്വേഷിക്കുന്നു : "പ്രഫുല്ല ചൗധരി ഇവിടെ ഉണ്ടോ?"

"ആ പേരുള്ള ഒരാളും ഇവിടെ ഇല്ലല്ലോ?"

"ഇല്ലാതെ വരില്ല. ഞാൻ വീട് ഒന്നു സെർച്ച് ചെയ്തുനോക്കട്ടെ."

"നോക്കാമല്ലോ........."

ഇന്ത്യൻ ഡിഫൻസ് ആക്ടിന്റെ പേരിൽ സർച്ച് തുടങ്ങുന്നു. പ്രദേശമാകെ, നാടാകെ, ആരെയും വിടില്ല ഒളിച്ചിരിക്കാൻ. നാടിനു നന്മവരണമെന്ന് ആഗ്രഹിക്കുന്ന ഓരോരുത്തനെയും പിടികൂടുക തന്നെ ചെയ്യും. തൂക്കിക്കൊല്ലും; നാടുകടത്തും, നിങ്ങളുടെ ഗാന്ധിയെ അറസ്റ്റുചെയ്യും. നെഹ്റുവിനെ അറസ്റ്റു ചെയ്യും. അബ്ദുൾകലാം ആസാദിനെ, സർദാർ വല്ലഭായ് പട്ടേലിനെ, യുദ്ധസമയത്ത് ഞങ്ങളോട് ശത്രുത്വം ഭാവിക്കുന്നവരെ ശത്രുക്കളായി കണക്കാക്കി ജയിലിലിടും. ആര് എവിടെയൊക്കെയാണുള്ളത്? മുമ്പിൽ വരിൻ. ഞങ്ങളെക്കൊണ്ടു പിടിപ്പിക്കുവിൻ. മാപ്പ് ചോദിക്കുന്നവർക്ക് മാപ്പ്. അല്ലാത്തവരെ ഒളിവിൽനിന്ന് പിടിച്ചുവലിച്ചു കൊണ്ടുവന്ന് കഴുവിലേറ്റും!

രാത്രി ബ്ലാക്ക് ഔട്ട് തുടങ്ങിയാൽ പാരുൽ ജനാലകളും വാതിലുകളും അടച്ച് നിമിഷങ്ങളുടെ പദശബ്ദങ്ങൾ ശ്രദ്ധിക്കും. അങ്ങനെയുള്ള ഒരു ദിവസം അളകേശൻ യാതൊരു മുന്നറിയിപ്പുംകൂടാതെ വന്നുകയറി.

"ഇതാര് അളകേട്ടനല്ലേ? എവിടെന്നു വരുന്നു?"

അയാൾ സ്വരം താഴ്ത്തി ചോദിച്ചു: വിശേഷമൊന്നുമില്ലല്ലൊ?"

"ഇത്രനാളും എവിടെയായിരുന്നു? ഞങ്ങളൊക്കെ വല്ലാതെ പരിഭ്രമിച്ചിരിക്കുകയാണ്."

"താരകൻ വരാറില്ലേ?"

"വരാറുണ്ട്. താരകനും വരാതിരുന്നെങ്കിൽ ഞങ്ങൾ ബാക്കിയുണ്ടാവില്ലായിരുന്നു."

"ചിറ്റമ്മയ്ക്കെങ്ങനെയിരിക്കുന്നു?"

"ഞങ്ങളുടെ കാര്യം ഇരിക്കട്ടെ. നിങ്ങളുടെ വർത്തമാനം കേൾക്കട്ടെ. ഒരൊറ്റപോക്കു പോയ്ക്കളഞ്ഞല്ലോ. പിന്നെ യാതൊരു വർത്തമാനവുമില്ല. മേദിനിപൂരിലേക്കു പോയെന്നാണ് ആദ്യം കേട്ടത്. അവിടെന്നു തിരിച്ചുവന്നിട്ട് പിന്നെ എവിടെ പോയിമറഞ്ഞു."

"നീ ആരോടും എന്നെപ്പറ്റി പറഞ്ഞില്ലല്ലൊ?"

"ഇല്ല. അറിയാമോ നിങ്ങളെ തിരക്കി ഇവിടെ പൊലീസ് വന്നിരുന്നു."

"പൊലീസോ? എന്നിട്ടെന്തുപറഞ്ഞു?"

"ഞാൻ പറഞ്ഞു. ഇവിടെ പുരുഷന്മാരായിട്ട് ആരുമില്ലെന്ന് അപ്പോഴവർ ചോദിച്ചു. ആരാണ് പുറംകാര്യങ്ങൾ നോക്കാനെന്ന്. ഞാൻ പറഞ്ഞു, ഞങ്ങൾതന്നെ. പിന്നെ ദരിദ്രബാന്ധവഭാണ്ഡാരത്തിന്റെ മെമ്പർമാരുമുണ്ട്! അത് കഴിഞ്ഞിട്ട് അവർ പോയി."

"നന്നായി. പറഞ്ഞത് വേണ്ടവിധം തന്നെയായി. അതിരിക്കട്ടെ വല്ലതുമുണ്ടോ ഇവിടെ? രണ്ട് ദിവസമായി വല്ലതും ഭക്ഷിച്ചിട്ട്."

"എന്താണ് വേണ്ടത്?"

"ഉള്ളത് എന്തായാലും തരക്കേടില്ല. അവലുണ്ടെങ്കിൽ അതായാലും മതി."

"ഇന്നലത്തെ റൊട്ടിയുണ്ട്. പിന്നെ ശർക്കര."

"അതെങ്കിൽ അത്. തരൂ."

പാരുൽ തലേന്നാൾ ബാക്കിവന്ന റൊട്ടികൊടുത്തു. ശർക്കരയും. ഒറ്റശ്വാസത്തിന് അതകത്താക്കി. ആശ്വാസത്തോടെ അയാൾ ഒന്ന് നിശ്വസിച്ചു. പിന്നെ ഒരു ഗ്ലാസ് വെള്ളം കുടിച്ചു. എന്നിട്ട് പറഞ്ഞു:

"അവറ്റ എന്നെ എലിയെയെന്നപോലെ പിന്തുടരുകയാണ്. ഊണുമില്ല, ഉറക്കവുമില്ല. വളരെ നാളായി ഇന്നാണ് എനിക്ക് വയറുനിറയെ ആഹാരം കിട്ടിയത്. ഈ ഉപകാരം ഒരിക്കലും മറക്കില്ല."

പാരുൽ പറഞ്ഞു: "പഴകിപ്പുളിച്ച കുറച്ച് റൊട്ടിയും ശർക്കരയുമല്ലേ ഞാൻ അളകേട്ടന് തന്നുള്ളൂ? ഇത് വല്ലവരും ഭക്ഷണത്തിന് വിളമ്പിക്കൊടുക്കുമോ? നേരത്തെ വല്ല സൂചനയും തന്നിരുന്നെങ്കിൽ ഞാൻ ഭക്ഷണം പാകംചെയ്തു വയ്ക്കുമായിരുന്നു. താരകൻ വഴി അറിവുതന്നാൽ മതിയായിരുന്നു."

അളകൻ കിടക്കയിൽ മലർന്നു കിടന്നു.

പാരുൽ പറഞ്ഞു: "ഈ തലയണ തലയ്ക്കൽ വെച്ചോളൂ. അളകേട്ടാ. സുഖം തോന്നും."

അയാൾ പറഞ്ഞു : "സുഖമോ? സുഖത്തെപ്പറ്റിയാണോ നീ പറയുന്നത്. നാടുമുഴുവൻ ജ്വലിച്ചുകൊണ്ടിരിക്കുമ്പോൾ ഞാൻ സുഖിക്കുകയോ, അതുകൊണ്ട് സുഖിക്കാൻ എനിക്ക് മോഹമില്ല എന്ന് നീ വിചാരിക്കണ്ട. നോക്കൂ, എന്റെ പൂർവികന്മാർ ചെയ്തിരുന്നതുപോലെ, എല്ലാവരും ചെയ്യുന്നപോലെ, ഒക്കെ ഞാനും ചെയ്യുമായിരുന്നു. എന്തുകൊണ്ടങ്ങനെ ചെയ്തില്ല. എന്തിന് നിന്നെപ്പോലുള്ളവരുടെ സംരക്ഷണത്തിന് ദരിദ്രബാന്ധവഭാണ്ഡാരം തുടങ്ങി? തുടങ്ങിയിട്ടും അത് എന്തുകൊണ്ട് തകർന്നു?"

പാരുൽ ഞെട്ടി: "തകർന്നു?"

"ഉവ്വ്, തകർന്നു. അങ്ങനെയൊന്ന് ഇല്ല ഫലത്തിൽ."

"അപ്പോൾ താരകൻ ഞങ്ങളെ സഹായിക്കുന്നതെങ്ങനെ? ഉപ്പുതൊട്ട്

കർപ്പൂരം വരെയുള്ള എല്ലാം വാങ്ങിക്കൊണ്ടുവന്ന് തരുന്നു. സകല ചെലവുകളും നടത്തുന്നു."

"അതെങ്ങനെയെന്നറിഞ്ഞാൽ നീ ഞെട്ടും."

"സ്വന്തം കീശയിൽ നിന്നെടുക്കുകയാണെന്നോ?"

"സ്വന്തമായി എടുത്ത് ചെലവാക്കാൻ അയാളുടെ പക്കൽ അരക്കാശില്ല."

"പിന്നെയോ?"

"എന്തേ, നിന്നോടൊന്നും പറഞ്ഞില്ലേ?"

"ഇല്ലല്ലോ. എന്നോട് യാതൊന്നും പറഞ്ഞിട്ടില്ല. ദരിദ്രബാന്ധവഭാണ്ഡാരക്കാരാണ് ചെലവ് നടത്തിത്തരുന്നതെന്നാണ് ഞാൻ ധരിച്ചത്. അതിലധികം ഒന്നുംതന്നെ ഞാനറിയില്ല. താരകൻ പറഞ്ഞിട്ടുമില്ല.

"എന്നാൽ കേൾക്കണോ? ഞങ്ങളുടെ പാർട്ടിക്ക് പല ഇടങ്ങളിൽനിന്നും ധാരാളം പണംവരുന്നു. അന്നൊരു ദിവസം ഫരീദ്പൂർ പോസ്റ്റാപ്പീസ് കൊള്ളചെയ്യപ്പെട്ടു. ആ പണം എന്താവശ്യത്തിന് ഉപയോഗിച്ചുവെന്നാണ് വിചാരം? ഞങ്ങൾക്ക് എന്തെല്ലാം ചെലവുകളാണുള്ളതെന്ന് നിനക്കറിയാമല്ലോ? അവിടെയും ഇവിടെയുമായി ഒട്ടേറെ ചെലവുകളുണ്ട്. തീവണ്ടിക്കൊള്ളവഴി കിട്ടുന്ന പണവും പലതിനുമായി വീതിച്ചുകൊടുക്കും. ആ പണം വാസ്തവത്തിൽ തോട്ടകളും വെടിമരുന്നും പിസ്റ്റളും വാങ്ങുവാനാണ് വിനിയോഗിക്കേണ്ടത്. എന്നാൽ, എല്ലാ പണവും അതിന് മാത്രമായിട്ടല്ല ചെലവാകുന്നത്. ഞങ്ങളുടെ കൂട്ടത്തിൽ കുടുംബസ്ഥിതി മോശമായവരുടെ ചെലവിന് അതിലൊരു പങ്ക് ഉപയോഗിക്കുന്നു."

"അപ്പോൾ താരകന്റെ കുടുംബം..."

"അയാൾക്ക് കുടുംബമൊന്നുമില്ല. ഒരു അമ്മയുണ്ടായിരുന്നു. അവർ മകന്റെ 'കാട്ടായം' കണ്ടുകണ്ട് മടുത്ത് കഴുത്തിൽ കയറിട്ട് ചത്തു – രക്ഷപ്പെട്ടു."

"അപ്പോൾ താരകന് വീട്ടിലാരുമില്ലേ?"

"ആരുമില്ല. വെറുതെയെന്തിന് വാടക കൊടുക്കുന്നുവെന്നും പറഞ്ഞ് വീട് വിട്ടുകൊടുത്തു. അപ്പോൾ രാത്രി കഴിച്ചുകൂട്ടുന്നത് അന്നന്ന് എവിടെയാണ് തരപ്പെടുകയെന്നുവെച്ചാൽ അവിടെ. ചിലദിവസം സിയാൽദാസ്റ്റേഷനിലാണെങ്കിൽ ചിലദിവസം വല്ല പീടികത്തിണ്ണയിലും അല്ലെങ്കിൽ വഴിത്തലയ്ക്കലെ സ്ലിറ്റ് ട്രെഞ്ചിൽ."

"ഇതൊന്നും എന്നോട് ഒരുദിവസവും പറഞ്ഞിട്ടില്ല."

"താരകൻ എന്നും അങ്ങനെതന്നെയാണ്. തികഞ്ഞ കിറുക്കൻ."

"അളകേട്ടന്റെ കാര്യം പറയുമ്പോൾ താരകൻ എല്ലാം മറക്കുന്നു. അയാൾ പറയുന്നു, അളകേട്ടൻ കിറുക്കനാണെന്ന്. അയാൾക്ക് അളകേട്ടനെ എന്തൊരിഷ്ടമാണെന്നോ!"

"താരകന്റെ മുമ്പിൽ ഞാൻ ആരുമല്ല. അയാളെപ്പോലുള്ള ദേശഭക്തി എനിക്കില്ല. നിനക്കറിയാമോ, സുഭാഷ് ബോസ് ഡൽഹൗസി സ്ക്വയ

റിലെ ഹൽവെൽ മോണ്യുമെന്റ് പൊളിച്ചുനീക്കുന്നതിന് പ്രക്ഷോഭം തുടങ്ങിയപ്പോൾ താരകനുമുണ്ടായിരുന്നു ആ സംഘത്തിൽ. പൊലീസ് താരകനെ കൊല്ലണമെന്ന ഉദ്ദേശ്യത്തോടെ ലാത്തികൊണ്ട് പൊതിരെ തല്ലി. ബോധംകെടുംവരെ അയാൾ കൊടിയുയർത്തിപ്പിടിച്ചു. അയാൾക്ക് പേടി എന്തെന്നറിയില്ല."

പെട്ടെന്ന് അളകൻ എഴുന്നേറ്റിരുന്നു.

അയാൾ പറഞ്ഞു: "പുറത്ത് ആരുടെയോ കാൽപ്പെരുമാറ്റം കേട്ടപോലെ തോന്നുന്നു."

"ആരുടെ? ഞാൻ കേട്ടില്ലല്ലോ."

"നീ വിളക്ക് കെടുത്തൂ. എനിക്ക് സംശയമുണ്ട്."

പാരുൽ വിളക്ക് ഊതിക്കെടുത്തി. നല്ല ഇരുട്ട്.

പാരുൽ പറഞ്ഞു: അളകേട്ടനെ എനിക്ക് കാണാൻ കഴിയുന്നില്ല."

"എന്നെ കണ്ടിട്ടെന്തുവേണം? ഞാനിതാ പോവുകയായി."

"ഇപ്പോഴല്ലേ വന്നത്? അപ്പോഴേക്ക് പോവുകയായി! കുറച്ചുനേരം കിടന്നുറങ്ങൂ."

"ഇവിടെ കിടക്ക ഒന്നല്ലേയുള്ളൂ? ഞാനതിൽ കിടന്നാൽ നീ എന്തുചെയ്യും?"

"ഒരുദിവസം ഉറങ്ങിയില്ലെങ്കിൽത്തന്നെ എനിക്ക് എന്തു വരാനാണ്?"

"വല്ലാതെ തോന്നും. നാളെ പകൽമുഴുവൻ കോട്ടുവായിട്ടുകൊണ്ടിരിക്കും. നാളെ രാവിലെ താരകൻ പച്ചക്കറിയുമായി വരുമ്പോൾ കോട്ടുവായിടുന്നതു കണ്ടാൽ എന്താണിങ്ങനെ എന്നു ചോദിച്ചാലോ?"

"എന്തു മറുപടി പറഞ്ഞാലും അളകേട്ടനു ദോഷംവരാത്ത മട്ടിലേ പറയുള്ളൂ. പോരെ? അളകേട്ടൻ ചെയ്തുതന്നിട്ടുള്ള ഉപകാരങ്ങൾ ഒരിക്കലും മറക്കുകയില്ല. എന്റെ അച്ഛൻ മരിച്ചദിവസം താരകേട്ടനില്ലായിരുന്നുവെങ്കിൽ വല്ലകാര്യവും നടക്കുമായിരുന്നോ? അളകേട്ടന്റെ സ്വന്തം പുതപ്പു വിറ്റുകിട്ടിയ പണം കൊണ്ടായിരുന്നു ശവസംസ്കാരം നടത്തിയതെന്നും എനിക്കറിയാം."

അളകേശൻ ഇരുട്ടത്ത് എഴുന്നേറ്റിരുന്നു.

"ആരാണിതൊക്കെ നിന്നോട് പറഞ്ഞത്?"

പാരുൽ മിണ്ടാതെ നിന്നു. മറുപടി പറഞ്ഞില്ല.

"എന്താണ് മിണ്ടാത്തത്? എങ്ങനെ അറിഞ്ഞു? ആരു പറഞ്ഞു?"

അതിനും ഉത്തരമില്ല.

"എന്തേ? എവിടെ നീ പാരുൽ? പറയുന്നതു കേട്ടില്ലേ? ഇരുട്ടത്തു നിന്നെ കണ്ടുകൂടാ."

അമ്മ കിടക്കയിൽനിന്ന് എഴുന്നേറ്റു. അമ്മയുടെ വിളി. "പാരൂ, ആരാണവിടെ? നിന്റെ മുറിയിൽ ആരുടെയോ ഒച്ച കേൾക്കുന്നു. എടീ പാരൂ!"

പാരുൽ സ്വരം താഴ്ത്തി പറഞ്ഞു: "അമ്മ ഉണർന്നു. വിളിക്കുന്നതു കേട്ടില്ലേ?"

"കേട്ടാലെന്ത്? ഇവിടെ ആരും അനാവശ്യമൊന്നും കാട്ടുന്നില്ലല്ലൊ."

"അമ്മ മാത്രമല്ലല്ലോ കേൾക്കുക. വഴിയിൽക്കൂടെ ആളുകൾ പോകുന്നു, അവർ കേൾക്കും. അളകേട്ടൻ ആരും കാണാതെയല്ലേ ഇവിടേക്കു വന്നത്? അവർ കേൾക്കാൻ പാടുണ്ടോ?"

"അതൊന്നും എനിക്കറിയില്ല. നോക്ക്, എലിയെപ്പോലെ ഇങ്ങനെ പതുങ്ങിപ്പതുങ്ങി നടക്കുവാൻ എനിക്കിനി പറ്റുകയില്ല. ഇനി എത്രനാൾ ഇതുപോലെ നടക്കണം? ഉണ്ണാതെയും ഉറങ്ങാതെയും ഇങ്ങനെ എത്ര കാലമാകാം?"

പെട്ടെന്ന് പുറത്തുനിന്ന് ടോർച്ചിന്റെ വെളിച്ചം വന്നു വീണപ്പോൾ രണ്ടുപേരും ഞെട്ടി. ഒപ്പംതന്നെ വാതിൽക്കൽ മുട്ടുകേട്ടു. ഉറക്കെയുറക്കെ.

പാരുൽ ഇരുട്ടത്തു സൂക്ഷിച്ചുനോക്കി. അളകൻ അദൃശ്യനായിക്കഴിഞ്ഞിരുന്നു. അമ്മയുടെ മുറിയിൽനിന്ന് വിളി ആവർത്തിച്ചുകൊണ്ടിരുന്നു : "പാരു, ആരാണവിടെ? ആരാണ് വാതിൽക്കൽ മുട്ടുന്നത്?"

പാരുൽ വീണ്ടും വിളക്കു കൊളുത്തി ചുറ്റും നോക്കി.

പുറത്ത് വാതിൽക്കൽ മുട്ടുന്നവൻ വിളിച്ചുപറഞ്ഞു: "വാതിൽ തുറക്കൂ."

പാരുൽ വാതിൽ തുറന്നു.

വാതിൽക്കൽ മുട്ടിയിരുന്നത് ഒരു പൊലീസുകാരനായിരുന്നു. കൂടെ ഒരു സായ്പ്.

"ഇവിടെ കുറച്ചുമുമ്പ് വന്നിരുന്നത് ആരാണ്?"

"ആരും വന്നില്ലല്ലോ?"

"വന്നെന്ന് ഉറപ്പുണ്ട്. പ്രഫുല്ലചൗധരിയെന്നൊരാൾ. അയാളിവിടെ വന്നില്ലേ?"

സായ്പിന്റെ നേരെനോക്കി ധൈര്യം അവലംബിച്ചുകൊണ്ട് പാരുൽ പറഞ്ഞു: "ഇല്ല. ഞാൻ പറയുന്നു: ആരും വന്നില്ലെന്ന്."

സായ്പ് മുമ്പോട്ട് നീങ്ങിനിന്ന് പറഞ്ഞു : "ഞങ്ങൾക്ക് വീട് സെർച്ചു ചെയ്യണം."

"ചെയ്തോളൂ."

സായ്പിനോടൊപ്പം പൊലീസുകാരനും അകത്തേക്ക് കടന്നു. ടോർച്ചടിച്ച് മുറികളുടെ മുക്കും മൂലയും പരിശോധിച്ചു. അതു കഴിഞ്ഞ് കിടക്ക, പെട്ടി, അടുക്കള, കക്കൂസ് തുടങ്ങിയവ പരതിനോക്കി.

അമ്മ വിളിച്ചുകൊണ്ടേ ഇരുന്നു. "എടീ, പാരൂ, പാരൂ! നിന്നെയാണ് ഞാൻ വിളിക്കുന്നത്. എടീ!"

ഒപ്പം തന്നെ പാരുൽ എഴുന്നേറ്റിരുന്നു. കണ്ണുതിരുമ്മിക്കൊണ്ട് ചുറ്റും നോക്കി. എവിടെ? എവിടെപ്പോയി പൊലീസും സായ്പും? നേരം പുലർന്നിരിക്കുന്നു. പുറത്തുനിന്ന് ഒരു ക്ഷീണിച്ച വെയിൽ മരക്കട്ടിലിന്റെ ഒരറ്റത്തു വന്നു വീണുകിടക്കുന്നു.

കരുണാമയിയുടെ മുറിയിൽച്ചെന്ന് നോക്കി. അമ്മ കട്ടിലിൽ എഴു

ന്നേറ്റിരിക്കുന്നു. മകളെ വിളിച്ചുവിളിച്ച് അവളുടെ തൊണ്ട വരണ്ടു.

മകളെ കണ്ടപ്പോൾ ചോദിച്ചു : "നീ എവിടെപ്പോയിരുന്നു? വിളിച്ചു വിളിച്ചു തൊണ്ടപൊട്ടി."

"ഞാൻ ഉറങ്ങിപ്പോയി, അമ്മേ!"

അമ്മ പറഞ്ഞു : "ഞാൻ ഒരു കിഴവി. എന്റെ നശിച്ച കണ്ണിന് ഉറക്കമേ ഇല്ല. ഞാൻ രാവത്രയും തിരിഞ്ഞും മറിഞ്ഞും കിടന്ന് നിന്നെക്കുറിച്ചുള്ള ആധികാരണം ഭഗവാനെ വിളിച്ചു കരയുകയായിരുന്നു."

"എന്നെയോർത്ത് ആധിപ്പെടേണ്ടമ്മേ! അവനവന്റെ കാര്യം നോക്കിയാൽ മതി. അങ്ങനെയായാൽ ഞാൻ രക്ഷപ്പെട്ടു."

"നീയെന്താണീപ്പറയുന്നത്? നിന്നെപ്പറ്റിയല്ലാതെ എനിക്ക് എന്തുണ്ട് വിചാരപ്പെടാൻ? എന്റെ കണ്ണടഞ്ഞാൽ നിനക്കെന്ത് സംഭവിക്കുമെന്നാലോചിക്കാതിരിക്കാൻ പറ്റുമോ?"

"വേണ്ട അമ്മേ, എന്നെ വെറുതെ വിട്ടേക്കൂ."

"ഞാനല്ലാതെ നിനക്കാരുണ്ട്? അച്ഛനുണ്ടോ? ഇളയച്ഛനോ അമ്മാവനോ ഉണ്ടോ?"

"അച്ഛനും അമ്മാവനും ഇല്ലാത്തവരും ജീവിക്കുന്നില്ലേ?"

"അങ്ങനെയൊന്നും പറയരുത് മോളെ! എല്ലാം നിന്റെ തലവിധിയാണ് കുട്ടീ. എന്റെ തലവിധി. നിന്റെ കല്യാണം കഴിഞ്ഞിട്ടാണ് കണ്ണടയുന്നതെങ്കിൽ ഖേദമില്ല. സമാധാനമായി മരിക്കാം."

അമ്മയുടെ ഈവിധമുള്ള നിലയ്ക്കാത്ത പരാതികൾക്ക് മറുപടി പറയാൻ നിൽക്കാതെ അവൾ പുറത്തേക്കു വന്നു.

അത്ഭുതം! എന്താണിങ്ങനെ ഒരു സ്വപ്നം കാണാൻ കാരണം? അടുക്കളയിൽ അനവധി പണി ചെയ്യാൻ കിടക്കുന്നു. എങ്കിലും ഏതോ തടുക്കുവാനരുതാത്ത ഒരുതരം ആലസ്യം അവളെ ആപാദചൂഡം ബാധിച്ചു.

ഈ നേരത്താണ് താരകൻ അങ്ങാടി സാധനങ്ങൾ കൊണ്ടുവരാറ്. ഇന്നെന്താണ് കാണാത്തത്! എന്തുപറ്റിപ്പോയി?

പൊടുന്നനെ വാതിൽക്കൽ മുട്ട് കേട്ട് പാരുൽ വേഗം ചെന്ന് തുറന്നു.

താരകൻ പാരുലിനെ കണ്ട ഉടൻ ചോദിച്ചു: "എന്താണിത്? ഇങ്ങനെ ഒരു രൂപം? അസുഖമൊന്നുമില്ലല്ലോ?"

"അസുഖമുണ്ടായാൽ എത്ര നന്നാകുമായിരുന്നു. താരകേട്ടാ!"

"എന്താണിങ്ങനെയൊക്കെ പറയുന്നത്?"

"എനിക്ക് ഒരു സുഖവും തോന്നുന്നില്ല."

"എന്നാൽ മനസിനെന്തെങ്കിലും അസുഖം കാണും. അതിനും ഇന്നത്തെ കാലത്ത് പ്രത്യേകം ഡോക്ടർമാരുണ്ട്."

"അല്ലെങ്കിൽത്തന്നെ നിങ്ങൾക്കൊക്കെ ഭാരമാണ്. ഇനി കൂടുതൽ ഭാരത്തിന് വഴിവയ്ക്കുന്നില്ല."

താരകൻ പണിത്തിരക്കുള്ളവനാണ്. അയാൾ പറഞ്ഞു: "അതുമിതും പറഞ്ഞുനിൽക്കാൻ സമയമില്ല. ഈ സഞ്ചി വാങ്ങിക്കോളൂ. ഞാൻ

പോകുന്നു. ഇനി വല്ലതും വേണമോ എന്ന് നോക്കൂ. പറഞ്ഞാൽ ഇപ്പോൾത്തന്നെ വാങ്ങിക്കൊണ്ടുവരാം."

അവൾ അങ്ങാടി സഞ്ചി വാങ്ങിക്കൊണ്ട് പറഞ്ഞു: "അതല്ല താര കേട്ടാ! ഒരു കാര്യം ചോദിച്ചാൽ പറയാമോ?"

"ചോദിച്ചോളൂ. വേഗമാകട്ടെ. തിരക്കുണ്ട്."

"എന്താണെന്നോ? ഞങ്ങൾക്കുവേണ്ടി ഇത്രയൊക്കെ ചെയ്തുതരുന്നുണ്ടല്ലോ. ഇതുകൊണ്ട് നിങ്ങൾക്കെന്താണ് നേട്ടം? നിങ്ങൾക്കെന്താണ് വേണ്ടത്?"

ചോദ്യം താരകനെ പകപ്പിച്ചു.

"എന്നുവെച്ചാൽ?"

പാരുൽ വിശദമാക്കി: "നിങ്ങൾ ഞങ്ങൾക്കുവേണ്ടി ഇത്രയൊക്കെ ബുദ്ധിമുട്ടുന്നതെന്തിന്?"

"എന്താണിങ്ങനെയൊരു സംശയം? ഇത്രനാളും ഉണ്ടാകാത്തത്? ഞാൻ എന്തെങ്കിലും പ്രതിഫലം ആഗ്രഹിച്ചിട്ടാണ് ഇതൊക്കെ ചെയ്യുന്നത് എന്നാണോ ധരിച്ചിരിക്കുന്നത്?"

"അതല്ല, സത്യം പറയൂ. എന്തിനുവേണ്ടി ഞങ്ങൾക്കായി ഇത്ര വിഷമിക്കുന്നു? എന്താണുദ്ദേശ്യം?"

"ഇത് കുഴപ്പമായല്ലോ? എനിക്ക് അപ്പുറത്ത് പണിത്തിരക്ക്. നീ ഇവിടെ നിന്നുകൊണ്ട് ആവശ്യമില്ലാത്ത ഓരോന്നു പറഞ്ഞു സമയം കളയുന്നു. എന്താണ് പെട്ടെന്ന് ഇങ്ങനെയൊരു ഭ്രാന്ത് തോന്നാൻ?"

"പിന്നെയും ഒഴിഞ്ഞുമാറാനാണല്ലോ നോക്കുന്നത്? സത്യം പറയൂ. നിങ്ങൾ എവിടെ താമസിക്കുന്നു. വീട് എവിടെയാണ്? നിങ്ങൾ എങ്ങനെ സ്വന്തം ഉപജീവനം കഴിച്ചുകൂട്ടുന്നു? ഇതൊക്കെ മുമ്പൊന്നും ഞാൻ അറിയാൻ ആഗ്രഹിക്കുകയുണ്ടായില്ല. എന്നാൽ ഇന്ന് അത് പറയാതെ ഞാൻ വിടുകയില്ല."

"ശരി, ഇനി മുതൽ ഞാൻ ഈ വീട്ടിൽ വരുന്നില്ല. പോരെ?"

"ഹൗ! നിങ്ങളുടെയൊരഹങ്കാരം! നിങ്ങൾക്ക് ഈ ഭവനത്തിൽ വരാതിരിക്കുവാൻ പറ്റുമോ?"

"അപ്പോൾ നീയെന്താണ് ധരിച്ചിരിക്കുന്നത്? ഈ വീട്ടിൽ എനിക്ക് മാത്രമേ വരാൻ താൽപ്പര്യമുള്ളൂ?"

"അല്ലാതെ?"

താരകന്റെ മുഖം ഗംഭീരമായി. അയാൾ പറഞ്ഞു: "ഇത് മറ്റാരെങ്കിലുമാണ് പറഞ്ഞതെങ്കിൽ നിന്റെ മുമ്പിൽ വെച്ചുതന്നെ ഞാൻ അതിന്റെ ഫലം കാട്ടിക്കൊടുക്കുമായിരുന്നു. അതിന് കഴിയാതെ പോയതിൽ ദുഃഖിക്കുന്നു."

"നിങ്ങൾ സത്യം പറയാതിരിക്കുന്നതിൽ എനിക്കുമുണ്ട് ദുഃഖം. നിങ്ങൾ ഇത്ര ഭീരുവാണെന്ന് അറിഞ്ഞില്ല. സത്യം പറയാൻ ഇത്ര പേടിയോ?"

"നിനക്കറിയാമോ? എനിക്ക് അളകനെ എത്ര കാര്യമാണെന്ന്?"

"അപ്പോൾ അളകനോടുള്ള സ്നേഹംകൊണ്ടാണ് നിങ്ങൾ ഇവിടെ വരുന്നതെന്ന് ഞാൻ ധരിക്കണമോ?"

"അല്ലാതെന്ത്? നിന്നെപ്പോലെ അനേകം നിസ്സഹായരായ കുടുംബക്കാർ ഈ ദിക്കിലുണ്ട്. അവരെയും സഹായിക്കുന്നു. എന്നാൽ, നിന്റെ വീട്ടിൽ വരുന്നതിനുള്ളത്ര താൽപ്പര്യം അവരുടെ വീടുകളിൽ പോകുന്നതിനില്ല. ഇതുപോലെ പലപ്പോഴും അവിടെ പോകുന്നില്ല."

"പോകുന്നില്ലെങ്കിൽ, അതിനു കാരണം അവരുടെ വീടുകളിൽ എന്നെപ്പോലെ നിസ്സഹായകളായ പെൺകുട്ടികൾ ഇല്ലാത്തതാവും."

"അത് വെറും അനുമാനം. തെളിവില്ല."

"അനുമാനമാണെങ്കിൽ തെളിവുതരൂ. അത് തെറ്റാണെന്ന്."

"അതിനായി നിന്നെ ആ വീടുകളിലെല്ലാം കൂട്ടിക്കൊണ്ടുപോയി നടന്നു കാണിക്കേണ്ടിവരും. അത് അസാധ്യം തന്നെ. നിനക്കും അതു സമ്മതമായെന്നു വരില്ല. എന്നാൽ, ഒന്നാണെനിക്കു തീരെ മനസിലാകാത്തത്. എത്രനാളുണ്ട് ഞാനിവിടെ വരുന്നു! ഒരൊറ്റ ദിവസമെങ്കിലും ഇതുമാതിരിയുള്ള ചോദ്യം നീ ചോദിച്ചിട്ടില്ല. എന്താണ് കാരണം?"

"കാരണമോ? ഇന്നുച്ചക്ക് ഒരു അപരിചിതൻ വന്ന് ഇവിടെ അളകേശ ചക്രവർത്തിയെന്നു പേരുള്ള ഒരുവനുണ്ടോ എന്ന് അന്വേഷിക്കയുണ്ടായി."

"അതുവ്വോ? ആരായിരിക്കും അത്?"

"ആർക്കറിയാം!"

"എനിക്ക് എന്തോ ഒരു സംശയം തോന്നി. അതുകാരണം ഇവിടെ അങ്ങനെയൊരാളില്ലെന്നു പറഞ്ഞു. ഇവിടെ ഞാനും അമ്മയും മാത്രമേ ഉള്ളൂ എന്നു പറഞ്ഞപ്പോൾ ആരാണ് കാര്യസ്ഥതയ്ക്ക് എന്നായി ചോദ്യം. അപ്പോൾ പറഞ്ഞു: ഞങ്ങൾ തന്നെ. പിന്നെ ദരിദ്രബാന്ധവഭാണ്ഡാരത്തിലെ താരകനുമുണ്ട്!"

"അപ്പോഴോ? എന്തു പറഞ്ഞു?"

"ഒന്നും പറഞ്ഞില്ല വന്നവഴി പോയി."

ഒന്ന് നിർത്തിയിട്ട് അവൾ വീണ്ടും പറഞ്ഞു: "അതു മുതൽ എനിക്ക് എന്തെന്നില്ലാത്ത ഭയം. സത്യം പറയട്ടെ താരകേട്ടാ, ഞങ്ങൾക്കുവേണ്ടി ഇത്രയെല്ലാം ബുദ്ധിമുട്ടുന്നത് നിങ്ങൾക്കുതന്നെ ആപത്തായി തീരും എന്ന് എനിക്ക് തോന്നുന്നു."

"അതിനുമുമ്പായി നിനക്ക് എന്തെങ്കിലും ഒരേർപ്പാടാക്കിയിട്ടേ പോവൂ. നോക്കിക്കോളൂ."

"അളകേശനെ നിങ്ങൾ അത്രയ്ക്കു സ്നേഹിക്കുന്നുണ്ടോ?"

"അളകേശനോടുള്ള അടുപ്പം കാരണമാണ് എന്റെ അമ്മ തൂങ്ങിച്ചത്തത്. അതറിയാമോ?"

"എന്നുവെച്ചാൽ?"

"അതോ, അളകേശനെ ഗുണ്ടയും തെമ്മാടിയുമായിട്ടാണ് അമ്മ

കണ്ടത്. കണ്ടമാനം അളകനെ ചീത്ത പറഞ്ഞിരുന്നു. ഇത് സഹിക്കാതായപ്പോൾ ഞാൻ കുറെ പറഞ്ഞു. അളകേശനെ അപമാനിക്കുന്നത് എന്നെ അപമാനിക്കുന്നതുപോലെയാണ് എനിക്ക് തോന്നിയത്."

"ഇതൊക്കെ തീരെ പുത്തരിയായി തോന്നുന്നു."

"അളകനെ നീ ശരിക്കും മനസിലാക്കാത്തതുകൊണ്ടാണ് ഇങ്ങനെ തോന്നുന്നത്. ആർക്കും സ്നേഹം തോന്നാതിരിക്കില്ല. അങ്ങനെയുള്ള ആളാണ് അളകൻ. അന്യർക്കുവേണ്ടി ചെയ്യാൻ വയ്യാത്ത ഒന്നുമില്ല അളകന്. പോകും മുമ്പ് പാരുലിനെ നോക്കണമെന്ന് എന്നെ ഏൽപ്പിച്ചിട്ടാണ് പോയത്."

"അച്ഛന്റെ ശവസംസ്കാരത്തിന് അളകനാണ് സഹായിച്ചതെന്ന് നിങ്ങൾതന്നെയാണ് എന്നോട് പറഞ്ഞത്."

"അത് മാത്രമോ? അളകനില്ലായിരുന്നെങ്കിൽ കഴിഞ്ഞ ദുർഭിക്ഷ്യത്തിന് കാളീഘട്ടിലെ എത്രയെത്രപേർ പട്ടിണി കിടന്നു മരിച്ചുപോകുമായിരുന്നു! സ്വന്തം വീട്ടിൽ ഇരിപ്പില്ല. കൽക്കത്തയിൽ വന്നാൽ വീടുതോറും കയറിയിറങ്ങും. ആർക്ക് എന്താണാവശ്യം, ആർക്ക് എന്താണ് ദുഃഖം – എല്ലാം നേരിട്ടന്വേഷിച്ച് വേണ്ട നടപടിയെടുക്കും."

"സ്വന്തം വീട്ടിലോ?"

"സ്വന്തം വീടുമായി സമ്പർക്കമേ ഇല്ല.""

"ഇല്ലെങ്കിൽ താമസിക്കുന്നതെവിടെ?"

"ഞാൻ താമസിക്കുന്നിടത്തുതന്നെ."

"നിങ്ങളെവിടെ താമസിക്കുന്നു?"

താരകൻ അതിനുത്തരം പറയാതെ ഒഴിയാൻ നോക്കി : "എന്റെ കാര്യം വിടു."

"അതെന്തിന് വിടുന്നു? സ്വന്തം കാര്യം വരുമ്പോൾ നിങ്ങൾ ഒഴിഞ്ഞുമാറാൻ നോക്കുന്നതെന്തിന്? അത് പറയാൻ എന്താണിത്ര സങ്കോചം?"

"അളകന്റെ കാര്യം പറഞ്ഞുകൊണ്ടുവരികയായിരുന്നില്ലേ? പെട്ടെന്ന് എന്റെ കാര്യത്തിലേക്ക് കടക്കുന്നതെന്തിന്? ഞാൻ ഒരു പുരുഷനാണോ, നോക്കൂ. അളകൻ ദിരദ്രബാന്ധവഭാണ്ഡാരം നോക്കാനുള്ള ഭാരം എന്നെയാണ് ഏൽപ്പിച്ചിരിക്കുന്നത്. അത് വേണ്ടപോലെ കൊണ്ടുനടത്താൻ കഴിയുന്നില്ല. അത്രയ്ക്ക് കൊള്ളരുതാത്തവനാണ് ഞാൻ. കാളീഘട്ടിലെ ഒരു വീട്ടിൽ ഒരാൾ ടൈഫോയ്ഡ് പിടിച്ച് കിടപ്പിലാണ്. ഇനി അങ്ങോട്ടോടണം. ഇന്നലെ രാത്രി മുഴുവൻ രോഗിയുടെ തലയ്ക്കൽ ഇരിക്കുകയായിരുന്നു."

പെട്ടെന്ന് അമ്മ വിളിച്ചു ചോദിക്കുന്നത് കേൾക്കയായി: "പാരൂ, ചന്ത സാമാനങ്ങൾ എത്തിയോ?"

താരകൻ പറഞ്ഞു : "ഇനി ചിറ്റമ്മയെ ഒന്ന് കണ്ടിട്ട് പോകാൻ സമയമില്ല. ഞാൻ വന്നിരുന്നുവെന്ന് നീ പറഞ്ഞാൽ മതി. വർത്തമാനം പറഞ്ഞുതുടങ്ങിയാൽ അവസാനിക്കില്ല. ഞാൻ പോകട്ടെ വാതിൽ അടച്ച് സാക്ഷയിട്ടോളൂ."

പത്ത്

ചരിത്രത്തിലെ ദാരുണമായൊരു പരിവർത്തനകാലഘട്ടമായിരുന്നു അത്. ദില്ലി സിംഹാസനത്തിൽ ബ്രിട്ടീഷ് ചക്രവർത്തിയുടെ പ്രതിനിധി ലോർഡ്‌വേവൽ ഇരുന്ന് ഭരണം നടത്തുന്നു. തടിച്ച് ശക്തമായ കൈകൊണ്ട് ഭാരതത്തെ ഒതുക്കിവയ്ക്കുന്നതിനാണ് അയാളെ അയച്ചിരിക്കുന്നതുതന്നെ. അയാളുടെയും പ്രതിനിധിയായി ബാറോസ് സായ്പ് ബംഗാളിലെ രാജഭവനിൽ വാസമുറപ്പിച്ചിരിക്കുന്നു. മന്ത്രിമാരെന്ന പേരിൽ ഇംഗ്ലീഷുകാരുടെ മരപ്പാവകളായി കയറി കുത്തിയിരിക്കുന്നവരുമായി കൽക്കത്തയിലെ പാരുലിനോ അളകനോ താരകനോ നിഖിലനോ കാളീപദനോ സമ്പർക്കമൊന്നുമില്ല. അവർ സാധാരണക്കാരുടെ ഔദാര്യത്താലും സഹൃദയതയാലും അങ്ങനെ കായക്ലേശം ചെയ്തുകൊണ്ട് ഉയിർപോകാതെ കഴിഞ്ഞുപോകുന്നു. ഉയിർപോകാതിരിക്കുന്നത് കുറേക്കൂടി ദാരുണമായ അപമൃത്യുവിനായിട്ടാകാം. ഒരുദിവസം 'ക്വിറ്റ് ഇന്ത്യ' എന്ന മുദ്രാവാക്യം മുഴക്കിക്കൊണ്ട്, തങ്ങൾ വിരിച്ച റെയിൽപ്പാളം വലിച്ചുനീക്കിയവരെയും, ടെലഗ്രാഫിന്റെയും ഫോണിന്റെയും കമ്പികൾ മുറിച്ച് സകലതും സ്തംഭിപ്പിക്കാൻ നോക്കിയവരെയും, വെള്ളക്കാരെക്കണ്ടാൽ വെടി വെച്ചുകൊല്ലാൻ നോക്കിയവരെയും ഒരു പാഠം അവർ പഠിപ്പിക്കുക തന്നെ ചെയ്യും.

പ്രഫുല്ലൻ പറയുകയുണ്ടായി: "നമുക്കൊന്ന് കാണാമല്ലോ അവറ്റ എങ്ങനെയാ നമ്മളോട് കളിക്കുന്നതെന്ന്! നമ്മളെല്ലാം ഇപ്പോൾ ഒറ്റക്കെട്ടാണ്. നമ്മളെ എങ്ങനെ പിടിച്ചുകെട്ടുമെന്ന് അറിയാമല്ലൊ. അവറ്റയെ നമ്മളാണ് കെട്ടുകെട്ടിക്കാൻ പോകുന്നത്."

അളകൻ ചോദിച്ചു: "ഇനി നമ്മുടെ കർത്തവ്യമെന്താണ്?"

"നീ വേഗം കൽക്കത്തയ്ക്ക് പോകണം. ഞാനും ഇവിടന്നിറങ്ങുകയായി."

"എവിടേക്ക്?"

"അത് തീർച്ചപ്പെടുത്തിക്കഴിഞ്ഞിട്ടില്ല. ഇപ്പോൾ മറ്റൊരു ഫ്രണ്ടിൽ സമരം ചെയ്യേണ്ടിവരുമെന്ന് തോന്നുന്നു. ബർമ ഇംഗ്ലീഷുകാരുടെ കൈയിൽനിന്ന് പോയതോടെ അവറ്റ പോളിസി ഒന്ന് മാറ്റിയിരിക്കുകയാണ്."

"മാറ്റിയിട്ടെന്തുചെയ്യും?"

"ഗാന്ധിജിയുടെ മൂവ്മെന്റ് തകർക്കണമെങ്കിൽ ഇന്ത്യയെ രണ്ടായി പിളർക്കാതെ തരമില്ലെന്ന് അവർ കണ്ടിരിക്കുന്നു. മറ്റുപായമൊന്നും ഇനിയില്ല. ഹിന്ദുക്കളെയും മുസ്ലിങ്ങളെയും അകറ്റാൻ കഴിഞ്ഞാലേ അവർക്ക് ഗതിയുള്ളൂ."

"അപ്പോൾ അത്യാപത്തായിത്തീരുമല്ലോ പ്രഫുല്ലേട്ടാ!"

"അത് പറഞ്ഞിട്ടുകാര്യമില്ല. നാം വേണ്ടത് മനസിനെ ഒന്നുകൂടി ഉറപ്പിക്കുകയാണ്."

ആ നാളുകൾ അതിഭീകരങ്ങളായിരുന്നു. ചരിത്രത്തിന്റെ വിധി നിർണായകമായ സംക്രമസന്ധ്യ. ആളകനും താരകനും നിഖിലനും കാളീപദനും ഒരുകാലത്ത് എന്തെല്ലാം പ്രതീക്ഷകളോടെയായിരുന്നു ദരിദ്രബാന്ധവഭാണ്ഡാരം കെട്ടിപ്പടുത്തത്, ഈ മാനവസേവനം! സാമൂഹ്യസേവനംവഴി മനുഷ്യരിൽ ഐക്യം കെട്ടിപ്പടുക്കാമെന്നും അതിന്റെ പിൻബലത്താൽ വെള്ളക്കാരെ ആട്ടിയോടിക്കാൻ കഴിയുമെന്നുമായിരുന്നു അവർ പ്രത്യാശിച്ചിരുന്നത്. അക്കാരണത്താൽ അവരുടെ തോളോടുതോൾ ചേർന്നുനിന്ന് ഒരുകാലത്ത് ഹസനും സാദത്തുള്ളയും മറ്റനേകം യുവാക്കളും പ്രവർത്തിച്ചു. അവർ ഒന്നിച്ചാണ് സ്കൂളിൽ അറബി പഠിക്കാൻ മൗലവിയുടെ ക്ലാസിലെത്തിയിരുന്നത്. ദരിദ്രബാന്ധവഭാണ്ഡാരം രൂപീകരിച്ച സമയം അവർ ഒപ്പംതന്നെ സഞ്ചിയുമായി വീടുതോറും കയറി. പിന്നീട് എന്തുപറ്റിയോ! അവർ ഈ വരവ് നിർത്തി.

അളകൻ ഒരുദിവസം ഹസന്റെ വീട്ടിൽ ചെന്നു. താരകനും ഉണ്ടായിരുന്നു കൂടെത്തന്നെ.

വാതിൽക്കൽ മുട്ടിയ ഉടൻ ഹസൻ പുറത്തേക്കുവന്നു. അളകൻ ചോദിച്ചു: "എന്താണ് ചങ്ങാതി! ഇന്ന് മീറ്റിങ്ങുണ്ടായിരുന്നു. നിങ്ങളെ കണ്ടില്ല."

"എനിക്ക് കുറച്ച് പണിത്തിരക്കുണ്ടായിരുന്നു ഇഷ്ടാ!"

"ഇതിലും വലിയ കാര്യമായിരുന്നോ അത്?"

"അടുത്ത തവണ തീർച്ചയായും വരാം. പോരെ?"

ഇങ്ങനെ ഓരോ തവണയും വിളിച്ചുപോകേണ്ട ഗതികേടുവന്നു. സംഗതി എന്തെന്ന് അന്ന് മനസിലായിരുന്നില്ല. സംഘത്തിലിരിക്കാൻ മനസില്ലാത്തവനെ പിരിച്ചുവയ്ക്കുന്നത് നീതിയല്ല. ഇത് കുടുംബകാര്യമല്ല. പൊതുക്കാര്യം. ഈ സേവനത്തിന് സകല അംഗങ്ങളുടെയും സാർത്ഥത്യാഗം കൂടിയേ കഴിയൂ. പിന്നെ അളകനും പല പണികൾക്കുമായി പല ദിക്കിലും ഓടിനടക്കേണ്ടിവന്നു. ഇന്ന് രാജശാഹിയിലാണെങ്കിൽ നാളെ ഡാക്കയിൽ. മറ്റന്നാൾ മേദിനിപൂരിൽ.

കണ്ടാൽ കണ്ടെന്നു വരും. അതും ഏതാനും മിനുട്ടിന്, രാത്രി അസമയത്ത്, ആരുടെയും കണ്ണിൽപ്പെടാതെ. താരകന്റെ താവളങ്ങൾ അയാൾക്കറിയാം. ചിലപ്പോൾ, മാർജാപൂരിലെ ഏതെങ്കിലും കാർഷെഡിന്റെ തിണ്ണയിൽ. ചിലപ്പോൾ സിയാൽദാ സ്റ്റേഷനിലെ വെയ്റ്റിങ്ങ് ഷെഡിന്റെ ഒരു മൂലയ്ക്കൽ, അല്ലെങ്കിൽ കാളീഘട്ടിലെ ദുധ്‌വാല ധർമശാലയുടെ വരാന്തയിൽ.

"ഏയ് താരക്!"

ഉറക്കമുണരുന്ന താരകൻ മുമ്പിൽ കാണുന്നത് അളകനെ.

"എപ്പോൾ വന്നു കൽക്കത്തയിൽ?"

"ഇന്ന്."

"എങ്ങനെയിരിക്കുന്നു?"

"ഒന്നുമില്ല. അതു പോകട്ടെ, ദരിദ്രബാന്ധവഭാണ്ഡാരത്തിന്റെ സ്ഥിതി യെന്ത്?"

"പണത്തിന് വലിയ ഞെരുക്കം."

"എത്ര പണം വേണം?"

"എത്ര കിട്ടിയാലും രക്ഷയില്ല. ആ പലവ്യഞ്ജനക്കടക്കാരൻ കുടി ശിക തീർക്കാത്തതുകാരണം സാമാനങ്ങൾ തരാൻ പറ്റില്ലെന്ന് പറഞ്ഞു. നൂറ്റൻപതു റുപ്പികയോളം കൊടുക്കാനുണ്ട്."

അളകൻ കീശയിൽനിന്ന് പണമെടുത്തു. ഇരുട്ടത്ത് എത്രയെന്നു കാണാൻ നിവൃത്തിയില്ല. ആ ഇരുട്ടിൽ നിന്നുകൊണ്ടുതന്നെ പണമെണ്ണി താരകനു കൊടുത്തു.

"നൂറ്റൻപതുറുപ്പിക കടയിൽ കൊടുക്കാൻ. ബാക്കി കൈയിൽ വെച്ചോളു. മൂന്നരറുപ്പിക കാണും."

"ഈ പണം ഞാനെവിടെ സൂക്ഷിക്കും? അളകേട്ടൻ തന്നെ കൈയിൽ വെച്ചോളൂ. ആവശ്യംപോലെ ഞാൻ വാങ്ങിക്കൊള്ളാം."

"എന്നെ ഇനി എന്ന് എവിടെവെച്ചാണ് കാണുകയെന്ന് വല്ല പിടിയു മുണ്ടോ? കൈയിൽവെച്ചോളൂ. പോട്ടോപാഡ തെരുവിലെ ആ രാധയുടെ അമ്മയ്ക്ക് എങ്ങനെയിരിക്കുന്നു.?"

"അവരിപ്പോഴില്ല.'"

"ഇല്ല എന്നുവെച്ചാൽ?"

"ഞാൻ ഒരുപാട് പറഞ്ഞുനോക്കി. ഇപ്പോഴെ രോഗംമാറി എണീറ്റു നടക്കാനായിട്ടുള്ളൂ. പുറത്തേക്കൊന്നും പോകരുത്, നിരത്തിലേക്കിറങ്ങ രുത് എന്നൊക്കെ പറഞ്ഞുനോക്കി. പക്ഷേ, ആരുണ്ട് കേൾക്കാൻ? എത്ര വലിയ സുഖക്കേടിൽനിന്നാണ് രക്ഷപ്പെട്ടത്! പറഞ്ഞിട്ടെന്തുകാര്യം? സ്വഭാവം എത്രയായാലും വിട്ടുപിരിയുമോ? നിരത്തിലേക്കിറങ്ങിയതും ഒരു മിലിട്ടറി ലോറി വന്ന് മുട്ടിത്തെറിപ്പിച്ചതും ഒന്നിച്ചു കഴിഞ്ഞു."

"പോയവൾ പോകട്ടെ. തനിക്കെന്തു ചെയ്യാൻ കഴിയും? അപമൃ ത്യുവിധിച്ചിട്ടുള്ളവനെ ആർക്കു തടയാൻ കഴിയും?"

പിന്നെ ഒന്നുനിർത്തിയിട്ടു ചോദിച്ചു : "പിന്നെ അവരുടെ വർത്ത മാനം എന്തൊക്കെ?"

"ആരുടെ? ആരെപ്പറ്റിയാണ് ചോദിക്കുന്നത്?"

"യദുഭട്ടാചാര്യ ലെയ്നിലെ പാരുലും മറ്റും? അവളുടെ അമ്മ ഇപ്പോഴും ഉണ്ടോ? അതോ നാടുനീങ്ങിയോ?"

"ഇപ്പോഴും ജീവിച്ചിരിക്കുന്നുവെന്നുതന്നെ വേണം പറയാൻ. ഞാൻ കറപ്പുവാങ്ങിക്കൊണ്ടുപോയി കൊടുക്കാറുണ്ട്. ഈയിടെ കുളിമുറിയിൽ വഴുക്കിവീണു. പിന്നെ കിടപ്പു തന്നെയാണ്. അവിടെക്കിടന്ന് മകളോട് വഴക്കിടുകയാണ് ഇപ്പോഴത്തെ പതിവ്."

"പാരുലോ?"

"പാരുൽ തന്നെ അന്വേഷിക്കാറുണ്ട്."

"എന്നെ, എന്തിന്?"

"ഞാൻ അളകേട്ടനെപ്പറ്റി പലതും അവളോടു സംസാരിക്കാറുണ്ട്. അതൊക്കെ കേട്ടിട്ട് ചോദിക്കുന്നതാവും...."

പെട്ടെന്ന് മറ്റെന്തോ ഓർമവന്നതുപോലെ പറഞ്ഞു: "അതല്ല. പുതിയ ഒരു സംഭവം. ഒരുദിവസം അവരുടെ വീട്ടിൽ ഒരു സ്പൈ എത്തിയിരുന്നു. അളകേശ് ചക്രവർത്തി എന്നൊരുവൻ അവിടെയുണ്ടോ എന്നന്വേഷിച്ചു കൊണ്ട്."

"എന്നെ അന്വേഷിച്ച് അവിടെ പോകേണ്ട കാര്യം?"

"അതാണ് പറഞ്ഞത്? അവിടംവരെ ഒന്നുപോയിട്ടു വരണോ?"

"ഇപ്പോഴൊ? ഈ അസമയത്ത്?"

"അതിനെന്ത്? പാരുലിന് സന്തോഷമാവും. താൻ ചെന്നാൽ തന്നെപ്പറ്റി എന്നോട് എടുത്തെടുത്ത് ചോദിക്കാറുണ്ട്."

"ആ പെണ്ണ് അത്ര നല്ലവളല്ല. താൻ അവളോട് അധികമൊന്നും സംസാരിക്കാൻ നിൽക്കണ്ട. പെണ്ണുങ്ങളോട് ഏറെ അടുക്കുന്നതും നല്ലതല്ല. പ്രവർത്തനത്തിന് അത് തടസ്സം സൃഷ്ടിക്കും. താൻ ആവശ്യത്തിനുമാത്രം അവിടെ പോയാൽ മതി. അതുപോലെത്തന്നെ ആവശ്യമുള്ളതുമാത്രം സംസാരിച്ചാൽ മതി. അതിലധികമൊന്നും വേണ്ട."

താരകൻ നിരുത്സാഹിതനായി. അയാൾ പറഞ്ഞു: "ഞാൻ അധികമൊന്നും അവിടെ പോകാറില്ല. രാവിലെ ചന്തസാമാനങ്ങൾ കൊടുക്കാൻ ഒരിക്കൽ പോകും. സംസാരിച്ചുനിൽക്കാൻ സമയമില്ല എനിക്ക്."

"അതുതന്നെയാണ് ശരി. സമയം വെറുതെകളഞ്ഞാൽ പറ്റില്ല. നമ്മുടെ സ്ഥിതി വളരെ കുഴപ്പത്തിലാണ്. ദരിദ്രബാന്ധവഭാണ്ഡാരം എത്ര നാൾ നടത്തിക്കൊണ്ടുപോകാൻ കഴിയുമെന്നറിയില്ല. പണത്തിന് വളരെ ബുദ്ധിമുട്ട്. എന്റെ കൈയിലിരിപ്പുള്ള പണം കൊള്ളചെയ്തുകിട്ടിയ വകയാണ്."

"എവിടെന്നു കൊള്ളയടിച്ചു?"

"ഫരീദ്പൂർ ട്രെയിൻ കൊള്ള ചെയ്തു. പൊലീസുകാരുമായി നേരിട്ടേറ്റുമുട്ടി. വെടിവെപ്പുനടന്നു, അന്യോന്യം. പണമെടുത്ത് കുറെ എന്റെ കൈയിൽത്തന്നിട്ട് പറഞ്ഞു: 'നീ വേഗം സ്ഥലംവിടണം' ഞാൻ അവിടന്ന് വരികയാണ്. ആ പണം കിട്ടിയില്ലായിരുന്നുവെങ്കിൽ കുഴയുമായിരുന്നു. തനിക്ക് വല്ല പണവും പിരിക്കാൻ കഴിഞ്ഞോ?"

"പഴയപോലെ പിരിക്കാൻ പറ്റുന്നില്ല. കൽക്കത്തയിൽ പണ്ടത്തെപ്പോലെയുള്ളവരല്ല ഇന്നുള്ളത്. ഏതെങ്കിലും വീട്ടിൽ കയറിച്ചെന്നാൽ അന്നത്തെപ്പോലെ സംസാരിക്കാൻതന്നെ ഒരു മനസില്ലായ്ക."

"എന്തേ, നമ്മുടെ ലക്ഷ്യം അവരെ ശരിക്കും പറഞ്ഞു ധരിപ്പിക്കാൻ തനിക്ക് കഴിയാറില്ലേ?"

"അതുകൊണ്ടല്ല. അവശ്യസാധനങ്ങളുടെ തീപിടിച്ച വില. പോരെങ്കിൽ കൽക്കത്തമഹാനഗരം നിറയെ പിച്ചക്കാർ. പണ്ട് വെറും മുന്നണയ്ക്ക് ചോറും മീനും ഇറച്ചിയും കിട്ടിയിരുന്ന ഹോട്ടലിൽ ഇപ്പോൾ

പന്ത്രണ്ടണ കൊടുക്കണം. അതുകാരണം ഒരുനേരമാക്കി ഊണ്. ഒരു നേരം അവിൽ വാങ്ങിത്തിന്ന് വെള്ളം കുടിക്കും. ഈയിടെയായി അവിലും കിട്ടാതായിത്തുടങ്ങി. വളരെ മോശമായ കാലം, ചങ്ങാതി."

"അത് ഇനി ഇതിലേറെ മോശമാകാനാണ് പോകുന്നത്. അതിരിക്കട്ടെ. ഹസന്റെ വർത്തമാനമെന്തൊക്കെയാണെന്ന് തനിക്കറിയാമോ?"

"അറിയാം. ഇപ്പോൾ അവരുടെ കാലമാണ്. മുസ്‌ലിമായാൽ മതി. പണികിട്ടും. അയാൾ ഇപ്പോൾ റൈറ്റേഴ്സ് ബിൽഡിങ്ങി*ൽ ജോലിനോക്കുന്നു."

ജോലി നോക്കുന്നു–അതാലോചിച്ചപ്പോൾ അളകന് അസ്വസ്ഥത തോന്നി. സുഖിക്കേണ്ട ദിവസങ്ങളാണോ ഇത്? ഇവരാരും തന്നെ കഷ്ടതകളനുഭവിക്കാൻ ഒരുക്കമില്ല. മഹാത്മാഗാന്ധി, സുഭാഷ് ചന്ദ്രബോസ് തൊട്ട് അളകൻവരെയുള്ള എത്രയെത്ര ജനങ്ങൾ സ്വാതന്ത്ര്യത്തിനു വേണ്ടി സമരം ചെയ്യുന്നു. അത് സ്വയം സുഖിക്കുവാൻ വേണ്ടിയാണോ? സ്വതന്ത്ര്യം കൈവന്നാൽ അതിന്റെ സുഖം എല്ലാവർക്കും ലഭിക്കുന്നു. പ്രഫുല്ലൻ പറയുന്നു. സ്വാതന്ത്ര്യത്തിന്റെ നേട്ടങ്ങൾ ഹിന്ദു, മുസ്‌ലിം, സിക്ക്, ക്രിസ്ത്യൻ, ജൈനൻ, ബുദ്ധൻ എല്ലാവർക്കും ഒരുപോലെ അനുഭവിക്കാറാവുന്നു. എല്ലാവരും ഈ ഘട്ടത്തിൽ സ്വന്തംകാര്യം ചിന്തിക്കുകയാണെങ്കിൽ നാടിന്റെ ഭാവിയെന്താകും? കർഷകർ, തൊഴിലാളികൾ, കർഷത്തൊഴിലാളികൾ മുതലായ അധ്വാനിക്കുന്ന ജനവിഭാഗങ്ങളുടെ ഗതിയെന്താവും?

നടക്കുന്നതിനിടയ്ക്ക് പെട്ടെന്ന് താരകൻ ചോദിച്ചു.

"ഇനി എങ്ങോട്ടാണ്?"

"ഇനി കൽക്കത്തയിൽത്തന്നെ താമസിക്കേണ്ടിയിരിക്കുന്നു. പ്രഫുല്ലേട്ടൻ നിർദേശിച്ചിരിക്കുന്നത് അങ്ങനെയാണ്. കുറച്ചുദിവസം ഇവിടെ നിന്നിട്ട് പിന്നെ ഡാക്കക്കു പോകണം."

"നന്നായി. താൻ ഇവിടെയുണ്ടെങ്കിൽ എനിക്കും സമാധാനമാകും. ഒറ്റയ്ക്ക് ഒന്നും ചെയ്യാൻ കഴിയുന്നില്ല. ദരിദ്രബാന്ധവഭാണ്ഡാരവും ഒന്നുണർന്ന് പ്രവർത്തിക്കും."

"പക്ഷേ, കൽക്കത്തയിൽ നിൽക്കാൻ കഴിയുമെന്ന് തോന്നുന്നില്ല."

"അതെന്തുകൊണ്ട്?"

"പൊലീസുകാർ എന്റെ പിന്നാലെ വിടാതെ കൂടിയിരിക്കുന്നു. രണ്ടു ദിവസം നോക്കട്ടെ. അതുകഴിഞ്ഞാൽ ഡാക്കയ്ക്കു തിരിക്കും. പ്രഫുല്ലേട്ടനും അവിടെയുണ്ടായിരിക്കും."

പെട്ടെന്ന് പിറകിൽ ഒരു വണ്ടിയുടെ ഒച്ചകേട്ട് തിരിഞ്ഞുനോക്കി. റോന്തുചുറ്റുന്ന പൊലീസിന്റെ വാൻ. വണ്ടി അടുക്കൽ എത്തിയ ഉടനെ

---

* ബംഗാളിലെ സെക്രട്ടേറിയറ്റ്. പണ്ട് ഇംഗ്ലീഷുകാരായ ക്ലർക്കന്മാർക്ക് താമസിക്കാനുണ്ടാക്കിയതാണ് ഈ ബിൽഡിങ്. ആ പേർ ഇന്നും നിലനിൽക്കുന്നു.

നിന്നു. അതിൽനിന്ന് രണ്ട് പൊലീസുകാർ ചാടിയിറങ്ങി താരകനെ പിടികൂടി ചോദ്യം തുടങ്ങി:

"നീയാർ?"

താരകൻ അവിടെയുമിവിടെയും നോക്കി. അളകൻ ഒരിടത്തുമില്ല. അയാൾ അതിനകം അദൃശ്യനായിക്കഴിഞ്ഞു.

ഒരാൾ ഓടിമറയുന്നതുകണ്ട് സംശയം തോന്നിയ പൊലീസുകാർ താരകനെ പിടിച്ചുവലിച്ചുകൊണ്ട് പറഞ്ഞു: "നടക്ക് സ്റ്റേഷനിലേക്ക്."

താരകൻ പിടിവിടുവിപ്പിക്കാൻ വിഫലശ്രമം നടത്തുന്നതിനിടയിൽ ചോദിച്ചു: "ഞാൻ എന്തുകുറ്റം ചെയ്തിട്ടാണ് സ്റ്റേഷനിലേക്കുകൊണ്ടുപോകുന്നത്?"

പൊലീസുകാർ പുലഭ്യംകൊണ്ട് കുളിപ്പിച്ച് അയാളെ പിടിച്ചുവലിച്ച് പൊക്കി വാനിലേക്കിട്ട് വാതിലടച്ചു.

പതിനൊന്ന്

മനുഷ്യന് ആരിൽനിന്നെങ്കിലും യഥാർഥസ്നേഹം ലഭ്യമാവുകയാണെങ്കിൽ, സ്നേഹിക്കപ്പെടുന്നവന് എല്ലാവിധത്തിലും ആത്മസമർപ്പണം ചെയ്യുക എന്നത് സ്വാഭാവികം മാത്രം. ധനവും ഖ്യാതിയും പദവിയും ബഹുമതിയും എല്ലാം ആ സമയത്ത് തുച്ഛമായിത്തീരും. ധനംകൊണ്ട് ഉദരപൂരണം സാധ്യമാവുന്നു. ഖ്യാതിയും പദവിയും ബഹുമാന്യതയും അന്തസ്സ് വർധിപ്പിക്കുന്നു. എന്നാൽ പ്രേമത്തിനുമുമ്പിൽ മനുഷ്യർ അന്ധനാവുന്നു. കാരണം, പ്രേമം ആത്മാർഥതയുടേതായ ആനന്ദം നൽകുന്നു: പരിപൂർണതയുടേതായ ആനന്ദം.

ഹരിചരൺ മുക്തിയാറിന്റെ മരണത്തോടെ അയാളുടെ പത്നിയും പുത്രിയും അനാഥരായി. തന്റെ മരണത്തോടെ അവർ വഴിയാധാരമാവുമെന്ന് അയാൾക്ക് അറിയാമായിരുന്നു. ഭവനം സ്വന്തം പേരിലായിരുന്നുവെന്നത് നേരുതന്നെ. കൽക്കത്തയിലെ കല്ലും മരവും വളച്ചുതിരിച്ച ഹൃദയഹീനമായ സമൂഹം അവരെ തിരിഞ്ഞുനോക്കുകപോലും ചെയ്യില്ലെന്ന് അയാൾക്കറിയാമായിരുന്നു. ചരിത്രത്തിന്റെ നിർണായകമായ ഒരു സംക്രമണഘട്ടത്തിലാണ് താൻ അവരെ വിട്ടിട്ടുപോകുന്നത്. മനുഷ്യർക്ക് സ്വന്തം താൽപ്പര്യത്തിലല്ലാതെ അന്യരുടേതിന് നേരെ നോക്കാനുള്ള സമയമില്ലാത്ത ഒരു കാലഘട്ടം. ഒരുവശത്ത് ബ്രിട്ടീഷ് ഗവൺമെന്റ് സ്വന്തം നിലനിൽപ്പ് അപകടത്തിലാകാതെ കഴിക്കാൻ കാട്ടിക്കൂട്ടുന്ന മരണഗോഷ്ടികൾ, അവർ ഇന്ത്യവിട്ടുപോകേണ്ടിവന്നേക്കുമെന്ന അവസ്ഥ. മറുവശത്ത് ഭാരതീയർ ഇരുചേരികളിൽ.

ബലപ്രയോഗംകൊണ്ട് ഭരണംനടത്താമെന്ന വ്യാമോഹം ബ്രിട്ടീഷുകാർക്കില്ലാതായി. ഇന്ത്യ വിട്ടുപോകേണ്ടിവന്നാൽ, ഇന്ത്യയുടെ സ്ഥിതി എന്തുതന്നെയായാലും അവർക്ക് അസ്വസ്ഥതയില്ല. ഉടമസ്ഥൻ പുരവി

റ്റിട്ട് പോകുമ്പോൾ ജനലുകളും വാതിലുകളും തുറന്നിട്ടിട്ട് പോകുന്നതു പോലെയുള്ള അതേ മനോഭാവമായിരുന്നു ഇംഗ്ലീഷുകാർക്ക്.

അങ്ങനെയിരിക്കെയാണ് ദരിദ്രബാന്ധവഭാണ്ഡാരത്തിന്റെ അതിദരിദ്രമായ യുവാക്കളുടെ വരവ്.

മത്സ്യന്യായേനെ നടമാടിയിരുന്ന അരാജകത്വത്തിന്റെ മധ്യത്തിൽ ഏതോ ഒരു കോണിൽ ഒരു അത്ഭുതവസ്തു ഒളിഞ്ഞിരിപ്പുണ്ടെന്ന് ആ സമയം തോന്നി. അതിന്റെ പേരാണ് സദ്ബുദ്ധി. ആ അദൃശ്യവസ്തുവിൽ വിശ്വസിച്ചുകൊണ്ടുതന്നെയത്രെ ലോകവും മനുഷ്യനും സമൂഹവും ചരിത്രവും ഗതിഭംഗംവരാതെ മുമ്പോട്ടു നീങ്ങിക്കൊണ്ടിരുന്നത്. വിധവയായ കരുണാമയിയുടെയും പാരുലിന്റെയും അരികിൽ അളകനും താരകനും ആ അദൃശ്യവസ്തുവിന്റെ പ്രേരണകൊണ്ട് എത്തിയതായിരുന്നു.

അളകൻ അന്ന് പാരുലിനോട് പറയുകയുണ്ടായി. "നിനക്ക് പഠിപ്പ് തുടരണമെന്നുണ്ടെങ്കിൽ പറഞ്ഞോളൂ. അതിനേർപ്പാടുചെയ്യാം. വീണ്ടും സ്കൂളിൽ ചേർക്കാം."

പാരൂൽ തലതാഴ്ത്തിക്കൊണ്ടു പറഞ്ഞു: "വേണ്ട, ഇനി അതൊന്നും നടക്കുകയില്ല."

"എന്തുകൊണ്ടില്ല? ചിറ്റമ്മയെ ഓർത്തിട്ടാണോ അങ്ങനെ തോന്നുന്നത്?"

''അമ്മയുടെ കാര്യം ഞാൻതന്നെ വേണ്ടെ നോക്കാൻ? ൃഞങ്ങൾക്ക് വേറെയാരുണ്ട്?"

"ആരുമില്ലെന്ന് ആരു പറഞ്ഞു?"

"ഭഗവാൻ മാത്രമാണ് ഞങ്ങൾക്കാശ്രയം."

"പക്ഷേ ഭഗവാനെ കാണാൻ കഴിയില്ലല്ലോ. ഭഗവാൻ തന്നെയാണ് എന്നെ അയച്ചതെന്ന് വിചാരിച്ചോളൂ."

"അങ്ങനെയാണെങ്കിൽ ആ ഭഗവാന് എന്റെ അച്ഛനെ രക്ഷിക്കാമായിരുന്നല്ലോ. ഞങ്ങൾക്ക് നിങ്ങളെ ബുദ്ധിമുട്ടിക്കേണ്ടിവരുമായിരുന്നില്ല."

"ബുദ്ധിമുട്ടോ? അന്യർക്കുവേണ്ടി ബുദ്ധിമുട്ടുവാൻ തന്നെയാണ് ദരിദ്ര ബാന്ധവഭാണ്ഡാരം തുടങ്ങിയിട്ടുള്ളത്. ഞങ്ങൾ ബുദ്ധിമുട്ടുന്നതുകൊണ്ട് ഒരുവന്റെയെങ്കിലും മുഖത്ത് ചിരി വിരിയിക്കാൻ കഴിഞ്ഞാൽ അത് ധാരാളം. അതിലേറെയൊന്നും ആഗ്രഹിക്കുന്നില്ല."

താരകനും ഉണ്ടായിരുന്നു അടുത്ത്. അയാൾ പറഞ്ഞു "നീ അമ്മയെ വിചാരിച്ചാവും വേണ്ടെന്നു പറയുന്നത്. ഞങ്ങൾ നിന്റെ അമ്മയെയും നോക്കിക്കൊള്ളാം. നിന്റെ സ്കൂൾ ഫീസ്, സ്കൂൾഡ്രസ്, ആഹാരം എല്ലാത്തിന്റെയും ഭാരം ഏൽക്കുന്നു."

പാരുൽ കുറേനിമിഷം ആലോചിച്ചിരുന്നിട്ട് പറഞ്ഞു: "നിങ്ങളെന്തിനായിട്ടാണ് ഞങ്ങളുടെ ഭാരം നോക്കുന്നു? ഞങ്ങൾ നിങ്ങളുടെ ആര്?"

അളകൻ പറഞ്ഞു: "ഞങ്ങളുടെ ആരുമല്ല. ഭാരമേൽക്കുന്നത് മനുഷ്യരുടെ സേവനമാണ് ഞങ്ങളുടെ ആദർശമെന്നതുകൊണ്ടുതന്നെ."

ഇതിന് പെട്ടെന്നൊരു മറുപടി പറയാൻ പാരുലിന് കഴിഞ്ഞില്ല. പരി

ചയമില്ല. പറഞ്ഞുകേട്ടിട്ടില്ല. അങ്ങനെയുള്ള ഏതാനും യുവാക്കൾ ആപത്തുസമയത്തു വന്ന് തങ്ങളെ രക്ഷിച്ച സംഭവം അവൾക്ക് ചിന്തിക്കുവാൻപോലും കഴിയാത്തതായിരുന്നു. അച്ഛന്റെ ശവസംസ്കാരംതൊട്ട് ശ്രാദ്ധംവരെയുള്ള ഒന്നിലും ഒരു പോരായ്കയും അവർ വരുത്തിയില്ല.

അമ്മ പറഞ്ഞു: "ഇതും ഭഗവാന്റെ ലീലതന്നെ മോളെ!"

മകൾ മിണ്ടാതെ നിന്നതുകണ്ട് അമ്മ തുടർന്നു : "കുട്ടികൾ എത്ര നല്ലവർ, അല്ലേ മോളേ! ചുറ്റുവട്ടത്ത് എത്രയെത്ര ജനങ്ങൾ പാർക്കുന്നു! എല്ലാവരും പരിചയക്കാർ. എന്നിട്ടോ? അവർ ഒരിക്കലെങ്കിലും വന്ന് അന്വേഷിക്കുകയുണ്ടായോ, നിങ്ങൾ ഇന്നു വല്ലതും ഭക്ഷിച്ചോ, നിങ്ങൾ ജീവിച്ചിരിപ്പുണ്ടോ. അതോ ചത്തോ എന്നൊന്നു വന്ന് നോക്കുക."

പാരുൽ ഇതൊക്കെ കേട്ടതായി നടിക്കാതെ പറഞ്ഞു: "വന്നിരുന്ന് ഊണു കഴിക്കൂ. അമ്മേ! രാത്രി ഒരുപാടായി."

"എനിക്ക് ഇനിയൊന്നും വേണ്ട."

"പട്ടിണികിടന്ന് എന്നെ കഷ്ടപ്പെടുത്താനോ ഭാവം?"

"നിന്റെ നാവിന്റെ ഒരു മൂർച്ച! ഞാനതാണോ പറഞ്ഞത്? ഇതാ ഉള്ളതൊക്കെ ഞാൻ തിന്നാൽ നീയെന്തു ഭക്ഷിക്കുമെന്നു വിചാരിച്ചു പറഞ്ഞതല്ലേ ഞാൻ?"

"അവൻ രസഗുള കൊടുത്തയച്ചിട്ടുണ്ട്."

"അതുവ്വോ?"

അന്ന് മകൾ പറഞ്ഞതു കേട്ടപ്പോൾ കരുണാമയിയുടെ ആശ്ചര്യത്തിന് അതിരുണ്ടായിരുന്നില്ല. അപ്പോൾ തലയ്ക്കുമുകളിൽ ഭഗവാനുണ്ട്. അവർ അദൃശ്യനായ ആ ഭഗവാനെ മനസാ ആയിരംവട്ടം പ്രണമിച്ചു.

പിന്നീട് എന്തുസംഭവിച്ചുവെന്ന് കരുണാമയിക്ക് അറിയാനേ കഴിഞ്ഞില്ല. അത്ര വലിയൊരു ആപത്തിൽനിന്ന് എങ്ങനെ മോചനം കിട്ടിയെന്നകാര്യം അവർക്കിപ്പോൾ ഒട്ടുമില്ല ഓർമ.

ഒടുവിൽ ഒരുദിവസം അവർ മകളോട് പറഞ്ഞു: "അളകനും മറ്റും നിന്നെ പഠിപ്പിക്കാമെന്ന് പറയുന്നുണ്ടല്ലോ. അത് നല്ല കാര്യമാണ്. അവർ അതിനുള്ള പണം തരും കുട്ടീ! നമുക്ക് പണച്ചെലവില്ല. അവർ പറഞ്ഞോളും. നിന്റെ അച്ഛൻ മരിച്ചു. ഫീസ് തരാൻ കഴിവില്ല. നിനക്കെന്തിനാണിതിൽ എതിർപ്പ്?"

"ഒന്നു മിണ്ടാതിരിക്കൂ അമ്മേ! അവരെന്തിനാണ് പഠിക്കുവാൻ പണം തരുന്നത്? അവരൊക്കെ നമ്മുടെയാര്?"

"അന്യർക്ക് ആപത്ത് പിണയുമ്പോൾ പണംകൊടുത്ത് സഹായിക്കുക പതിവില്ലേ. പാരൂ! അവർ സ്നേഹം കാരണം സഹായിക്കുന്നു. പെറ്റമക്കളെപ്പോലെയാണവർ."

"അമ്മയ്ക്കില്ലെങ്കിൽ വേണ്ട, എനിക്ക് നാണമാവും, അത് പറഞ്ഞേക്കാം"

"അപ്പോൾ അവരുടെ ചെലവിൽ രണ്ടുനേരവും കിണ്ണത്തിനു മുമ്പിൽ ഇരുന്ന് സാപ്പിടാൻ നാണമൊന്നുമില്ല, അല്ലേ? പഠിക്കാൻ പണം വാങ്ങു

ന്നതിനേയുള്ളൂ കുറച്ചിൽ!"

"അങ്ങനെ തുടങ്ങിയാൽ ഞാനിന്ന് ഉയിരോടെ ഇരിക്കയുണ്ടാവില്ലായിരുന്നു. അതാണോ അമ്മയ്ക്ക് മോഹം?"

അമ്മയ്ക്ക് ഇതുകേട്ട് സഹികെട്ടു. അവർ അലറി : "എടീ, നിനക്കിത്രയായോ? എന്തുകണ്ടിട്ടാണ് നീയിത്ര ഞെളിയുന്നത്? ഞെളിച്ചില് തോന്നാൻ ഉണ്ടായിരുന്ന ആൾ നമ്മെ വിട്ടുപൊയ്ക്കളഞ്ഞു. ഇനി നിനക്ക് ആരുണ്ട്, കേൾക്കട്ടെ?"

പാരുലിനും തല നിലയ്ക്കുനിർത്താൻ കഴിഞ്ഞില്ല: "അമ്മേ, തൊള്ള തുറക്കാതിരിക്കൂ. അയൽവാസികൾ ഓടിക്കൂടിയാൽ അമ്മയ്ക്കും തല പൊക്കാൻ വയ്യാതാവും. എനിക്കും...."

"അയൽവാസികളുടെ കാര്യം പറയാതിരിക്കയാണെടീ ഭേദം. അവരിനി അറിയാൻ എന്തുബാക്കി കിടക്കുന്നു? അവരും ചോറാണ് തിന്നുന്നത്. പുല്ല് ചവച്ചിറക്കുന്നവരല്ല."

"എന്നാൽ എന്തിനു മടിക്കുന്നു? അവരുടെ മുമ്പിൽ തുണിയഴിച്ചിട്ട് തുള്ളിക്കോളൂ."

ഇതിനും ചുട്ടമറുപടി കരുണാമയി കൊടുക്കാതിരിക്കില്ലായിരുന്നു. എന്നാൽ അതിനുമുമ്പ് ഒരു അശനിപാതം സംഭവിച്ചു. അശനിപാതമുണ്ടായാലും അവർ ഇങ്ങനെ ഞെട്ടുമോ എന്ന് സംശയമാണ്.

പെട്ടെന്ന് അളകനെ മുമ്പിൽക്കണ്ട് രണ്ടുപേരും ഞെട്ടി.

"എന്താണിത് ചിറ്റമ്മേ! ഇതുവരെ ഇവിടെ എന്തിനുവേണ്ടിയുള്ള ബഹളമായിരുന്നു?"

അമ്മ തലമറച്ചുകിടന്നിരുന്ന ചേലത്തുമ്പ് മുഖത്തേക്ക് വലിച്ചിട്ടുകൊണ്ട് പറഞ്ഞു.

"അതല്ല മോനെ! ഈ പെണ്ണിന്റെ വർത്തമാനം കേട്ടിട്ട് എനിക്ക് കലിവരികയാണ്. ഞാൻ അവളോട് ചോദിക്കുകയായിരുന്നു. എന്തിനാണ് നീ അളകനെയും മറ്റും അന്യരെപ്പോലെ വിചാരിക്കുന്നത് എന്ന്?"

അളകൻ പാരുലിനെ നോക്കി. "എന്ത്? ഞങ്ങളൊക്കെ നിനക്ക് അന്യരാണെന്നോ? പാരുൽ?"

പാരുലിനുവേണ്ടി അമ്മ തന്നെ സംസാരിക്കാൻ തുടങ്ങി. "നീ ഞങ്ങൾക്ക് ഭക്ഷണത്തിനുള്ളതെല്ലാം വാങ്ങിത്തരുന്നില്ലേ? അതൊക്കെ തിന്നിട്ട് ഈ അസത്തിന് ദഹിക്കുന്നില്ലത്രെ."

അമ്മ പറഞ്ഞതിനോട് എതിർപ്പ് പ്രകടമാക്കുന്ന സ്വരത്തിൽ പാരുൽ മറുപടി പറഞ്ഞു: "അമ്മേ!"

എന്നാൽ പറയാൻ ഭാവിച്ചത് പുറത്തേക്കുവരുംമുമ്പേ അളകൻ പറഞ്ഞു:

"ഛീ, അമ്മയോട് വഴക്കിടുവാൻ നിനക്കു ലജ്ജയില്ലേ? കുറെയൊക്കെ പഠിച്ചവളല്ലേ നീ? എന്നിട്ടും ഇങ്ങനെയാണോ?"

ഇതിനുശേഷം പാരുൽ ഒരു പണിചെയ്തു. അമ്മയെ ഉഗ്രമായിട്ടൊന്നു കടാക്ഷിച്ച് തളത്തിൽനിന്ന് ഒരു നട കൊടുത്തു.

കരുണാമയി പറഞ്ഞു: "കണ്ടില്ലേ മോനെ! കണ്ടില്ലേ? എന്റെ നേരെ തിരിച്ചുവിട്ട നോട്ടം നീ കണ്ടില്ലേ? ഞാൻ ഇവളെ ഇനി എന്തുചെയ്യണം? ഞാൻ അവളെക്കൊണ്ടു പെടുന്നപാട് എനിക്ക് മുകളിലിരിക്കുന്ന ഭഗവാനു മാത്രമേ അറിയാവൂ. ഇവളുകാരണം എനിക്ക് സ്വൈര്യമില്ലാതായി."

എന്തു ചെയ്യണമെന്ന് അറിയാൻവയ്യാതെ അളകൻ നിന്നു പരുങ്ങി.

കരുണാമയി വീണ്ടും പറഞ്ഞു: "മോനെ, നീയൊരു കാര്യം ചെയ്യണം. അവൾക്ക് ഒരു വരനെ അന്വേഷിച്ചുകൊണ്ടുവന്നുതരണം. അവളെ വല്ലവർക്കും പിടിച്ചുകൊടുത്താലെ എന്റെ ശ്വാസം നേരെയാവുള്ളൂ. ശ്വശുരന്റെ വീട്ടിലെ ചവിട്ടും തൊഴിയും കൊള്ളുമ്പോഴെ, അമ്മയുടെ മഹത്വം അറിയുള്ളൂ."

അളകൻ പറഞ്ഞു: "ചിറ്റമ്മ ഒട്ടും വിചാരപ്പെടേണ്ട. പോയിക്കിടന്ന് വിശ്രമിക്കൂ. ഞാൻ പാരുലിന്റെ അടുക്കലേക്കു ചെല്ലട്ടെ. അവളെ പറഞ്ഞു നേരെയാക്കാമോ എന്നു നോക്കട്ടെ."

അളകൻ പാരുലിന്റെ മുറിയിൽ കടന്നുചെന്നു. അവൾ തലയണയിൽ മുഖമമർത്തി കമിഴ്ന്നുകിടക്കുകയായിരുന്നു.

അയാൾ ചോദിച്ചു: "എന്താണിത്? ഇങ്ങനെയൊരു കിടപ്പ്! അവനവൻ തന്നെ കുറ്റം ചെയ്തിട്ട് മുഖവും വീർപ്പിച്ചു കട്ടിലിൽ ചുരുണ്ടുകിടക്കുക. ഇത് കുറെ കേമം തന്നെ."

അളകൻ ഇതും പറഞ്ഞ് ഒന്നുകൂടി അരികിലേക്കു നീങ്ങിനിന്ന് അവളുടെ മുടിക്കെട്ട് പിടിച്ചാട്ടിക്കൊണ്ട് ചോദിച്ചു. "എന്താണിത്ര ക്ഷോഭിക്കാനുണ്ടായത്? ആരോടാണ് കോപം?"

പാരുൽ ഒരു കൈകൊണ്ട് മുടിക്കെട്ട് പിടിച്ചുമാറ്റിക്കൊണ്ട് പറഞ്ഞു: "നിങ്ങളിവിടന്ന് ഒന്നു പോകാമോ? ആരാണ് നിങ്ങളെ ഇങ്ങോട്ട് ക്ഷണിച്ചത്?"

"ശരി തന്നെ. പക്ഷേ, നിന്റെ അമ്മ ഇപ്പോൾത്തന്നെ എന്നോടു പറഞ്ഞത് നീ കേട്ടില്ലേ? നിനക്ക് ഒരു വരനെ പിടിച്ചുകൊണ്ടുവന്ന് തരണമെന്ന്. ശ്വശുരന്റെ ഭവനത്തിൽച്ചെന്ന് അവിടത്തെ ചവിട്ടും മെതിയും ഏറ്റ് ഒരുപാഠം പഠിക്കട്ടെ. അപ്പോൾ അമ്മയെ ഓർത്ത് കരയും."

പാരുൽ വെറുപ്പോടെ എഴുന്നേറ്റിരുന്നു.

"അളകേട്ടൻ ഇപ്പോൾ ഇവിടന്നു പോകാൻ ഭാവമുണ്ടോ? അതോ ഞാൻതന്നെ വല്ല ദിക്കിലേക്കും പോകണോ?"

അളകൻ ചിരിച്ചുകൊണ്ട് പറഞ്ഞു: "അങ്ങനെയങ്ങോട്ട് പോകാമെന്നു വിചാരിച്ചോ? നിന്നെ വെറുതെ വിടുമെന്ന് ധരിച്ചുപോകണ്ട. ഒരു വരനെ ഞാൻ കണ്ടുവെച്ചിട്ടുണ്ട്. അവൻ വരേണ്ട താമസം, നിന്നെ പിടിച്ചുവലിച്ചുകൊണ്ടു പോകും, കണ്ടോ."

"കൊണ്ടുപോകാൻ വരുമ്പോൾ കണ്ടോളാം. ഇപ്പോൾ പൊയ്ക്കോളൂ."

ഇതിനിടെ കരുണാമയി വാതിൽക്കൽ വന്നു പറഞ്ഞു: "നീയെന്താണീ പറയുന്നത് കുരുത്തംകെട്ടവളെ! നമുക്കുവേണ്ടി ഇത്രയൊക്കെ ഓടി നടക്കുന്ന അളകനോട് ഇങ്ങനെയൊക്കെ സംസാരിക്കാമോ? അള

കനില്ലെങ്കിൽ നീയിപ്പോൾ എവിടെ എത്തുമായിരുന്നു."

"ആരുപറഞ്ഞു ഞങ്ങൾക്കുവേണ്ടി ഓടി നടക്കാൻ? എനിക്കിപ്പോൾ ഒന്നും കേൾക്കണ്ട. നിങ്ങളൊക്കെ ഒന്ന് പുറത്തേക്കുപോയാൽ മതി."

"വരൂ മോനെ! പുറത്തേക്കുപോരൂ. അവൾക്ക് പറയാൻ വയ്യാത്തതും ആടിനു തിന്നാൻ വയ്യാത്തതും ഒന്നുമില്ല. നീയെന്തിനാണിതൊക്കെ കേൾക്കുന്നത്? ഇങ്ങോട്ടുപോരൂ."

"എന്നെ എന്തുതന്നെ പറഞ്ഞാലും എനിക്കൊന്നുമില്ല. ചിറ്റമ്മേ! ചിറ്റമ്മയെ വല്ലതുമൊക്കെ പറയാതിരുന്നാൽ മതി."

"എന്നെ ഒന്നും പറയാറില്ലെന്നാണോ വിചാരം? നേരം പുലർന്നാൽ തുടങ്ങുകയായി. എന്നെ ശകാരംകൊണ്ടു പൂജിക്കാൻ?

"അങ്ങനെയാണോ? എന്നാൽ ഒരു മുതുക്കനെത്തന്നെ പിടിച്ചു കൊണ്ടു വന്നേക്കാം, വരനായിട്ട്?"

"അല്ല മോനെ, നേരമ്പോക്കാക്കണ്ട. ഒരു ചെറുപ്പക്കാരനെ കൊണ്ടു വരൂ. അവളുടെ വേളി കഴിഞ്ഞ് സമാധാനമായി എനിക്കു കണ്ണടയ്ക്കാമല്ലൊ."

പന്ത്രണ്ട്

എത്രയോ വർഷങ്ങൾക്കുമുമ്പ് നടന്നതാണ് ഇതൊക്കെ, ഹരിമുക്തിയാർ മരിച്ച ആയിടയ്ക്ക്. ആ സംഭവത്തെ തുടർന്നുണ്ടായ ശോകം ശമിച്ച് മാനസികാവസ്ഥ കുറഞ്ഞൊന്ന് സമനിലയിലെത്തിയെന്നു പറയാവുന്ന ഘട്ടം. അളകനും താരകനും കൂട്ടരും രഹസ്യമായി എന്തൊക്കെ ചെയ്യുന്നവരായിരുന്നാലും പുറമേക്ക് ദരിദ്രബാന്ധവഭാണ്ഡാരമെന്ന സാമൂഹ്യസംഘടനയുടെ പ്രവർത്തകരായിരുന്നു.

അളകന് ചിലദിവസം നേരിട്ടിറങ്ങാൻ കഴിയാതെ പോകും. അപ്പോൾ താരകനെ അയയ്ക്കും.

"താരക്! നാളെ എനിക്ക് പോകാൻ പറ്റില്ല. ചിറ്റമ്മയുടെ വീട്ടിൽ താൻ തന്നെ പോകണം."

"അപ്പോൾ ബാദാംതലയിലേക്ക് ആരുപോകും?"

"തനിക്ക് ബുദ്ധിമുട്ടാവും. എന്നാലും കാളീഘട്ടിൽനിന്ന് ബാദാംതലയ്ക്കു പോയാൽ മതിയാവില്ലേ?"

"അതുകഴിഞ്ഞ് രാധയുടെ വൃദ്ധയായ അമ്മയുണ്ട്. അവരെ ഡോക്ടറെ കാണിക്കണം. അതിന് സമയമുണ്ടാവുമോ?"

അളകേശന് കോപം വരും.

"ഇതുപോലും ചെയ്യാൻവയ്യാത്ത താൻ നാളെ ഇതിലും ഭാരിച്ച പ്രവർത്തനത്തിന് ഇറങ്ങേണ്ടിവരുമ്പോഴോ? അപ്പോഴെന്തു ചെയ്യും? പ്രഫുല്ലൻ എന്താണ് പറയാറുള്ളതെന്നറിയാമോ? സുഖിക്കുവാനാണ് മോഹമെങ്കിൽ നിങ്ങൾ ഈ ലൈനിലേക്ക് വരണ്ട. മാതൃഭൂമിയെക്കാൾ

പണത്തിനും സുഖത്തിനും വില കൽപ്പിക്കുന്നവർ സ്വാതന്ത്ര്യവും ധനവും കളഞ്ഞുകുളിക്കുന്നു. സ്വാതന്ത്ര്യം കൈവന്നശേഷം, നിങ്ങൾക്ക് ഇഷ്ടംപോലെ സുഖിക്കാം. ആരും ചോദ്യം ചെയ്യുകയില്ല."

അളകന്റെ വാക്കുകൾ താരകനെ ദുഃഖിപ്പിച്ചു. ഇത്രയൊക്കെ അധ്വാനിക്കുന്നു. എന്നിട്ടും അളകനെ തൃപ്തിപ്പെടുത്താൻ കഴിയുന്നില്ല. എന്നാൽ അളകേശൻ പറയുന്നതിനെതിരായി അയാൾ ഒന്നും പറയാറില്ല. അളകൻ തന്നെക്കാൾ എത്ര വലിയവനാണെന്ന് അയാൾക്കറിയാം. അളകേശനുവേണ്ടി താൻ അമ്മയെ ഉപേക്ഷിച്ചു. എന്നാൽ അളകേശനോ? പ്രവർത്തനത്തിനുവേണ്ടി അച്ഛൻ, അമ്മ, സഹോദരൻ, സഹോദരി – എല്ലാവരെയും ചിരിച്ചുകൊണ്ട് ഉപേക്ഷിക്കാൻ അയാൾക്ക് കഴിഞ്ഞു. ഇത്ര വലിയ ത്യാഗം ചെയ്യുവാൻ തന്നെക്കൊണ്ടാവുമോ?

അത്ഭുതം! ഇത്രനാളുകൾക്കുശേഷം അതൊക്കെ ചിന്തിക്കുവാൻ പുറപ്പെട്ടപ്പോൾ താരകന് അത്ഭുതം തോന്നി. ഇന്ന് അന്നത്തെ ആ കൽക്കത്തയല്ല ഉള്ളത്. അന്നത്തെ ബംഗാളും ഇന്നില്ല. ഏതൊരു ദേശത്തിനുവേണ്ടിയാണോ അളകനും സംഘവും ദരിദ്രബാന്ധവഭാണ്ഡാരം സ്ഥാപിച്ചത്, ആ ദേശത്ത് ആ സ്ഥാപനത്തെപ്പറ്റി കേൾക്കുന്നവർ ഇന്നാണെങ്കിൽ ചിരിക്കുകയേയുള്ളൂ. അങ്ങനെയും ഒരുതരം കുട്ടിക്കളി. അന്നത്തെ അവരുടെ പ്രായത്തിലുള്ള കുട്ടികളെ കാണുമ്പോൾ താരകനും ഇന്ന് അങ്ങനെ തോന്നാറുണ്ട്. ഞങ്ങൾ ആ വയസിൽ ചിന്തിച്ചിരുന്നതുപോലെത്തന്നെയാണോ ഇന്നത്തെ ചെറുപ്പക്കാർ ചിന്തിക്കുന്നത്? സിനിമാതിയേറ്ററിന്റെ മുമ്പിൽ മണിക്കൂറുകളോളം ക്യൂവിൽനിൽക്കുന്ന ആൾക്കൂട്ടത്തെ കാണുന്ന സമയം താരകൻ പണ്ട് അളകൻ പറഞ്ഞത് ഓർത്തുപോകുന്നു. അളകേശൻ പറയുകയുണ്ടായി. "സ്വദേശത്തെക്കാൾ അധികം പണവും സുഖവും ആണ് വലിയതെന്നു കരുതുന്നവർക്ക് സ്വദേശവും നഷ്ടപ്പെടും പണവും നഷ്ടപ്പെടും. അവരനുഭവിക്കേണ്ടിവരുന്ന ദുഃഖങ്ങൾക്കറുതിയുണ്ടാവില്ല. ഓർത്തോളൂ."

സിംസനെന്ന ആ മനുഷ്യനാണ് വീണ്ടും കൽക്കത്തയിൽ വന്നിരിക്കുന്നത്. ഈ വരവ് കണ്ടിട്ടുപോകാൻ അളകന് കഴിഞ്ഞില്ല. ആരെ ഭയന്നിട്ടാണോ താൻ ഒരുകാലത്ത് ഒളിച്ചു നടന്നിരുന്നത്, ആരെ വകവരുത്താനാണോ ഇത്രയൊക്കെ ഒരുക്കം കൂട്ടിയത്, അയാളും അയാളുടെ കൂട്ടരും എന്നേ നാടുവിട്ടുപോയി. ഏതൊരു ഇന്ത്യയുടെ സ്വാതന്ത്ര്യത്തിനുവേണ്ടിയാണോ ഖുദ്ദിറാമിൽ* നിന്ന് തുടങ്ങി ജെ എം സെൻഗുപ്ത, സുഭാഷ് ബോസ്, മഹാത്മാഗാന്ധിവരെയുള്ളവർ പ്രാണത്യാഗം ചെയ്തത് ആ ഇന്ത്യ ഇന്ന് രണ്ടായി പകുക്കപ്പെട്ടിരിക്കുന്നു. ഇതൊന്നും തന്നെ അറിഞ്ഞിട്ടുപോകാൻ അളകന് യോഗമുണ്ടായില്ല.

---

* 1908 ആഗസ്റ്റ് 15 ന് മുസഫർപൂർ ജയിലിൽവച്ച് തൂക്കിക്കൊല്ലപ്പെട്ട വിപ്ലവ നേതാവ്. കിങ്സ്ഫോർഡ് സായ്പിനെ വധിക്കാൻ ശ്രമിച്ചുവെന്നതായിരുന്നു കുറ്റം.

താരകൻ ഹാജ്‌രാറോഡിന്റെ തിരിവിൽ ബസിൽനിന്നിറങ്ങി. നല്ല തിരക്ക്. ഫുട്പാത്തിൽക്കൂടിപ്പോലും തിരക്കാതെ നടക്കുക വിഷമം.

പെട്ടെന്ന് മുമ്പിൽനിന്ന് ഒരു കൈ നീണ്ടുവന്നു.

"വല്ലതും തരൂ, സാറേ! എന്തെങ്കിലും വിശപ്പടക്കാൻ കിട്ടിയിട്ട് ഏറെ നാളായി സാറേ!"

"പോ പോ! വഴിവിട്ടുനിൽക്ക്."

ഈ അസമയത്തും പിച്ചക്കാരോ?

താരകൻ അയാളെ തട്ടിമാറ്റി നേരെ നടന്ന് ട്രാംലെയ്നിൽ ചെന്നു നിന്നു. തന്റെ കുട്ടിക്കാലത്ത് ഇത്രയേറെ പിച്ചക്കാരുണ്ടായിരുന്നില്ല.

വഴി മുറിച്ചുകടന്ന് മറുവശത്തെ ഫുട്പാത്തിൽ ചെന്നുനിന്ന് തിരിഞ്ഞു നോക്കി. ആ മനുഷ്യൻ അതേവിധം ഫുട്പാത്തിൽനിന്ന് ഓരോരുത്തരുടെനേരെയും കൈ നീട്ടുന്നു. അവരോടും പറയുകയാവും – "വല്ലതും തരൂ, യജമാനന്മാരെ! എന്തെങ്കിലും ഭക്ഷിച്ചിട്ട് ഏറെനാളായി, തമ്പുരാക്കന്മാരെ!" അയാൾ പറയുന്നത് കേട്ടുകൂടെങ്കിലും മട്ടുകണ്ടിട്ട് അങ്ങനെ തോന്നുന്നു. ഫുട്പാത്ത് സഞ്ചാരികൾ അയാളുടെ നേരെ തനിക്കുതോന്നിയപോലുള്ള വെറുപ്പ് പ്രകടിപ്പിക്കുന്നു.

എന്താണിത്? തന്റെ ചേഷ്ടിതത്തിൽ താരകന് അത്ഭുതം തോന്നി. അവരല്ലേ ദരിദ്രർ? അവർക്കുവേണ്ടിത്തന്നയല്ലേ ദരിദ്രബാന്ധവഭാണ്ഡാരം പ്രവർത്തിക്കുന്നത്? എല്ലാവരിൽനിന്നും പിടിയരിയും വരിപ്പണവും പിരിച്ച് അവരെ സഹായിക്കുകയെന്നതല്ലേ തന്റെ ധർമം? പിന്നെയെന്തുകൊണ്ടാണ് അവരെ കാണുമ്പോൾ അറപ്പുതോന്നുന്നത്?

പെട്ടെന്ന് താരകൻ നിന്നിരുന്ന ഫുട്പാത്തിൽനിന്നുതന്നെ തന്റെ നേരെ ഒരു കൈ നീണ്ടുവരുന്നത് അയാൾ കണ്ടു : "വല്ലതും തരൂ, സാറെ! ശുദ്ധപട്ടിണിയാണ്."

ചിന്തയിൽനിന്ന് ഞെട്ടിയുണർന്ന താരകൻ പിച്ചക്കാരന്റെ നേരെ സൂക്ഷിച്ചുനോക്കി പറഞ്ഞു: "പോ പോ. മുമ്പിൽ വന്നുനിന്ന് വഴിമുടക്കാതെ."

പിച്ചക്കാരനെ തള്ളിനീക്കി താരകൻ നടന്നു. അത്ഭുതം! പിച്ചക്കാരിൽനിന്ന് വിടുതൽ കിട്ടില്ലെന്നോ? വേണ്ട, അതൊന്നും ചിന്തിച്ചിട്ടു കാര്യമില്ല. തന്റെ കാര്യം ചിന്തിക്കാൻ ആരുണ്ട് എന്നുതന്നെ നിശ്ചയമില്ല. എന്നിട്ടാണ് പരന്റെ കാര്യമോർത്ത് പരിതപിക്കുന്നത്.

താരകൻ കുറെനാൾമുമ്പ് സ്വന്തംകാലിൽ നിൽക്കാൻ എത്രയേറെ ശ്രമിച്ചുനോക്കിയതായിരുന്നു! എന്നിട്ടും വല്ലതും നടന്നോ? പലനാൾ പലരുടെയും പുറകെ നടന്നുനോക്കി. പലരുടെയും ഭവനത്തിലെത്തി പാടുകിടന്നു. എത്രയെത്ര ദിക്കുകളിലേക്കാണ് അപേക്ഷകൾ അയച്ചുനോക്കിയത്! ഒരു ഗുണവും ഉണ്ടായില്ല. അവരൊക്കെ സഹതാപം പ്രകടിപ്പിച്ചു. അത്രമാത്രം.

"എന്തു ചെയ്യും? കാലം വളരെ ചീത്ത!"

താരകൻ പറഞ്ഞു : "ഞാനും ഒരുകാലത്ത് സ്വാതന്ത്ര്യസമരത്തിലുണ്ടായിരുന്നു സാർ!"

"അതുവ്വോ?"

"ഉവ്വ്, സർ! പാവങ്ങളുടെ വീടുതോറും അരിയും പരിപ്പും എണ്ണയും ഉപ്പും വിതരണം ചെയ്തിരുന്നു. ശവസംസ്കാരത്തിനു സഹായിച്ചിരുന്നു. ബോംബുണ്ടാക്കുന്ന സംഘത്തിലും പ്രവർത്തിച്ചിരുന്നു. മേദിനിപുരിൽ പ്രളയബാധയുണ്ടായപ്പോൾ ആശ്വാസനടപടികൾക്കായി ഞാനും സംഘവും ഓടിയെത്തി. ഇന്ന് നാട് സ്വതന്ത്രമായപ്പോൾ പട്ടിണികിടന്ന് മരിക്കുവാനാണോ ഞങ്ങൾക്കു യോഗം?"

"അതൊക്കെ സമ്മതിക്കുന്നു. നിങ്ങൾക്കുതന്നെയാണ് ജോലി നൽകുന്നതിൽ മുൻഗണന നൽകപ്പെടേണ്ടത്. പക്ഷേ, എന്തുനിവൃത്തി? ഞങ്ങൾക്ക് മേലധികാരികളുടെ ഓർഡർ, എംപ്ലോയ്മെന്റ് എക്സ്ചേഞ്ചിൽനിന്ന് വരുന്ന ലിസ്റ്റിലുള്ളവർക്ക് വേണം ജോലി നൽകുവാൻ."

അയാൾ ഒന്നു നിർത്തിയിട്ട് വീണ്ടും പറഞ്ഞു. "ഒരു കാര്യം ചെയ്യൂ. എംപ്ലോയ്മെന്റ് എക്സ്ചേഞ്ചിൽ പേർ രജിസ്റ്റർ ചെയ്യൂ. പിന്നീട് എന്തു ചെയ്യാൻ കഴിയുമെന്ന് നോക്കട്ടെ."

അവിടെ പേർ രജിസ്റ്റർ ചെയ്തുവെന്ന് പറഞ്ഞിട്ടും വിശേഷിച്ച് പ്രയോജനമൊന്നും ഉണ്ടായില്ല.

പിന്നെ പ്രഫുല്ലന്റെ അടുക്കൽ ചെന്നു. അതേ പ്രഫുല്ല ചൗധരി. 'അഗ്നിയുഗ'*ത്തിലെ ഉരുക്കുമനുഷ്യൻ. ഡാക്ക, ഫരീദ്പൂർ, മേദിനിപൂർ എന്നിവിടങ്ങളിൽ ആയിരത്തിതൊള്ളായിരത്തി നാൽപ്പത്തിരണ്ടിലെ പ്രക്ഷോഭകാലത്ത് എങ്ങനെയും പിടികൂടണമെന്ന് പറഞ്ഞ് ഇതേ പ്രഫുല്ലനെ തേടിയായിരുന്നു പൊലീസ് വിഭാഗം ഓടിനടന്നിരുന്നത്. പിടികൂടുന്നവന് പതിനായിരം രൂപ ഇനാം!

എന്നാൽ ഇപ്പോൾ പ്രഫുല്ലൻ ആ പഴയ ആളല്ല. അയാൾ മന്ത്രിപദവി അലങ്കരിക്കുകയാണ്.

മന്ത്രിയെ നേരിട്ടു കാണണമെങ്കിൽ പലതാണ് കടമ്പകൾ. അതെല്ലാം ഒരു ചാൺ വയറിനുവേണ്ടി താരകൻ ചാടിക്കടന്നു. ഒരുപറ്റം ദർശനാർഥികളോടൊപ്പം താരകനും ഒരു സ്ലിപ്പ് അകത്തേക്ക് കൊടുത്തയച്ച് രണ്ടു മണിക്കൂർ വിസിറ്റേഴ്സ് റൂമിൽ കാത്തിരുന്നു. പിന്നെ അകത്തുനിന്നു വിളി വന്നപ്പോൾ അയാൾ പ്രഫുല്ലനെ കാണുവാൻ അകത്തേക്ക് കടന്നുചെന്നു.

അതേ പ്രഫുല്ലൻ! ഫരീദ്പൂർ ട്രെയിൻ കൊള്ളചെയ്ത് കിട്ടിയ പണം സ്വാതന്ത്ര്യസമരത്തിന് സംഭവാന ചെയ്ത പ്രഫുല്ലനെയല്ല താരകൻ കണ്ടത്. ഒന്നുകൂടി വെളുത്തു തടിച്ച പ്രഫുല്ലനെയാണ്. ഫോണിൽ ആരോടോ സംസാരിക്കുന്ന സമയം. ഏതാനും മിനുട്ടുകൾ നീണ്ടുനിന്ന ആ സംഭാഷണം അവസാനിച്ചപ്പോൾ ഫോൺവെച്ചു തിരിഞ്ഞുനോക്കി

* സായുധവിപ്ലവ പ്രസ്ഥാനത്തെ അങ്ങനെയാണ് ബംഗാളികൾ പറയുന്നത്.

പ്രഫുല്ലൻ ചോദിച്ചു.

"അയാൾക്ക് എന്താണ് വേണ്ടത്?"

താരകൻ പറഞ്ഞു: "പ്രഫുല്ലേട്ടന് എന്നെ മനസിലായില്ലെന്ന് തോന്നുന്നു. താരകൻ........"

"താരകൻ? ഏതു താരകൻ? താരക ഭട്ടാചാര്യ? അതോ താരക സർക്കാരോ?"

"അല്ല, താരക്സേൻ."

എന്നിട്ടും മനസിലായില്ല. എത്ര പണിത്തിരക്കുള്ള ആളാണ് പ്രഫുല്ലൻ!

താരകൻ ഇത്തവണ ഒന്നുകൂടി വ്യക്തമാകുംവിധം പറഞ്ഞു: "അളകേശ് ചക്രവർത്തിയെ ഓർക്കുന്നില്ലേ? സാറ് പറയുകയുണ്ടായി. "നാടിനെക്കാൾ പണത്തിനും പദവിക്കും പ്രാമുഖ്യം നൽകുന്നവർക്ക് നാടും നഷ്ടപ്പെടും സുഖവും നഷ്ടപ്പെടും. അവർക്ക് ദുഃഖം മാത്രമാണ് വിധി. 'സാറുതന്നെയാണ് ദരിദ്രബാന്ധവഭാണ്ഡാരം ഉണ്ടാക്കാൻ ഉപദേശിച്ചതും. കാളീഘട്ടിലെ എന്നെപ്പോലുള്ള യുവാക്കൾ അതിനുവേണ്ടി പ്രവർത്തിച്ചു. വീടുകൾതോറും കയറിയിറങ്ങി പിച്ചവാങ്ങി പാവങ്ങൾക്ക് വിതരണം ചെയ്തു. അനാഥശവങ്ങളെ ശ്മശാനത്തിൽ കൊണ്ടുപോയി ദഹിപ്പിച്ചു...."

പ്രഫുല്ലൻ എല്ലാം കേട്ടു മനസിലാക്കാൻ ശ്രമിക്കുകയായിരുന്നു. അയാൾ ചോദിച്ചു: "അപ്പോൾ ആ അളകേശന്റെ ഇപ്പോഴത്തെ സ്ഥിതിയെന്താണ്?"

"അളകേശൻ ഇന്നില്ല."

"ഇല്ലേ? എന്നുവെച്ചാൽ?"

"അയാൾ ബ്രിട്ടീഷ് ഭരണകാലത്തുതന്നെ വധിക്കപ്പെട്ടു."

"വധിക്കപ്പെട്ടെന്നോ? ഞാൻ അറിഞ്ഞില്ലല്ലോ. എങ്ങനെ?"

"സാറ് അന്ന് ജയിലിലായിരുന്നു. അതുകൊണ്ടാവും അറിയാതിരുന്നത്. പൊലീസിന്റെ വെടിയേറ്റു മരിച്ചു."

"എന്ത്? പൊലീസ് വെടിവെച്ചുകൊന്നു? എവിടെവെച്ച്?"

"അത് ഹൃദയഭേദകമായ ഒരു മരണമായിരുന്നു, അന്ന് കടലാസിൽ വന്നിരുന്നില്ല. വാർത്തകൾ അടിക്കുന്നതിനുമുമ്പ് സെൻസർ ചെയ്യപ്പെട്ടിരുന്നു. അതൊക്കെ സാറിനറിയാവുന്നതാണല്ലോ."

"പൊലീസിന് എങ്ങനെയാണ് അയാളെ പിടികിട്ടിയത്?"

"യദു ഭട്ടാചാര്യലെയ്നിലുള്ള ഒരു ഭവനത്തിൽ ദരിദ്രബാന്ധവഭാണ്ഡാരത്തിലുള്ള ഞങ്ങൾ അരി വിതരണം ചെയ്യുവാൻ പോയതായിരുന്നു. അളകേശൻ അവിടെ കുറെനാളായി ഒളിച്ചിരിക്കുകയായിരുന്നു. വിവരമറിഞ്ഞ് പൊലീസ് സ്ഥലത്തെത്തി. അളകേശൻ ഓടിക്കളയാൻ ശ്രമിച്ചപ്പോൾ പൊലീസ് വെടിവെച്ചു."

കേട്ടിട്ട് പ്രഫുല്ലന്റെ ഭാവം മാറിയതുപോലെ തോന്നി. എന്നാൽ

അൽപ്പനിമിഷങ്ങളിലേക്കുമാത്രം. പിന്നെ മുഖത്ത് പണിത്തിരക്കിന്റെ ഭാവം വന്നു. മിനിസ്റ്ററാണ്. എത്രയെത്രപേരുടെ ഭാഗ്യവിധാതാവ്? അളകനെപ്പോലുള്ള ഒരു സാധാരണ പൊതുപ്രവർത്തകനെ ഓർത്ത് സമയം ദുർവിനിയോഗം ചെയ്യുന്ന കൂട്ടത്തിലല്ല അദ്ദേഹം.

താരകന് പ്രഫുല്ലന്റെ ഭാവം കണ്ടിട്ട് വല്ലാതെ തോന്നി. എത്രനേരമാണിങ്ങനെ മുഖത്തേക്കുനോക്കി മിണ്ടാതിരിക്കുക?

പെട്ടെന്ന് പ്രഫുല്ലൻ ചോദിച്ചു: "അപ്പോൾ, നിങ്ങൾ എന്തിനുവേണ്ടിയാണ് ഇപ്പോൾ വന്നിരിക്കുന്നത്?"

"പ്രഫുല്ലേട്ടനറിയാമല്ലൊ ഞാൻ നാടിനുവേണ്ടി എന്തൊക്കെ ചെയ്തിട്ടുണ്ടെന്ന്.... എന്നാൽ..."

പ്രഫുല്ലൻ ഇടയ്ക്ക് തടഞ്ഞുകൊണ്ട് ചോദിച്ചു. "നിങ്ങൾ ജയിലിൽ പോയിട്ടുണ്ടോ?"

"ഉവ്വ്, പ്രഫുല്ലേട്ടാ, ഞാനും അളകേശനും ഒരു രാത്രി അസമയത്ത് നിരത്തിൽകൂടെ പോകുമ്പോൾ പൊലീസുകാർ ഡി ഐ ആറിന് പിടിച്ചു ജയിലിലടച്ചു. മൂന്നുമാസം അവിടത്തന്നെ കിടന്നു."

"വെറും മൂന്നുമാസം? ആറുമാസമായിരുന്നെങ്കിൽ വല്ലതും നോക്കാമായിരുന്നു. ശരി. ഏതായാലും ഇനി ഒരുദിവസം വരൂ."

മറ്റൊരു വിസിറ്ററെ വിളിക്കാൻ കൽപ്പനയായി.

താരകൻ പിന്നെ നിന്നില്ല. അതിനുശേഷം അങ്ങോട്ടു കടക്കുകയും ഉണ്ടായില്ല. എന്തുകൊണ്ടോ, മനസ്സ് വല്ലാതെ അസ്വസ്ഥമായി. ആർക്കുവേണ്ടി, അഥവാ ആരുടെ നിർദേശമനുസരിച്ച്, ഒരുനാൾ ആയിരക്കണക്കിന് ജനങ്ങൾ പൊലീസിന്റെ വെടിയുണ്ടയേറ്റ് വീരമൃത്യുവടഞ്ഞുവോ, അതേ മനുഷ്യർ അധികാരത്തിന്റെ തലപ്പത്തെത്തിയാൽ മറ്റൊരു മട്ടുകാരനാവുമെന്ന് ഒരിക്കലും താരകൻ വിചാരിച്ചിരുന്നില്ല. ഇങ്ങനെയൊക്കെയായി വരിക; എന്നതാവാം സ്വാഭാവികം. അഥവാ, പ്രഫുല്ലനെ എന്തിന് കുറ്റം പറയുന്നു? കാലത്തോടൊപ്പം എല്ലാത്തിനും വരുന്നു മാറ്റം. അന്നത്തെ കൽക്കത്തയ്ക്ക് ഇന്നത്തേതുമായി വല്ല പൊരുത്തവുമുണ്ടോ? അന്നത്തെ സകലതും ഇന്ന് മിഥ്യയായി ഭവിച്ചിരിക്കുന്നു.

അതിനുശേഷം താരകൻ ഉഞ്ഛവൃത്തി ആരംഭിച്ചു. അതായത് ഓർഡർ സപ്ലൈ. യുദ്ധകാലത്ത് കൽക്കത്തയിൽ മിലിട്ടറി കോൺട്രാക്ട് പിടിച്ചുനടന്നിരുന്നവർ ഇന്ന് സമൂഹത്തിന്റെ തലപ്പത്തുതന്നെ സ്ഥാനം പിടിച്ചിരിക്കുന്നു. മതസമ്മേളനം, രാഷ്ട്രീയ സമ്മേളനം, സാഹിത്യസമ്മേളനം–സമ്മേളനങ്ങളെന്തുതന്നെയായാലും അവരെ ക്ഷണിച്ച് പ്രസംഗവേദിയിലിരുത്തുന്നു. ആ സമയം ജയിലിൽപോയ ക്വാളിഫിക്കേഷനുണ്ടോ എന്ന് ആരും തിരക്കാറില്ല. ഖദർ ഉടുക്കേണ്ട ആവശ്യവും ഇല്ല.

ഇതെല്ലാം ഓർത്തുകൊണ്ടായിരുന്നു താരകൻ സായ്പിന് ഒരു കത്തെഴുതിയത്.

സിംസൻ സായ്പ് ഒരുദിവസം പൊടുന്നനെ പൊലീസ് ഓഫീസറു

ദ്യോഗം രാജിവെച്ച് ഇംഗ്ലണ്ടിലേക്ക് പോകുകയാണുണ്ടായത്. പോകുന്ന സമയം താരകന് തന്റെ മേൽവിലാസം നൽകിയിരുന്നു.

സായ്പ് ആ സമയം പറയുകയുണ്ടായി. "വല്ല ആവശ്യവും എന്നെക്കൊണ്ട് നിറവേറ്റാനുണ്ടെങ്കിൽ എഴുതിക്കോളൂ ഈ അഡ്രസിൽ."

സായ്പ് ജോലി രാജിവെച്ചുപോയി. ഏറെനാൾ ചെല്ലുംമുമ്പ് ഇംഗ്ലീഷ് സർക്കാരും നാടുവിട്ടുപോയി. അവരെ പറഞ്ഞയയ്ക്കാൻവേണ്ടിയുള്ള സമരത്തിൽ സർവസ്വവും ബലികഴിച്ച പ്രഫുല്ലനെപ്പോലുള്ളവരാണ് ഒഴിഞ്ഞ ഭരണക്കസേരകൾ പിടിച്ചെടുത്തത്. പിന്നെ ജീവിക്കുകയെന്ന സമരത്തിന്റെ ചക്കിൽ കിടന്ന് ചക്രം തിരിഞ്ഞ് കണ്ണും ചെവിയും മൂക്കും നിശ്ചേതനങ്ങളായി. എങ്ങനെയാണ് ഇക്കഴിഞ്ഞ ഏതാനും വർഷങ്ങൾ കടന്നുപോയതെന്ന് അയാൾക്കുതന്നെ രൂപമില്ല.

ചെറുപ്പകാലത്തെ നാളുകൾ ഓർമയുണ്ടായിരുന്നു. അതിനാൽ ഇന്ത്യ സ്വതന്ത്രമാകുന്നതോടെ എല്ലാം ദുരിതങ്ങളും അവസാനിക്കും എന്നായിരുന്നു ധാരണ. എവിടെ? ഒന്നും കാണുന്നില്ല.

ശരിക്കും ഈ സമയത്താണ് താരകൻ സായ്പിനെ ഓർത്തത്. സായ്പിന്റെ മേൽവിലാസം തന്നിട്ടുണ്ടല്ലൊ. സായ്പിനെഴുതിയാൽ വല്ല ഗുണവും ഉണ്ടായേക്കും. സൂക്ഷിച്ചുവെച്ചിരുന്ന സായ്പിന്റെ മേൽവിലാസത്തിൽ കത്തെഴുതി അതിനൊരു മറുപടി കിട്ടുമെന്ന ആശ കമ്മിതന്നെയായിരുന്നു.

എന്നാൽ അതാണ് സായ്പന്മാരുടെ ഗുണം. വാക്കുമാറില്ല. ഏതാനും ദിവസം കഴിഞ്ഞപ്പോൾ സായ്പിന്റെ കത്ത് അതാ എത്തി. കത്തു തുറന്ന് വായിക്കുംതോറും ഉള്ള് ക്രമം തെറ്റിത്തുടിച്ചുകൊണ്ടിരുന്നു.

എഴുതിയിരിക്കുന്നു: "മൈഡിയർ താരക്! നിങ്ങളുടെ കത്ത് കിട്ടിയതിൽ സന്തോഷിക്കുന്നു. നിങ്ങൾ നിങ്ങളുടെ ദുരവസ്ഥയെപ്പറ്റി എഴുതിയിരിക്കുന്നു. പക്ഷേ ഇത്രയും അകലെയിരുന്നുകൊണ്ട് എനിക്ക് എന്തു ചെയ്യുവാൻ കഴിയും? ഇംഗ്ലീഷുകാർ ഇറങ്ങിപ്പോന്നതിൽപ്പിന്നെ ഞാനും ഒരു വിദേശിയായി. നിങ്ങളുടെ ഗവൺമെന്റ് ഞാൻ പറഞ്ഞാൽ കേൾക്കുമെന്നു തോന്നുന്നില്ല. ഞാൻ ആരുമല്ലല്ലൊ. എങ്കിലും ഞാൻ ഇന്ത്യയിൽ സന്ദർശനത്തിന് വരുന്നുണ്ട്. കൽക്കത്തയിലും വരുന്നുണ്ട്. പാരുലിന്റെ വർത്തമാനം എന്തൊക്കെ? ഷി ഈസ് എ ഗ്രേറ്റ് ലേഡി. അവളെ കാണാതെ പറ്റില്ല."

ഒടുക്കം സായ്പ് കൽക്കത്തയിൽ വരുമെന്ന് താരകൻ വിചാരിച്ചിരുന്നതല്ല. ഓരോരുത്തർ എന്തൊക്കെ പറയുന്നു? അവിടംകൊണ്ട് അതവസാനിക്കുന്നു. ഒഴിവുകൾ പറഞ്ഞ് കർത്തവ്യം നീട്ടിക്കൊണ്ടുപോവുക സ്വഭാവമായിരിക്കുന്നു.

അതിനുശേഷം സായ്പിന്റെ മറ്റൊരു കത്ത്: "ഞാൻ ഇരുപത്തിനാലാം തീയതി വരുന്നു. ഗ്രാൻഡ് ഹോട്ടലിൽ രാത്രിനേരം വരൂ."

ഇത്രയും നാളുകൾക്കുശേഷം ആ സിംസൻസായ്പിനെ വീണ്ടും ഒരുവട്ടം കണ്ടിട്ട് താരകൻ വീട്ടിലേക്കു തിരിച്ചതായിരുന്നു.

പതിമൂന്ന്

എത്രയോ നാളുകൾക്കുശേഷം വീണ്ടും ഇന്ത്യയിൽ. ഒരു യുഗമെന്നു തന്നെ പറയാം. ഒന്നര യുഗമെന്നായാലും വിരോധമില്ല.

മുമ്പായിരുന്നുവെങ്കിൽ കൈയിൽ റിവോൾവറോ പിസ്റ്റളോ എന്തെങ്കിലുമൊരായുധം ഉണ്ടായിരിക്കും. അന്നത്തെ സിംസന് ഇന്നത്തേതിൽനിന്ന് എത്രയോ അന്തരമുണ്ടായിരുന്നു. ഇന്ന് അയാൾ ഒരു ടൂറിസ്റ്റ്. അന്നോ? ഇന്ത്യാഗവൺമെന്റിന്റെ ഒരു ഓഫീസർ.

മി. ഡഗ്ളസ് ഡപ്യൂട്ടിയെ ഇടക്കിടയ്ക്ക് ഉദ്ബോധിപ്പിക്കും. "ഒറ്റ ഇന്ത്യക്കാരനെയും വിശ്വസിച്ചുപോകരുത് സിംസൻ! മിനിസ്റ്ററാണെന്നു തന്നെയിരിക്കട്ടെ അവർ; എന്നാലും അതുവേണ്ട. ഓരോ ഇന്ത്യക്കാരനും ആന്റി ബ്രിട്ടീഷ് ആകുന്നു. അറിയാമല്ലോ അത്. നമ്മുടെ ഈ ജോലിയുണ്ടല്ലോ, ഇതിന്റെയെല്ലാം അടിയിലുള്ള പൊരുളെന്താണെന്നോ? അവിശ്വാസം."

ഈ അവിശ്വാസം ഉള്ളിൽ വളർത്തിക്കൊണ്ടായിരുന്നു സിംസന്റെ പോലീസ് ജീവിതത്തിന്റെ തുടക്കം.

ഫരീദ്പൂർ ട്രെയിൻകൊള്ളയുടെ അന്വേഷണച്ചുമതല സിംസന്റെ ചുമലിലാണ് ചെന്നുവീണത്.

പ്രതികൾ ഭീകരപ്രവർത്തകർ യുദ്ധംമൂലം കൈവന്ന സൗകര്യമുപയോഗിച്ച് ആ പാർട്ടി കൊള്ളയും കൊലയും നയമായി സ്വീകരിച്ച് ഗവൺമെന്റിനെ മറിച്ചിടാൻ ശ്രമം തുടങ്ങിയിരിക്കുന്നു. ഇംഗ്ലീഷുകാർ ഭയപ്പെട്ട് രാജ്യം വിട്ടുപോകുമെന്നായിരുന്നു അവരുടെ കണക്കുകൂട്ടൽ.

അന്ന് ദില്ലി ഓഫീസിൽനിന്ന് കൽപ്പന വന്നു. ഈ അരാജകത്വം നിർദയം അമർത്തണം. കൽക്കത്തയിൽ ഇതിന്റെ ചുമതല മി. ഡഗ്ലസിനെയാണ് ഏൽപ്പിച്ചത്.

ഡഗ്ലസ് സിംസനെ വിളിച്ചുവരുത്തി. ഹോം സെക്രട്ടറിയുടെ കത്ത് സിംസന്റെ നേരെ നീട്ടിക്കൊണ്ട് അയാൾ പറഞ്ഞു. "ഇതൊന്നു വായിച്ചു നോക്കൂ."

സിംസൻ കത്ത് വായിച്ചുകഴിഞ്ഞപ്പോൾ ഡഗ്ലസ് ചോദിച്ചു:

"എന്താണ് നിങ്ങളുടെ അഭിപ്രായം, സിംസൻ?"

സിംസൻ പറഞ്ഞു: "കൽപ്പന വന്നിരിക്കുന്ന സ്ഥിതിക്ക് അനുസരിക്കതന്നെവേണം."

"നിങ്ങൾക്ക് കഴിയുമോ? ബംഗാളിലെ പോളിറ്റിക്കൽ ഗുണ്ടകളെ നശിപ്പിച്ചുകളയുവാൻ നിങ്ങളെക്കൊണ്ടാവുമോ?"

"ഐ ഷാൽ ട്രൈ മൈ ബെസ്റ്റ്."

ഡഗ്ലസ് പിന്നെയൊന്നും ചോദിച്ചില്ല. കത്തിന് പുറത്ത് നോട്ട് എഴുതിക്കൊണ്ട് പറഞ്ഞു: "ലെറ്റ് മി സീ."

ഇതിനുശേഷമാണ് ഫരീദ്പൂർ ട്രെയിൻകൊള്ള നടന്നത്. പൊലീ

സുകാർ ഓട്ടം പിടിച്ചു. സി ഐ ഡിക്കാർ പരക്കം പാഞ്ഞുനടന്നു. ഓരോ ലെയ്നിലും ഓരോ ബൈലെയ്നിലും. ഏതുതരത്തിലും ആ ഗാങ്ങ്സ്റ്റർ പ്രഫുല്ല ചൗധരിയെ കുടുക്കുകതന്നെ വേണം. ഒപ്പംതന്നെ അയാളുടെ പ്രധാനശിഷ്യൻ അളകേശ് ചക്രവർത്തിയെയും പിടിക്കണം.

ഒരുദിവസം പുലർച്ചയ്ക്ക് നാലുമണിനേരത്ത് അളകന്റെ ഭവനത്തിലെ പടിപ്പുരവാതിൽക്കൽ മുട്ടുകേട്ടു.

"ആരാത്?"

"വാതിൽ ഒന്നു തുറക്കൂ."

"ആരാണെന്ന് കേൾക്കട്ടെ. എന്നിട്ട് തുറക്കാം."

"പൊലീസ് സ്റ്റേഷനിൽനിന്ന് വരുന്നു."

വാതിൽ തുറന്ന് ഒരു വൃദ്ധൻ പുറത്തേക്കുവന്നു. ഒപ്പം രണ്ടുമക്കളും.

പൊലീസ് ചോദിച്ചു: 'അളകേശ് ചക്രവർത്തിയുടെ വീടല്ലേ ഇത്?"

"അതെ, എന്തുവേണം നിങ്ങൾക്ക്?"

"ഞങ്ങൾക്ക് ഈ വീടൊന്ന് പരിശോധിക്കണം. അയാൾക്ക് അറസ്റ്റ് വാറണ്ടുണ്ട്. ഫരീദ്പൂർ തീവണ്ടിക്കൊള്ള നടത്തിയതിലും രണ്ടു പൊലീസുകാരെ വധിച്ചതിലും അയാൾക്ക് പങ്കുണ്ട്."

വൃദ്ധൻ പൊട്ടിത്തെറിച്ചു: "അവനെപിടിച്ച് കഴുവിലേറ്റൂ സാർ! ആ കുരുത്തംകെട്ടവൻ! അവനുമായിട്ട് ഞങ്ങൾക്ക് ഒരു ബന്ധവുമില്ല. ഒരു മുടിയനായ പുത്രനെയാണ് ഞാൻ ജനിപ്പിച്ചത്. അവനെ ഞങ്ങൾ കുടുംബത്തിൽനിന്നു പുറംതള്ളിയിരിക്കുകയാണ്. അവനിപ്പോൾ എന്റെ മകനല്ല. കുരുത്തം കെട്ട അവൻ കാരണം എന്റെ ജോലിയും പോയി. അതറിയാമോ നിങ്ങൾക്ക്?"

പറയുന്നതിനിടയ്ക്ക് അയാൾ കിതയ്ക്കാൻ തുടങ്ങി: "അറിയാമോ നിങ്ങൾക്ക്? നല്ലൊരു ഗവൺമെന്റ് ജോലി ഉണ്ടായിരുന്നു എനിക്ക്. അവൻമൂലം ആ ജോലിയാണ് പോയത്!"

രണ്ടുമക്കളും അച്ഛനെ സമാധാനിപ്പിക്കുവാൻ നോക്കി.

"മിണ്ടാതിരിക്കൂ, അച്ഛാ! എന്തിനിങ്ങനെ ക്ഷോഭിക്കുന്നു?"

പിന്നെ പൊലീസിനുനേരെ തിരിഞ്ഞു പറഞ്ഞു: "നിങ്ങൾക്ക് സെർച്ചു ചെയ്യണമെങ്കിൽ വരിൻ! ഞങ്ങൾ സഹകരിക്കാം."

പൊലീസ് വീട്ടിൽ പ്രവേശിച്ച് ഓരോ മുക്കും മൂലയും പരതിനോക്കി. സകല വസ്തുക്കളും കീഴ്മേൽ മറിച്ചിട്ടു. അടുക്കള, അട്ടം, കക്കൂസ് – ഒരിടവും വിട്ടില്ല. പെട്ടിയും പത്തായവും കരിച്ചാക്കും തട്ടിക്കമിഴ്ത്തിയിട്ടു. കുറ്റകരമായ യാതൊന്നും കണ്ടെത്താൻ കഴിഞ്ഞില്ല.

പൊലീസ് പോയതിനോടൊപ്പം വീട്ടുടമയായ വൃദ്ധന് നെഞ്ചുവേദന തുടങ്ങി. അയാൾ ബോധമറ്റുവീണുപോയി. പിന്നെ സംസാരിക്കാൻ കഴിഞ്ഞില്ല. ഒരുഭാഗം ആകെ തളർന്നു. തടർന്ന് ആ ചക്രവർത്തികുടുംബത്തിൽനിന്നുയർന്ന ആർത്തനാദം ചുറ്റുവട്ടത്തുള്ളവരെ ഞെട്ടിപ്പിച്ചുകളഞ്ഞു.

ഈയിടെ ദരിദ്രബാന്ധവഭാണ്ഡാരത്തിൽ പണ്ടത്തെപ്പോലെ തിരക്കില്ല. ആപ്പീസിലേക്കു കടന്നുചെല്ലാൻ ആർക്കുമില്ല ധൈര്യം. പൊലീസിന്

വിവരം കിട്ടിപ്പോയാലോ? ആ വെള്ളക്കാരൻ സായ്പിന്റെ നോട്ടം തങ്ങളെ പിന്തുടർന്നാലോ?

എന്നാൽ പല സ്ഥലങ്ങളിലായി ഒത്തുചേർന്ന് അവർ രഹസ്യയോഗം ചേർന്നു. പല പരിപാടികളും അവർ തയാറാക്കി. വളരെനാളായി പ്രഫുല്ലൻ എവിടെയാണെന്ന് അറിയില്ല. നിഖിലൻ യോഗങ്ങളിൽ പങ്കെടുക്കും. കാളീപദനും എത്തും. അളകനാണ് അവരുടെയൊക്കെ ലീഡർ.

അളകൻ പറഞ്ഞു: "കുറ്റം അവരുടെയല്ല. ഇംഗ്ലീഷുകാരുടെയല്ല കുറ്റം. മനസിലായോ? കുറ്റക്കാർ നമ്മൾ തന്നെ."

നിഖിലിന് ഒന്നിനെപ്പറ്റിയും അത്ര പരിജ്ഞാനമില്ല. വിഡ്ഢിച്ചോദ്യങ്ങൾ ചോദിക്കാൻ വിരുതൻ. അയാൾ ചോദിച്ചു: "ആര്?"

"ആരെന്നാ ചോദ്യം? അത് അയാളോട് ചോദിക്കൂ. താരകനോട് അയാൾ പറയും മറുപടി."

വർത്തമാനം കേട്ട് താരകൻ ഞെട്ടി. അയാൾ പറഞ്ഞു: "ഞാനോ!"

അളകൻ പറഞ്ഞു: "അതെ, താൻ തന്നെ"

"എന്തുകൊണ്ട് ? ഞാൻ എന്തുചെയ്തു?"

നേരുതന്നെ. എല്ലാവരും അളകേശന്റെ വർത്തമാനം കേട്ട് വല്ലാതായി. സ്വന്തം അമ്മയെപ്പോലും തള്ളിപ്പറഞ്ഞ് ഇറങ്ങിപ്പോന്നവൻ. ദരിദ്രബാന്ധവ ഭാണ്ഡാര പ്രവർത്തനത്തെ അപ്പോഴും സ്വന്തംകാര്യംപോലെ അത്രയ്ക്ക് താൽപ്പര്യത്തോടെ നോക്കിക്കൊണ്ടുപോരുന്നവൻ. പൊലീസുകാരുടെ എല്ലാത്തരം പ്രകോപനപരങ്ങളായ ശല്യപ്പെടുത്തലുകളും അതിജീവിച്ച് ഭാണ്ഡാരത്തെ താങ്ങിപ്പിടിച്ച് ഏതാനും കുടുംബങ്ങളെ പട്ടിണിയിൽനിന്ന് സംരക്ഷിക്കുന്നവൻ. അങ്ങനെയുള്ള താരകനെതിരായിട്ടോ ഈ ആരോപണം?

അളകൻ പറഞ്ഞു: "അത് പറയാൻതന്നെയാണ് ഞാൻ ഇന്ന് ഈ യോഗം വിളിച്ചുകൂട്ടിയിരിക്കുന്നത്. ഇന്ന് നാലുപാടും നമുക്ക് ശത്രുക്കൾ. മുമ്പ് ഒരു കൂട്ടരേ ഉണ്ടായിരുന്നുള്ളൂ ശത്രുക്കളായി. ഇന്ന് നമ്മുടെ കൂട്ടർതന്നെ നമുക്ക് ശത്രുക്കൾ. ഇന്ന് നമുക്ക് കോടി കോടി ശത്രുക്കൾ. ഈ യുദ്ധസമയത്ത് ഐക്യമാണ് നമുക്കാവശ്യം. എന്നാൽ ഇന്ന് നമുക്കുതന്നെയില്ല അഭിപ്രായൈക്യം. നമുക്കുള്ള ഏറ്റവും വലിയ മെച്ചം സ്വഭാവശുദ്ധിയാകുന്നു."

നിഖിലൻ പറഞ്ഞു : "പക്ഷേ, താരകൻ അക്കാര്യത്തിൽ ആദർശപുരുഷനാകുന്നുവല്ലോ. അയാളുടെ സ്വഭാവത്തിൽ ഒറ്റക്കറപോലും പറ്റിയിട്ടില്ല."

താരകന് അങ്ങേയറ്റത്തെ മനഃസ്താപമാണ് തോന്നിയത്. ഒടുവിൽ അളകൻ തനിക്ക് ചീത്തപ്പേരുണ്ടാക്കുമെന്ന് അയാൾ സ്വപ്നത്തിൽപോലും വിചാരിച്ചതല്ല.

താരകൻ പറഞ്ഞു: "പക്ഷേ, എന്റെ സ്വഭാവത്തിൽ എന്ത് ന്യൂനതയാണ് തനിക്ക് കാണാൻ കഴിഞ്ഞതെന്ന് എനിക്ക് തീരെ മനസിലാകുന്നില്ല അളകേശ്! താൻ പറയുന്ന എല്ലാംതന്നെ തർക്കിക്കാൻ നിൽക്കാതെ

ഞാൻ അനുസരിച്ചിട്ടില്ലേ? താൻ പറയാത്ത യാതൊന്നും തന്നെ ഞാൻ ചെയ്തിട്ടുമില്ല. എന്നിട്ടും താൻ ഇന്ന് എന്നെപ്പറ്റി ഇങ്ങനെ പറയുന്നുവല്ലോ? ഞാൻ പിരിക്കുന്ന പണത്തിന്റെയും താൻ എനിക്ക് തരുന്ന പണത്തിന്റെയും ഓരോ ചില്ലിക്കാശിനുപോലും കണക്ക് വെച്ചിട്ടുണ്ട്. ഇതാ വരവുചെലവു പുസ്തകം ഞാൻ കൂടെ കൊണ്ടുവന്നിട്ടുണ്ട്. പരിശോധിക്കാവുന്നതാണ്."

താരകൻ കീശയിൽനിന്ന് ഒരു പുസ്തകമെടുത്ത് അളകന്റെ മുമ്പിൽ വെച്ചു.

അളകൻ അതെടുത്ത് ഉപേക്ഷയോടെ ദൂരേക്ക് ഒരേറുകൊടുത്തു.

അളകേശന്റെ വിചിത്രമായ ഈ പെരുമാറ്റം എല്ലാവരെയും വിസ്മയിപ്പിച്ചു. അളകന് അത്രവേഗം ദേഷ്യംവരിക പതിവല്ല. കുറെനേരം ആർക്കും ഒരക്ഷരം പറയാൻ കഴിഞ്ഞില്ല. എല്ലാവരും തങ്ങളുടെ തലയ്ക്കുമീതെയും വജ്രപാതമുണ്ടായാലോ എന്ന് ഭയന്നിട്ടെന്നപോലെ മൗനമായി അടുത്ത നടപടി കാത്തിരുന്നു.

അളകൻ അൽപ്പനേരത്തെ മൗനത്തിനുശേഷം പറഞ്ഞു: "നിങ്ങൾ കണ്ടല്ലൊ. താരകൻ എന്നെ കണക്ക് കാണിക്കുന്നു. ഞാൻ കണക്ക് കാണണമെന്ന് വല്ലപ്പോഴും ആവശ്യപ്പെടുകയുണ്ടായോ? ഈ പണമൊക്കെ വളരെയേറെ അധ്വാനിച്ചുണ്ടാക്കിയതാണ്. പ്രഫുല്ലൻ എന്നെ ഏൽപ്പിച്ച പണമാണ് ഇതിലൊരു ഭാഗം. ബാക്കിയുള്ളത് ഞാൻ അവിടന്നുമിവിടുന്നും കൊള്ളനടത്തി നേടിയതും. ഈ പണത്തിനൊക്കെ കണക്ക് ഹാജരാക്കുവാൻ പ്രഫുല്ലൻ ഒരുകാലത്തും എന്നോട് പറയുകയില്ല. ഞാനും താരകനോട് കണക്ക് ആവശ്യപ്പെടാൻ പോകുന്നില്ല."

താരകൻ പറഞ്ഞു: "അപ്പോൾ ഞാൻ ചെയ്ത തെറ്റ് എന്താണെന്നു പറയൂ."

"ഒന്നുമില്ലാതെയാണോ ഞാൻ ഇന്ന് ഈ യോഗം വിളിച്ചുകൂട്ടിയിരിക്കുന്നത്? നിങ്ങൾക്കൊക്കെ അറിയാമല്ലൊ. എനിക്ക് അറസ്റ്റ് വാറണ്ടുണ്ട്. എന്റെ വീട് സെർച്ച് ചെയ്തിരിക്കുന്നു പൊലീസ്. അതിന്റെ ക്ഷോഭം പൊറുക്കാനരുതാതെ എന്റെ അച്ഛൻ മരിച്ചു. അതുകൊണ്ട് ഞാൻ കുലുങ്ങുന്നില്ല. പൊലീസുകാർക്ക് എന്നെ പിടികിട്ടിയാൽ കഴുവിലേറ്റുമെന്ന് എനിക്കറിയാം. എന്നിട്ടും പാർട്ടിയുടെ ഡിസിപ്ലിൻ ഉലയാതിരിക്കാനാണ് ഞാൻ അങ്ങനെ ഓടി നടക്കുന്നത് പ്രഫുല്ലൻ പറയാറുണ്ട്: സ്വഭാവശുദ്ധിയാണ് ഏറ്റവും വലിയത്. സ്വഭാവശുദ്ധിയില്ലാത്ത പാർട്ടിമെമ്പർമാരെ പുറത്താക്കുകതന്നെ ചെയ്യും."

താരകൻ ചോദിച്ചു: "എനിക്ക് സ്വഭാവശുദ്ധിയില്ലെന്നതിനെന്താണ് തെളിവ്?"

"തെളിവുതരാം. അതില്ലാതെയാണ് തനിക്കെതിരെ ചാർജുകൊണ്ടുവരുന്നത് എന്നു വിചാരിച്ചോ? അതിനുമുമ്പായി അറിയേണ്ടത് കാളീപദൻ ഇന്നിവിടെ വരാതിരിക്കുന്നത് എന്തുകൊണ്ടാണെന്നാണ്. അയാളോട് ഇന്നത്തെ യോഗത്തിന് വരണമെന്ന് നിഖിലൻ പറഞ്ഞില്ലേ?"

നിഖിലൻ പറഞ്ഞു: "ഉവ്വ് നേരത്തെതന്നെ അറിവുകൊടുത്തിരുന്നു."

"എന്നിട്ടും വരാതിരിക്കാൻ കാരണം?"

"ഇപ്പോഴെത്തുമായിരിക്കാം."

"ഇതുവരെ വരാതിരിക്കുന്നതുകൊണ്ട് ഇനി വരികയുണ്ടാവില്ലെന്നു തന്നെ വിചാരിക്കണം. അതുമല്ല, കാത്തിരിക്കുവാൻ സമയമില്ല. ഏതു നിമിഷവും എന്നെത്തേടി പൊലീസുകാർ എത്തിയെന്നുവരും."

ഒന്നു നിർത്തിയിട്ട് വീണ്ടും തുടർന്നു: "ഇനി സ്വഭാവശുദ്ധിയില്ലാത്തവൻ എത്രമാത്രം അധഃപതിക്കാമെന്നതിനു ഞാൻ തെളിവുതരാം. ഇതു നോക്കിൻ!"

അളകൻ കീശയിൽനിന്ന് ഒരു ഫോട്ടോ എടുത്തു കാണിച്ചു.

നിഖിലനും താരകനും അതിലേക്കുനോക്കി.

നിഖിലൻ പറഞ്ഞു: "ഇത് ആ ഹരിമുക്തിയാറിന്റെ മകൾ പാരുലാണല്ലോ. അവളോടൊപ്പംനിന്നുകൊണ്ടുള്ള താരകന്റെ ഫോട്ടോ."

"ഇതു തന്നെയാണ് തെളിവ്, താരകൻ സ്വഭാവശുദ്ധിയില്ലാത്തവനാണെന്നതിന്. അയാളുടെ സ്വഭാവം ചഞ്ചലമാണ്."

താരകൻ പറഞ്ഞു: "അളക്, താനെന്നെപ്പറ്റി അപവാദം പറയുകയാണ്."

"ഞാൻ തെളിവുസഹിതമാണ് കുറ്റപ്പെടുത്തുന്നത്. താൻ കുറ്റം ചെയ്തിട്ടില്ലെന്ന് എങ്ങനെ ഇതിനുശേഷവും സ്ഥാപിക്കുവാൻ കഴിയും? ദരിദ്രബാന്ധവഭാണ്ഡാരത്തിനുവേണ്ടി അവരെ സഹായിക്കുവാനാണ് തന്നെ ചുമതലപ്പെടുത്തിയിരുന്നത്. അവരെ ആപത്തിൽ സഹായിക്കുവാൻ. ഇതാണല്ലേ അവരെ സഹായിക്കുന്നതിന്റെ മാതൃക? കുടുംബങ്ങളിലെ പെൺകുട്ടികളുമായി ചങ്ങാത്തം കൂടുന്നു!?"

"ഒന്നിച്ചുനിന്ന് ഫോട്ടോ എടുപ്പിച്ചതിനാണോ ഈ ആരോപണം?"

"എന്താണ് സംശയം? വൃദ്ധയായ അമ്മയെ വഞ്ചിച്ച് മകളെ കുട്ടിക്കൊണ്ടുപോയി ഫോട്ടോ എടുപ്പിക്കുന്നതിന് മറ്റെന്തു വ്യാഖ്യാനമാണ് നൽകേണ്ടത്? ദരിദ്രബാന്ധവഭാണ്ഡാരത്തിന്റെ പൈസ പ്രേമിക്കുന്നതിനു ചെലവു ചെയ്യാനാണോ തന്നത്? ഇതിന് പണച്ചെലവില്ലേ?"

"ഉണ്ട്. പക്ഷേ, ഏതു സാഹചര്യത്തിലാണ് ഫോട്ടോ എടുപ്പിച്ചതെന്നുകൂടി പറഞ്ഞാൽ കേൾക്കുമോ? കാര്യമറിയാതെ എന്റെ നേരെ ചാടിയാൽ എന്തു ചെയ്യും?"

ശരി, കേൾക്കട്ടെ. എന്താണ് പറയാനുള്ളത്?"

"ഞാൻ എന്റെ ആഗ്രഹപ്രകാരം എടുപ്പിച്ചതല്ല ഫോട്ടോ. പാരുൽ നിർബന്ധിച്ചതിനാലാണ്."

"ഇത്രയൊക്കെ ജനമിരിക്കെ തന്നെ ഒപ്പമിരുത്തിത്തന്നെവേണം ഫോട്ടോ എടുക്കാനെന്നു തോന്നാനെന്തേ ന്യായം? തന്നെ അവൾക്കു പിടിച്ചതുകൊണ്ട്?"

"അതൊന്നും എനിക്കറിയില്ല. നിങ്ങളുടെ പ്രവർത്തനം കാരണം ഇന്നു കണ്ടവനെ നാളെ കണ്ടില്ലെന്നുവരും. അതുകൊണ്ട് ഒരു ഫോട്ടോ

എടുപ്പിച്ചുവെച്ചുകളയാം എന്ന് അവൾ പറഞ്ഞു."

"അവൾ ഒന്നുമറിയാത്തവൾ. വീട്ടിനകത്തുനിന്ന് പുറത്തിറങ്ങില്ല. പുറത്തുനടക്കുന്ന കാര്യങ്ങളെപ്പറ്റി ഒരു വിവരവുമില്ല. അവൾ അങ്ങനെ നിർബന്ധിച്ചെങ്കിൽത്തന്നെ ഉടനതിന് വഴങ്ങി താനെന്തിന് ഫോട്ടൊ എടുക്കാൻ പുറപ്പെട്ടു?"

"അങ്ങനെയാണ് പറയുന്നതെങ്കിൽ ഞാൻ ചെയ്തത് തെറ്റായി ചങ്ങാതീ! മാപ്പുതരൂ."

"നമ്മൾ സ്വീകരിച്ചിട്ടുള്ള ധർമത്തിൽ മാപ്പ് എന്നൊരു വാക്കില്ലെന്ന് പ്രഫുല്ലൻ പറയാറുണ്ട്. അങ്ങനെയൊന്നുണ്ടായിരുന്നുവെങ്കിൽ നമ്മുടെ പാർട്ടി എന്നേ തകർന്നുപോകുമായിരുന്നു. നമ്മുടെ പാർട്ടിക്ക് മരിക്കാനും കൊല്ലാനുമേ അറിയാവൂ. ശിക്ഷിക്കുവാനും ശിക്ഷിക്കപ്പെടാനും. പക്ഷേ, മാപ്പു കൊടുക്കാനറിയില്ല. ഞാനും വല്ലപ്പോഴും വല്ല കുറ്റമോ പിഴയോ ചെയ്യുന്നുവെങ്കിൽ എന്നെയും നിങ്ങൾ വെറുതെ വിടരുത്. ശിക്ഷിക്കണം. ആ ശിക്ഷ ഞാൻ തലകുനിച്ച് സ്വീകരിക്കും."

"നമ്മൾ തമ്മിൽ ഇതുവരെയുണ്ടായിരുന്ന സൗഹാർദം, അതിന് യാതൊരു വിലയുമില്ലെന്നോ?"

"ഇന്നത്തെ ലോകത്തിൽ സെന്റിമെന്റലിസത്തിന് യാതൊരു വിലയുമില്ല എന്നു മനസിലാക്കണം. ഇന്ന് ഏറ്റവുമധികം വിലപിടിച്ച വസ്തു ഉപയുക്തതയാകുന്നു. തനിക്ക് സ്വഭാവശുദ്ധിയില്ലാത്തതുകാരണം തന്നെക്കൊണ്ട് യാതൊരു ഉപയോഗവുമില്ല. ഞങ്ങളുടെ പാർട്ടിക്ക് തന്നെക്കൊണ്ടാവശ്യമില്ലാതായി."

നിഖിലൻ ഇതുവരെ എന്താണ് പറയേണ്ടതെന്നറിയാതെ നിൽക്കുകയായിരുന്നു. അയാൾക്ക് ഇപ്പോൾ വെറുതെ നോക്കിയിരിക്കുന്നത് ശരിയല്ലെന്നു തോന്നിയിട്ടാവാം പറഞ്ഞു: "അളകേട്ടാ, ഇത്തവണ അയാളെ വെറുതെവിടൂ. ലാസ്റ്റ് ചാൻസുകൂടി കൊടുക്കൂ.... അതുമല്ല..."

അളകൻ പറഞ്ഞു: "എന്താണ് നിർത്തിക്കളഞ്ഞത്? മുഴുവൻ പറയൂ, സ്വന്തം അഭിപ്രായം."

"താരകൻ ഇനിയെവിടെ പോകും? എന്തുചെയ്യും? നമ്മുടെ പാർട്ടി പ്രവർത്തനമല്ലാതെ അയാൾക്ക് മറ്റൊന്നുമറിയില്ല. അയാൾ വല്ലദിക്കിലും ചെന്നെത്തും."

"താരകൻ എന്തു ചെയ്യണമെന്ന് താരകൻ തന്നെ തീരുമാനിക്കട്ടെ. എനിക്ക് ഇത് ആലോചിക്കാനൊന്നുമില്ല. നമുക്ക് സ്വന്തം നാടാണ് ആദ്യം നോക്കേണ്ടത്. അതിനുശേഷം സ്വന്തം കാര്യങ്ങൾ."

താരകന്റെ കണ്ണുകൾ നിറഞ്ഞു. താൻ ഒരുകാലത്ത് എന്തൊരാദർശത്തിനുവേണ്ടിയാണോ സകലവിധ യാതനകളും അനുഭവിച്ചത്, അമ്മയെപ്പോലും അവഗണിച്ചത്, അത് എല്ലാം ഒറ്റ രാത്രികൊണ്ട് വ്യർഥമാകാനോ ഭാവം?

അളകനെ ഒന്നാമതായി പരിചയപ്പെട്ട ദിവസം ഓർത്തു. തുടർന്ന് എത്രയോ ദിവസങ്ങളിൽ ഗംഗാതീരത്തിരുന്ന് എന്തെല്ലാം കാര്യങ്ങളെ

പ്പറ്റി ചർച്ച ചെയ്തു! രണ്ടുപേരുംകൂടി എത്രയെത്ര പരിപാടികൾ തയാറാക്കി. എല്ലാം താരകൻ ഓർക്കുന്നുണ്ട്. ഇതൊക്കെ അളകൻ വിസ്മരിക്കുകയല്ലേ ചെയ്യുന്നത്?

മറ്റൊരു സംഭവവും താരകൻ ഓർത്തു. അളകൻ കാരണം അയാളുടെ അച്ഛന്റെ ജോലിപോയി. അളകന്റെ അമ്മയും സഹോദരന്മാരും അയാളെ വീട്ടിൽനിന്നോടിച്ചു.

അന്ന് താരകൻ ചോദിച്ചു : "ഇനിയെവിടെ താമസിക്കും താൻ?"

അളകൻ പറഞ്ഞു: "അത് നന്നായി താരക്!"

"എന്തുനന്നായി?"

"ഇനി അമ്മയുടെ ശകാരംകേൾക്കണ്ടല്ലോ?ഞാൻ വീട്ടുകാര്യങ്ങളൊന്നും നോക്കുന്നില്ല. ചന്തയിൽപോകാൻ അച്ഛൻ പറയാറുണ്ടായിരുന്നു. അടുക്കള സാധനങ്ങൾ വാങ്ങിക്കൊണ്ടുവരാൻ. ഞാൻ കേട്ടഭാവം നടിച്ചിരുന്നില്ല. ഇനി അതുകൊണ്ടുള്ള പരിഭവമൊന്നും കേൾക്കണ്ടല്ലോ. ഞാനിനി ഫ്രീ."

"അപ്പോഴെങ്ങനെ ചെലവു നടക്കും?"

"അതിനെന്താണ് ബുദ്ധിമുട്ട്? പ്രഫുല്ലനുണ്ട്. എനിക്കെന്താണ് വിഷമിക്കാനുള്ളത്?"

"പ്രഫുല്ലനെങ്ങനെ കഴിയുന്നു?"

"പ്രഫുല്ലന് പണത്തിനെന്തിനാണ് വിഷമം? ഒരുനിമിഷംകൊണ്ട് വേണമെങ്കിൽ ഒരുലക്ഷം ഉറുപ്പിക കൈയിൽവരുമല്ലോ. വലിയ വലിയ ആളുകൾ പ്രഫുല്ലന് പണം കൊടുക്കുന്നു."

"എന്തിനാണ് കൊടുക്കുന്നത്."

"അതുകൊണ്ടവർക്കാണ് ഗുണം. ഇന്ത്യ സ്വതന്ത്രമായാലവർക്കും നേട്ടങ്ങളുണ്ടാവും. ഇംഗ്ലീഷുകാരെ അടിച്ചുപുറത്താക്കുന്ന ദിവസം അടുത്തുപോയെന്ന് അവർക്കും മനസിലായിരിക്കുന്നു."

അളകനുമായിട്ടുള്ള ചങ്ങാത്തം ഇന്നോ ഇന്നലെയോ തൊട്ടുള്ളതോ? വീട്ടിൽനിന്നിറക്കിവിട്ടപ്പോൾ താരകൻ അളകനോട് തന്റെ വീട്ടിൽ താമസിക്കാമെന്ന് പറഞ്ഞതാണ്. പൊട്ടിച്ചോരുന്ന വാടകവീടു തന്നെ ആയിക്കോട്ടെ. പന്ത്രണ്ടുറുപ്പിക വാടക. അച്ഛന്റെ ഇൻഷുറൻസിന്റെ പണംകൊണ്ട് അതുവരെ ഒരുവിധം കാര്യങ്ങൾ നടന്നുപോന്നു. അതുകഴിഞ്ഞപ്പോൾ അമ്മയുടെ ആഭരണങ്ങൾ വിറ്റുകിട്ടുന്ന കാശുകൊണ്ടായി നിത്യവൃത്തി. അതു തീർന്നപ്പോൾ അമ്മയുടെ വായ്ത്താരി തുടങ്ങി:

"ഇനി എനിക്കു വയ്യാതായി താങ്ങാൻ. നീ വല്ല ജോലിയും തേടിപ്പിടിക്കു മോനെ!"

രാത്രി വീട്ടിലെത്തുമ്പോഴൊക്കെ അമ്മയുടെ ചോദ്യം: "എന്താ മോനെ! ജോലി വല്ലതും കിട്ടിയോ?"

അമ്മ കോപിക്കും: "എങ്ങനെയാണ് കിട്ടുക? ഏതു നേരവും ആ ഗതികെട്ടവന്റെ പിറകെ നടന്നാലുണ്ടോ നന്നാവാൻ പോകുന്നു നീ? അവ

നോടു നിനക്കെന്താണിത്ര പറ്റ്? അവൻ നിന്നെ പുലർത്തിക്കോളുമോ?"

ഈ അളകന്റെ കൂടെ നടക്കുന്നതുകാരണം ആരൊക്കെ എന്തൊക്കെ പറഞ്ഞു! എന്നാൽ ആര് പറഞ്ഞതിനും താരകൻ ചെവികൊടുത്തില്ല.

നിഖിലന്റെ ചോദ്യം കേട്ടിട്ടാണ് താരകൻ ഈ ചിന്തയിൽനിന്നുണർന്നത്.

"അപ്പോൾ അയാൾ ചെയ്തിരുന്ന പ്രവൃത്തി?

"താൻ ചെയ്യണം"

"എന്നെക്കൊണ്ടാവുമോ?"

"എന്തുകൊണ്ടില്ല? എന്താണിത്ര വലിയൊരു ഭാരം? രാവിലെ വീട്ടുസാധനങ്ങൾ വല്ലതും വേണമെങ്കിൽ വാങ്ങിക്കൊടുക്കണം. അതിന്റെയപ്പുറത്ത് അഞ്ചാറ് അവശകുടുംബങ്ങളുണ്ട്. അവർക്ക് ആഴ്ചയിലൊരിക്കൽ അരി എത്തിച്ചുകൊടുക്കണം. കൂടാതെ ഞായറാഴ്ചതോറും പത്തിരുപത്തഞ്ചു ഭവനങ്ങളിൽ കയറിയിറങ്ങിക്കിട്ടുന്ന പിടിയരി ഓഫീസിൽ സൂക്ഷിക്കണം. കൂടാതെ മറ്റ് ചെലവുകൾക്കുള്ള പണം ഞാൻ സപ്ലൈ ചെയ്യുന്നതായിരിക്കും."

പിന്നെ താരകന്റെ നേരെ തിരിഞ്ഞുപറഞ്ഞു: "താരകന്റെ കൈയിലിരിപ്പുള്ള പണത്തിന്റെ കണക്ക് നിഖിലന് പറഞ്ഞുകൊടുക്കൂ."

താരകന്റെ മുഖത്തേക്ക് നോക്കിയപ്പോൾ നിഖിലന് അലിവുതോന്നി. താരകന് വല്ലാത്ത ആഘാതം തട്ടിയിരിക്കുന്നു. പാവം ശരിക്കും കരയുകതന്നെയാണ്.

താരകൻ കീശയിൽനിന്നും പണം പുറത്തെടുത്തു.

നിഖിലൻ പറഞ്ഞു: "എന്റെകൂടെ അയാളും പ്രവർത്തിച്ചോട്ടെ, അല്ലേ?"

അളകേശൻ തീർത്തുപറഞ്ഞു: "ഞാൻ പറയുന്നതുകേട്ടാൽമതി. ബാക്കിയുള്ള പണം മുഴുവൻ താരകനോടേറ്റു വാങ്ങിക്കോളൂ. അതോടെ താരകന് പിരിയാം. പിന്നെ ഇങ്ങോട്ടു കടന്നുപോകരുത്. അത് പ്രത്യേകം പറഞ്ഞേക്കാം."

താരകൻ അറുപത്തിഏഴുറുപ്പിക പന്ത്രണ്ടണ എടുത്തുകൊടുത്തു.

അളകൻ ചോദിച്ചു : "എത്രയുണ്ട്?"

നിഖിലൻ തുക പറഞ്ഞു.

"താരകൻ ചോദിച്ചു. "ശരിക്കും എണ്ണിനോക്കിയില്ലേ?"

"ഉവ്വ്"

"ശരി, എന്നാൽ ഇനി താരകനു പോകാം. താൻ മറിച്ചൊന്നും വിചാരിക്കരുത് താരക്. എന്നോട് ഇന്നുമിന്നലെയുമുള്ള പരിചയമല്ലല്ലോ തനിക്കുള്ളത്. എന്റെ സ്വഭാവം നന്നായിട്ടറിയാൻ കഴിഞ്ഞിട്ടുണ്ടാവും. തന്നെ ഞാൻ എത്രമാത്രം സ്നേഹിച്ചുവെന്നും തനിക്ക് അറിയാം. എന്നാൽ കർത്തവ്യത്തിന്റെ കാര്യംവരുമ്പോൾ സൗഹാർദത്തിന് സ്ഥാനമില്ല. താൻ കരയുന്നു. ഞാനത് കാണുന്നുണ്ട്. എന്റെ കരച്ചിൽ തനിക്ക് കാണാനാവുന്നില്ല. കാണാൻ കഴിയുകയുമില്ല. പോകട്ടെ, എന്തിന് വല്ലതുമൊക്കെ

പറയുന്നു? എന്റെ അച്ഛനമ്മമാരെയും സഹോദരന്മാരെയും ഇതേവിധം എന്റെ മനസിൽനിന്ന് പറിച്ചെടുത്തുകളഞ്ഞു. ഇന്ന് അതേവിധം മനസിൽനിന്ന് തന്നെയും പുറംതള്ളുവാൻ ബുദ്ധിമുട്ടുതോന്നാം. എന്നാലും ഇനി തനിക്ക് ഞാൻ മനസിൽ ഇടംനൽകുകയില്ല. തന്നെപ്പറ്റി ചിന്തിക്കുകയില്ല."

ഇതിനുശേഷം അവിടെയിരിക്കുവാൻ താരകനെക്കൊണ്ടായില്ല. അയാൾ എഴുന്നേറ്റുനിന്നു. ഇത്രയും നാളത്തെ ആശ്രയസ്ഥലം. ദിവസേനയുള്ള നിബിഡ സംസ്പർശം കാരണം ഇവിടവുമായി നാഡീസമ്പർക്കം സ്ഥാപിക്കപ്പെട്ടപോലെയായിക്കഴിഞ്ഞിരുന്നു. അങ്ങനെയുള്ള ഒരിടം എന്നെന്നേക്കുമായി വിട്ടുപോകേണ്ടിവരുന്നു. അതോർത്തപ്പോൾ അയാൾക്ക് തല ചുറ്റുന്നതുപോലെ തോന്നി.

എന്നിട്ടും അയാൾ ഒരവസാനശ്രമം നടത്തി. "അപ്പോൾ ഞാൻ സത്യമായും പോവുകതന്നെ വേണം?"

അളകൻ താരകന്റെ നേരെ ഇമകൂട്ടാതെ ഏതാനും ക്ഷണം നോക്കി. പിന്നെ പറഞ്ഞു:

"അതെ, പോകണം. ഇനിയിവിടെ വരികയേ വേണ്ട."

താരകൻ മെല്ലെ വാതിൽക്കലേക്കു നടന്നു. എന്നാൽ പെട്ടെന്ന് തന്റെ കാലുകൾ ചങ്ങലയിട്ട് ബന്ധിച്ചതുപോലെ അയാൾക്കുതോന്നി. നടക്കാൻ തീരെയരുത്! സകലശക്തിയും പ്രയോഗിച്ച് അയാൾ സമ്പർക്കത്തിന്റെ ചങ്ങലപൊട്ടിച്ച് പുറത്തേക്കു വന്നു.

ശരിക്കും അതേസമയം അവിടെ അവിചാരിതമായിട്ടൊന്നു സംഭവിച്ചു.

കിതച്ചുകൊണ്ട് കാളീപദൻ ഓടിയവിടെയെത്തി. മുഖത്ത് പരിഭ്രമത്തിന്റെ ലക്ഷണം.

അയാൾ പറഞ്ഞു: "വലിയ കഷ്ടമായി അളകേട്ടാ!"

നിഖിലൻ ചോദിച്ചു: "എന്താ? എന്തു സംഭവിച്ചു."

അളകന്റെ മുഖത്ത് ആ സമയവും ഭാവഭേദമൊന്നും വന്നില്ല. എന്തനർഥം സംഭവിച്ചാലും നിർവികാരനായിരിക്കുന്നതിനുള്ള സാധന അയാൾ ശീലിച്ച് സിദ്ധിവരുത്തിയിരിക്കുമോ?

നിഖിലൻ വീണ്ടും ചോദിച്ചു: "എന്താണുണ്ടായതെന്നു പറയു. താനെന്തിനാണിങ്ങനെ കിതയ്ക്കുന്നത്?"

കാളീപദൻ പറഞ്ഞു: "ഞാൻ യദുഭട്ടാചാര്യലെയ്നിൽനിന്ന് വരികയാണ്. അവിടെ ആൾക്കൂട്ടംകണ്ട് ഒരാളോട് കാരണമന്വേഷിച്ചു. ആ പെൺകുട്ടിയുടെ അമ്മ മരിച്ചത്രെ."

അവിടെ എല്ലാവരെക്കാളും ഏറെ ഞെട്ടിയത് താരകനാണെന്നു തോന്നുന്നു. അയാൾ ഉറക്കെ ചോദിച്ചു: "ആരുടെ അമ്മ? പാരുലിന്റെ? ചിറ്റമ്മയോ? ചിറ്റമ്മ മരിച്ചെന്നോ?"

"അതെ, മരിച്ചു."

താരകൻ പിന്നെ അമാന്തിച്ചില്ല. പുറത്തേക്കോടി.

പിറകിൽനിന്ന് ഗംഭീരസ്വരത്തിൽ അളകൻ പറഞ്ഞു: "നിൽക്കു

താരകാ!"

താരകൻ തിരിഞ്ഞുനോക്കി. അളകൻ തന്റെ നേരെത്തന്നെ നോക്കി നിൽക്കുന്നു. അയാളുടെ കണ്ണുകളിൽനിന്ന് തീ പറക്കുന്നു.

"താൻ പോകണ്ട."

താരകൻ പറഞ്ഞു: "പക്ഷേ, ഈ ആപത്തുസമയത്ത് പാരുലിനെ നോക്കാനാരുണ്ട്? അവൾക്ക് വേറെയാരുമില്ല."

"താനതൊന്നും ചിന്തിച്ച് മിനക്കെടേണ്ട. ഇന്നുതൊട്ട് ഞാനോ നിഖിലനോ നോക്കിക്കോളാം. ഓർത്തോളൂ, മേലാൽ ആ വീട്ടിൽ പോകരുത്. പറഞ്ഞില്ലെന്നുവേണ്ട."

ഇനിയെന്താണ് വേണ്ടതെന്നറിയാതെ താരകൻ കുഴങ്ങി. അയാൾ സ്തംഭിച്ചപോലെ നിന്നു. അയാളുടെ തലച്ചോറിൽ അളകന്റെ വാക്കുകൾ ചുറ്റിക്കറങ്ങുന്നുണ്ടായിരുന്നു. വേണ്ട, താൻ അന്വേഷിക്കേണ്ടതില്ല. ഇന്നുതൊട്ട് ഞാനോ നിഖിലനോ ആയിക്കൊള്ളാം അത്. ഓർത്തോളൂ. ഇനി ആ വീട്ടിലേക്ക് തിരിഞ്ഞുനോക്കിപ്പോകരുത്.

പിന്നീടെന്തുണ്ടായി, ആര് എന്തൊക്കെ പറഞ്ഞു. അവരൊക്കെ എപ്പോഴെഴുന്നേറ്റുപോയി – ഒന്നും ഓർക്കുന്നില്ല. ഏതോ സ്മൃതികളുടെയും വിസ്മൃതികളുടെയും നടുക്കടലിൽ മുങ്ങിയതും മെല്ലെമെല്ലെ ചുറ്റും ഹതാശയുടേതായ അന്ധകാരം തന്നെ ഗ്രസിച്ചതും മാത്രം അയാൾ ഓർക്കുന്നു.

പതിനാല്

മി. സിംസന് രാത്രി വേണ്ടപോലെ ഉറങ്ങാൻ കഴിഞ്ഞില്ല. എന്നാൽ ഉറങ്ങിയില്ല എന്നു പറയാൻ അയാളുടെ പക്കൽ തെളിവൊന്നുമുണ്ടായിരുന്നില്ല. 1945 ലാണെന്നു തോന്നുന്നു. ഇന്ത്യയിൽ മനസമാധാനത്തോടെ ജീവിക്കാമെന്ന പ്രത്യാശയോടെയായിരുന്നു ജോലിക്കായി ഇവിടെ വന്നത്. മാനവജീവിതത്തിന് യാതൊരു വിലയുമില്ലെന്ന് അയാൾക്ക് കുറെക്കാലമായി അനുഭവപ്പെട്ടുവരികയായിരുന്നു. ഈ ലോകത്തിൽ മനുഷ്യരെന്നുപറഞ്ഞ് ജീവിക്കുന്നവരാരുംതന്നെ മനുഷ്യത്വത്തിനോ സ്നേഹത്തിനോ സജ്ജനതയ്ക്കോ വില കൽപ്പിക്കുന്നില്ല. പണത്തിലും അധികാരത്തിലും മാത്രമേ അവർ വില കാണുന്നുള്ളൂ. ഇവ രണ്ടിനും വേണ്ടി അവർ നിങ്ങളുടെ കാൽക്കൽ കുമ്പിടും. ഇവ രണ്ടിനുംവേണ്ടി നിങ്ങളുടെ നെഞ്ചിൽ കത്തിയിറക്കുകയും ചെയ്യും.

ഇന്ത്യയിൽ വന്നശേഷം ഈ ധാരണ ഒന്നുകൂടി പ്രബലമായി.

ഓക്സ്ഫോർഡിൽവെച്ച് അയാളുടെ പ്രൊഫസർ പറയുകയുണ്ടായത്രെ: "ഗോ ടു ഇന്ത്യ, ഇന്ത്യ വേദാന്തത്തിന്റെയും ത്യാഗത്തിന്റെയും ദേശമാകുന്നു. അവിടെ ജനങ്ങൾ അൻപതു വയസുകഴിഞ്ഞാൽ വനത്തിലേക്കു പോകുന്നു. അവിടെച്ചെന്നാൽ നിങ്ങൾക്കും മനഃശാന്തി ലഭിക്കും."

സമാധാനമന്വേഷിച്ച് ഏഴുകടൽ കടന്ന അധ്യാപകൻ എന്തറിഞ്ഞിട്ടാണാവോ ഇങ്ങനെയൊരുപദേശം നൽകിയത്! ഒരു പക്ഷേ, മാക്സ് മുള്ളറുടെ പുസ്തകങ്ങൾ വായിച്ചിട്ടാവാം അധ്യാപകന് ഇന്ത്യയെ സംബന്ധിച്ച വിവരങ്ങൾ ലഭിച്ചത്. അല്ലായിരുന്നുവെങ്കിൽ മിസ്റ്റർ ജോൺ സിംസൻ വേറെ എത്രയോ നാടുകൾ ഇരിക്കെ ഈ ഇന്ത്യയിലേക്ക് പുറപ്പെടുകയില്ലായിരുന്നു.

അതിലും വിശേഷിച്ച് ഒരു പൊലീസ് ഓഫീസറുടെ ജോലി. ട്രെയിനിങ് സമയത്തുതന്നെ തോന്നി: ഇത് ഇന്ത്യയല്ല, ആഫ്രിക്കയോ മറ്റേതോ ജനപദമോ ആണ്. ആഫ്രിക്കയിൽ കാനിബാൾ എന്നൊരുതരം വർഗമുണ്ട് എന്ന് കേട്ടിട്ടുണ്ട്. കണ്ടാൽ മനുഷ്യർ തന്നെ. എന്നാൽ ഭക്ഷിക്കുന്നത് നരമാംസം.

ഇന്ത്യയിൽ ഇരുന്നിടത്തോളംകാലം അയാൾക്ക് മനസിന് വലിയ വിഷമം തോന്നി. ബ്രിട്ടീഷുകാരിൽ സംസ്കാരസമ്പന്നരായവരുടെ സമ്പർക്കംകൊണ്ട് സഭ്യരാകാത്ത കൂട്ടർ.

ഒരുദിവസം ഡഗ്ലസിനോടു ചോദിച്ചു: "അതല്ല മി. ഡഗ്ലസ്! ഓക്സ്ഫോർഡ് പ്രൊഫസർ എന്നോടു പറയുകയുണ്ടായി. ഇന്ത്യ ധർമപ്രവണമായ ഒരു ദേശമാകുന്നു. ഇവിടെ...."

ഡഗ്ലസ് പറഞ്ഞു: "ആൾ റബിഷ്! നമ്മളിവിടെയുണ്ട്. ഇല്ലായിരുന്നുവെങ്കിൽ റഷ്യ ഇവിടമൊക്കെ വിഴുങ്ങിക്കളയുമായിരുന്നു. ബ്രിട്ടീഷുകാർക്കുമുമ്പ് ഇന്ത്യ മുഗളർക്കധീനമായിരുന്നു. അതിനും മുമ്പ് പത്താൻകാർക്ക് അടിമപ്പെട്ടു കിടക്കുകയായിരുന്നു. അതിനുമപ്പുറത്തെ കാലത്താകട്ടെ ഇന്ത്യ ആയിരമായിരം കഷ്ണങ്ങളായി വിഭജിക്കപ്പെട്ട് പരസ്പരം പടവെട്ടി നശിക്കുകയായിരുന്നു. ആദ്യമായി ഈ നാടിനെ ഒന്നാക്കിയത് നമ്മളാണ്."

ഒരുദിവസം എം എ, ബി എൽ കാരൻ ഒരു വക്കീൽ പൊലീസ് ഹെഡ്ക്വാർട്ടേഴ്സിൽ വന്നു. സംഭാഷണമധ്യേ ഇന്ത്യയുടെ കാര്യം എടുത്തിട്ടു. മി. സിംസൻ പറഞ്ഞു: "അതല്ല, മി. സെൻഗുപ്ത, മറിച്ചൊന്നും വിചാരിക്കരുത്. ബംഗാളികൾ ഇത്ര അൺഗ്രേറ്റ്ഫുൾ ആകാനെന്തേ? ഇത്രയ്ക്ക് കൃതഘ്നർ! ഞങ്ങൾക്കുവേണ്ടി പ്രവർത്തിക്കാമെന്നു പറഞ്ഞ് പണം പറ്റിയശേഷം ഒഴിഞ്ഞുമാറിനടക്കുന്നു."

സെൻഗുപ്ത പറഞ്ഞു: "കാരണം പറഞ്ഞുതരട്ടെ. ഞങ്ങൾ ഉപ്പിന് നന്ദി കാട്ടാത്തവരാണെന്നതുകൊണ്ട്."

"പക്ഷേ, ഇംഗ്ലീഷുകാരെ വെടിവെച്ചുകൊന്നിട്ട് നിങ്ങൾക്കെന്തു കിട്ടുന്നു? ഞങ്ങൾ രാജാവിന്റെ വംശക്കാരായതുകൊണ്ടോ? പക്ഷേ, ഡേവിഡ് ഹെയർ നിങ്ങൾക്ക് ഒരു ഉപകാരവും ചെയ്തിട്ടില്ലേ? സർ. വില്യം ജോൺസ് നിങ്ങൾക്ക് ഒരു ഗുണവും ഉണ്ടാക്കിത്തന്നിട്ടില്ലേ?"

മിസ്റ്റർ സെൻഗുപ്ത എന്തെങ്കിലും ഉപകാരത്തിനുവേണ്ടി വന്നതാവും സായ്പിന്റെ അരികിൽ. അതിനാൽ സത്യം പറയാൻ നാവുപൊങ്ങിയില്ല. അതുകൊണ്ടാവണം അയാൾ ഇങ്ങനെ പറഞ്ഞു:

"പറഞ്ഞില്ലേ? നന്ദികെട്ടവർഗമാണ്. എന്റെ കേസുതന്നെ എടുക്കൂ. ഞാൻ എം എ, ബി എൽ ആണ്. എന്നിട്ടും എന്റെ യോഗ്യതയ്ക്ക് ചേർന്ന ഒരുജോലി കിട്ടിയില്ല. അതുകൊണ്ടല്ലേ കോർട്ടുകളിലെ തിണ്ണനിരങ്ങി കഴിഞ്ഞുകൂടേണ്ടിവന്നിരിക്കുന്നത്?"

അതിനാൽ താരകൻ ആദ്യം സിംസന്റെ അടുക്കൽ സഹായത്തിന് ചെന്നപ്പോൾ അയാൾ ആട്ടിയോടിച്ചു.

എന്നിട്ടും താരകൻ വിട്ടുപോയില്ല. അയാൾ വീണ്ടും വീണ്ടും സമീപിച്ചു "സർ! എനിക്കൊരു ജോലി തരൂ. ദയവുചെയ്ത് സർ!"

പെട്ടെന്ന് സിംസന്റെ ഉറക്കം തടസ്സപ്പെട്ടു. ചുറ്റും നോക്കി. ആരുമില്ല. ഒറ്റയ്ക്ക് ഗ്രാൻഡ്ഹോട്ടലിലെ രണ്ടാം നിലയിലുള്ള ഒരു മുറിയിൽ മി. ഡഗ്ലസില്ല, സെൻഗുപ്തയില്ല, താരകനും ഇല്ല. എന്തിനേറെ, ആ ആയിരത്തി തൊള്ളായിരത്തി നാൽപ്പത്തി അഞ്ചിലെ കൽക്കത്തയും ഇന്നില്ല.

അയാൾ കട്ടിലിന്റെ ഒരുവശത്തുള്ള ബെൽ അമർത്തി. ഒരു ബെയറർ ചായ കൊണ്ടുവന്നു. ബെഡ് ടീ. ഈ ഡാർജിലിങ് ടീ എത്ര നാളുകൾക്കുശേഷമാണ് ആസ്വദിക്കുന്നത്! ബംഗാളിൽ നല്ലതെന്നു പറയാൻ എന്തെങ്കിലുമുണ്ടെങ്കിൽ അത് ഇത്രമാത്രമാണ്. ഡാർജിലിങ് ടീ!

ബെയറർ ചോദിച്ചു: "എപ്പോഴാണ് ബ്രേക്ഫാസ്റ്റ് വേണ്ടത് സർ!"

"അറ്റ് എയ്റ്റ്."

അയാൾ പോകാൻ തിരിഞ്ഞപ്പോൾ സിംസൻ വീണ്ടും വിളിച്ചു: "ബെയറർ!"

"യെസ് സർ!"

"ഒരു ജെന്റിൽമാൻ എന്നെ കാണാൻ വരും. പേര് സെൻ, താരക് സെൻ! വന്നാൽ ഇങ്ങോട്ടയക്കണം."

ബെയറർ സലാംവെച്ച് തിരിച്ചുനടന്നപ്പോൾ സിംസൻ ബാത്റൂമിലേക്ക് കയറി.

താരകൻ നന്നെ പുലർച്ചക്കുതന്നെ എഴുന്നേറ്റു. എത്ര നാളുകൾ കഴിഞ്ഞിട്ടുള്ള വരവാണ് മി. സിംസന്റെ. ഓരോ പടിയും കയറിയിറങ്ങിയിട്ടും ഗതികിട്ടാതെ വശംകെട്ടിട്ടെഴുതിയ എഴുത്താണ് സിംസന്. ഈവിധം അതിനൊരു മറുപടി അയക്കുമെന്ന് ഒട്ടും ഉറപ്പില്ലായിരുന്നു.

ട്രാംലെയ്നിൽ ചെന്നുനിന്നപ്പോൾ ഇനിയും ട്രാമുകളും ബസുകളും ഓടാൻ തുടങ്ങിയിട്ടില്ലെന്നു കണ്ടു. അനേകം വർഷങ്ങൾക്കുമുമ്പ് ഒരു ദിവസം ഗതികെട്ട് തുണയറ്റ് ഇതേ വഴിയിലാണ് ചെന്നുനിൽക്കുകയുണ്ടായത്. ഒരുവശത്ത് ഫയർ ബ്രിഗേഡിന്റെ കാവൽപ്പുര. ഏതാനും ഫയർ ബ്രിഗേഡ് വണ്ടികൾ ഒരുങ്ങിനിൽക്കുന്നു. യുദ്ധകാലം ഏതു നിമിഷവും വരാം, എവിടെ നിന്നെങ്കിലും തീപ്പിടിത്തത്തിന്റെ വാർത്ത. എല്ലാവരും ഉഷാറായി നിൽക്കുന്നു. ആര് ആരെ എപ്പോഴാണ് മലർത്തിയിടുക എന്നാരറിഞ്ഞു? ആര് എപ്പോൾ സാബോട്ടാഷിന് പുറപ്പെടുമെന്നും പറയുക വയ്യ. അതിശക്തമായ രാഷ്ട്രമാണ് ജർമനി. എത്ര മാരകമായ ആയുധമാണ് അതിന്റെ പക്കലുള്ള വി–2. എന്നിട്ടും യുദ്ധത്തിൽ തോറ്റു

പോയി. എന്നാലും കരുതിയിരിക്കുകതന്നെ വേണം. ബയണറ്റ് എടുത്തു പിടിച്ചോളൂ. തലയിൽനിന്ന് ഹെൽമെറ്റ് ഊരിവയ്ക്കേണ്ട. നിങ്ങളുടെ ശത്രുക്കളെ വകവരുത്തണ്ടേ? ആരു നീതിപാലിക്കുന്നു. ആർ അന്യായത്തിനു മുതിരുന്നു എന്ന് നോക്കണ്ട. ശത്രുവായാൽമതി. പിന്നെ വെറുതെ വിട്ടുകൂടാ.

ട്രാംലെയ്നിൽ നിൽക്കുന്ന താരകന്റെ മനസിൽ ഒരേ വാക്കുകൾ. ഫൈറ്റർബോംബർപോലെ മുരണ്ടുകൊണ്ടിരുന്നു. "ഇന്നത്തെ ലോകത്തിൽ ഏറ്റവും വിലപിടിച്ചത് ഉപയോഗിതയാണ്. തനിക്ക് സ്വഭാവ ശുദ്ധിയില്ലാത്തതിനാൽ ഞങ്ങൾക്ക് തന്നെക്കൊണ്ടുള്ള പ്രയോജനം അവസാനിച്ചു. തന്നെക്കൊണ്ടുള്ള ആവശ്യം ഞങ്ങളുടെ സംഘത്തിന് ഇല്ലാതായി."

വീണ്ടും ഉയർന്നു മുരളിച്ച: "താരകന്റെ കാര്യം താരകൻ തന്നെ നോക്കിക്കൊള്ളും. നമ്മളന്വേഷിക്കേണ്ട കാര്യമില്ല. പ്രഫുല്ലൻ പറയാറുണ്ട് – ആദ്യം നാട് അത് കഴിഞ്ഞിട്ട് നമ്മൾ..." കർത്തവ്യത്തിന്റെ പ്രശ്നം വരുമ്പോൾ ദയയും മമതയും നല്ലതും ചീത്തയും ഒക്കെ വിലയില്ലാത്തതായിപ്പോകും.

എല്ലാത്തരം ചിന്തകളും തലയോട്ടിൽ കിടന്ന് കലമ്പൽകൂട്ടി താരകനെ അസ്വസ്ഥനാക്കി. എന്നാൽ ഇപ്പോൾ അയാളുടെ കണ്ണുകൾ നനയുന്നില്ല. അളകൻതന്നെ തന്റെപേരിൽ ഇത്ര വലിയ ഒരാരോപണം കൊണ്ടുവന്നിരിക്കുന്ന സ്ഥിതിക്ക് ഇനി ഈ ലോകത്തിൽ ആരോടും താൻ കാരുണ്യത്തിനപേക്ഷിക്കില്ല.

ചിറ്റമ്മയുടെ കാര്യം ഓർത്തു. ഇതിനിടെ നിശ്ചയമായും നിഖിലനും കാളീപദനും മറ്റും അവിടെ എത്തിക്കഴിഞ്ഞിട്ടുണ്ടാവും. അളകനോ? അയാളും പോയിട്ടുണ്ടാവുമോ ഒപ്പം? അയാൾക്ക് അറസ്റ്റ് വാറണ്ടുണ്ടല്ലോ. അവിടെ ആയാളെ കാണേണ്ട താമസം, പൊലീസ് അറസ്റ്റ് ചെയ്യും.

ആ ട്രാംലെയ്നിൽനിന്നുകൊണ്ട് താരകൻ അന്ധകാരത്തിന്റെ അധിദേവതയെ സംബോധനചെയ്തുകൊണ്ട് പറഞ്ഞു: "ദൈവമേ! ഞാൻ ഒരപരാധവും ചെയ്തിട്ടില്ലെന്ന് അങ്ങയ്ക്ക് അറിയാമല്ലോ. അളകനറിയാതെ ഞാൻ ഒരിക്കലും ഒരു കാര്യവും ചെയ്തിട്ടില്ല. അത് എന്നെക്കൊണ്ട് ഒരിക്കലും സാധ്യവുമല്ല. അങ്ങുതന്നെ തീരുമാനിക്കൂ, ഞാൻ അപരാധിയോ നിരപരാധിയോ എന്ന്, അപരാധിയാണെങ്കിൽ എന്നെ ശിക്ഷിക്കൂ, ഒരിക്കലും മാപ്പുതരണമെന്ന് അപേക്ഷിക്കുകയില്ല."

എന്നാൽ ഇതൊക്കെ കേൾക്കാൻ ആരുണ്ട്? അരാജകത്വത്തിന്റേതായ ഒരു കാലഘട്ടമായിരുന്നു അത്. ആർക്കുമില്ല ആരെയും വിശ്വാസം. ആർക്കുമാരോടുമില്ല സ്നേഹം. ഹിന്ദുക്കൾക്ക് മുസ്ലിങ്ങളെ വിശ്വാസമില്ല. മുസ്ലിങ്ങൾക്ക് ഹിന്ദുക്കളെയില്ല വിശ്വാസം. അവിശ്വാസം, അതൃപ്തി, കൊല, കൊള്ള ഇതൊക്കെയായി മനുഷ്യരുടെ മൂലധനം. മറുവശത്ത് മദ്രാസിലെ രാജഗോപാലാചാരി പാകിസ്ഥാൻ വേണമെന്ന ആവശ്യം അനുവദിക്കുവാൻ തയാറായിരിക്കുന്നു. ഏതു വിധവും ഇംഗ്ലീ

ഷുകാരെ ഇവിടന്നു പറഞ്ഞയക്കണമെന്നതാണു ലക്ഷ്യം. എല്ലാം അറിഞ്ഞ സമയം അളകേശൻ പറഞ്ഞു:

"എല്ലാം തുലഞ്ഞു ചങ്ങാതി! ഞങ്ങളുടെ ഇന്നോളമുള്ള പ്രയത്നം വൃഥാവിലായി."

ഒരിടത്ത് ഗാന്ധിജി ജിന്നയുടെ കാലുപിടിച്ച് നേർവഴിക്കാക്കുവാൻ അപേക്ഷിക്കുന്നു. അദ്ദേഹം ജിന്നയ്ക്ക് ഒരു കത്ത് അയച്ചിരിക്കുന്നു: "ഞാൻ എന്നും താങ്കളുടെ ഒരു ദാസനും സുഹൃത്തുമായിരുന്നു. എന്നെ നിരാശപ്പെടുത്തരുതേ!"

ഹിന്ദുക്കളുടെ നേതാവ് സവർക്കർ ഇതിൽ ക്ഷോഭിച്ച് അട്ടഹസിക്കുവാൻ തുടങ്ങിയിരിക്കുന്നു. അദ്ദേഹം പറയുന്നു: "ഇന്ത്യ, ഗാന്ധിയുടെയോ രാജഗോപാലാചാരിയുടെയോ കുടുംബസ്വത്തല്ല. അവർക്ക് തന്നിഷ്ടപ്രകാരം കണ്ടവർക്ക് ചക്കാത്തുകൊടുക്കാനുള്ള മുതലല്ല ഭാരതം." ഇത് രാജനീതി. എന്നാൽ ഈ നീതിക്കപ്പുറത്തുമുണ്ട് ഒരു നീതി. ആ നീതിയിൽ ഉറച്ചു വിശ്വസിച്ച് ലക്ഷം ലക്ഷം താരകന്മാരും അളകന്മാരും നിഖിലന്മാരും കുടുംബത്തെയും സ്വജനങ്ങളെയും ഉപേക്ഷിച്ച് ഇറങ്ങിപ്പോന്നു. ആ നീതിയേത്? അതിനെന്തുപേർ പറയണം?

ബംഗാളിലെ ദൗർഭിക്ഷ്യം കാരണം മരിച്ച പതിനഞ്ചുലക്ഷത്തിൽനിന്ന് കരിഞ്ചന്തക്കാർക്ക് എന്താദായം കിട്ടി?

അളകൻ പറയാറുണ്ട്: "ഓരോരുത്തരും ആയിരം ഉറുപ്പിക കൂട്ടിനോക്കിക്കൊള്ളൂ. ആകെ എത്രയായെന്ന്."

താരകൻ കൂട്ടിനോക്കി. ആകെ ആയിരത്തി അഞ്ഞൂറു കോടി ഉറുപ്പിക.

"അപ്പോൾ?"

അളകൻ പറഞ്ഞു: "അതിനുതക്ക ശിക്ഷ കിട്ടും അവർക്ക്, ഇംഗ്ലീഷുകാർ കെട്ടുകെട്ടട്ടെ, അതിനുശേഷം കാട്ടിക്കൊടുക്കാം. ജവാഹർലാൽ എന്താണ് പറഞ്ഞിട്ടുള്ളതെന്നറിയാമോ? ഞാൻ ഒരു കൃമിയെപ്പോലും കൊന്നിട്ടില്ല. എന്നാൽ എല്ലാ കരിഞ്ചന്തക്കാരെയും ഒന്നിച്ചുപിടിച്ച് കമ്പിക്കാലുകളിൽ കെട്ടിത്തൂക്കികൊല്ലുകയാണെങ്കിൽ അത് എനിക്ക് ഏറ്റവും സന്തോഷമുള്ള ഒരു കാര്യമായിരിക്കും."

ആ അന്ധകാരത്തിൽ ട്രാംലെയിനിന്നരികിൽ നിന്നുകൊണ്ട് താരകൻ ഉള്ളാലെ അലറുന്നതുപോലെ തോന്നി: ദൈവമേ, നീ മിഥ്യയാണ്. കാളിയും ശിവനും കൃഷ്ണനും എല്ലാംതന്നെ നുണപറയുന്നവർ. ഗാന്ധി, രാജാജി, സവർക്കർ, അളകൻ, നിഖിലൻ, കാളീപദൻ, സകലപേരും മിഥ്യാവാദികൾ. പ്രഫുല്ലനും അങ്ങനെതന്നെ. എനിക്കാരേയുമില്ല വിശ്വാസം. ഒന്നിലുമില്ല.

"ആര് താരകനല്ലേ? നിങ്ങൾ വീണ്ടും ഇവിടെ?"

പെട്ടെന്ന് താരകൻ ഞെട്ടിയുണർന്നു പോയപോലെയായി. താനറിയാതെ നടന്നുനടന്ന് യദുഭട്ടാചാര്യലെയ്നിലെത്തിയപ്പോൾ? താൻ മിഥ്യാവാദികളെന്നു പറഞ്ഞ് ശകാരിച്ചവരുടെ അരികിൽത്തന്നെ വീണ്ടും എത്തി

യിരിക്കുന്നു. ഇതാ അവരോട് വീണ്ടും പറയാൻ വന്നിരിക്കുന്നു... നിങ്ങൾ മാപ്പുതരണം. പറഞ്ഞുപോയതെല്ലാം വെറും കോപംകൊണ്ട് ചെയ്തു പോയതാണ്. അതൊക്കെ മനസുകൊണ്ട് പറഞ്ഞതല്ല. മുഖംകൊണ്ട് പറഞ്ഞതുമാത്രം. അത് സത്യമാണെന്ന് പറഞ്ഞ് നിങ്ങൾ എന്നെ ആട്ടി പുറത്താക്കരുത്. ഞാൻ നിങ്ങളുടെ സംഘത്തിലൊരുവൻ. എന്നെ പുറം തള്ളരുത്.

"എന്തെടോ മിഴിച്ചുനോക്കിനിൽക്കുന്നത്? അളകൻ തന്നെ പുറത്താക്കിയതല്ലേ? പിന്നെയും വന്നിരിക്കുന്നു!"

താരകൻ മുറ്റത്തേക്കുതന്നെ നോക്കിനിൽക്കയാണ്. ചിറ്റമ്മയുടെ മൃതദേഹം ഒരു കുറുംകട്ടിലിൽ കിടക്കുന്നു. നിശ്ചലവും നിശ്ചേതനവുമായ ദേഹം. അനുനിമിഷമെന്നപോലെ മകളെ വിളിച്ചുവിളിച്ച് സ്വൈര്യം കെടുത്തിയിരുന്ന ആ വ്യക്തി ഇനി ആരേയും വിളിച്ച് വെറിപിടിപ്പിക്കുകയില്ല. പാരുൽ എന്തൊക്കെ വേണ്ടാതനം കാട്ടിയാലും ഇനി അവളുടെ അമ്മ ശാസിക്കാനില്ല. മാത്രമോ? താരകനെ "കറപ്പ് കൊണ്ടുവരുവാൻ മറക്കരുതെന്ന്" താക്കീതുനൽകുകയുമില്ല.

"എന്താടോ മിഴിച്ചിങ്ങനെ നിൽക്കണേ? വായിൽ നാവില്ലേ?"

പാരുൽ വരാന്തയിൽനിന്ന് കരയുന്നു. അളകൻ അവളുടെ കൈ പിടിച്ച് സാന്ത്വനിപ്പിക്കുന്നു.

താരകൻ അവിടന്ന് നോട്ടം തിരിച്ചു.

"എന്നാൽ ഇനി പുറപ്പെടുക" എല്ലാവരും ചേർന്ന് ചിറ്റമ്മയുടെ ശവമഞ്ചം പൊക്കി തോളിലേറ്റി. ഇരുട്ടിൽ ആരൊക്കെയുണ്ടെന്ന് ശരിക്കും കണ്ടുകൂടാ. കുറെ അസ്പഷ്ടമായ നിഴലുകൾ. ആരും സംസാരിക്കുന്നില്ല. പാരുലിന്റെ അമ്മയുടെ മരണത്തിൽ അവരുടെ സ്വന്തപ്പെട്ട ആരുടെയോ മരണം സംഭവിച്ചതുപോലുള്ള ദുഃഖം.

അളകൻ വരാന്തയിൽനിന്നിറങ്ങിവന്നു പറഞ്ഞു: "നിഖിൽ, ഇതാ ഈ പണം കൈയിലിരിക്കട്ടെ. അത്യാവശ്യച്ചെലവുകൾക്ക്."

"നിങ്ങൾ വരണമെന്നില്ല. ഞങ്ങൾ ഒക്കെ വേണ്ടപോലെ ചെയ്തു കൊള്ളാം."

"ബുദ്ധിമുട്ട് തോന്നില്ലല്ലോ!"

"എന്താണ് ബുദ്ധിമുട്ട്! എത്രയോ ശവങ്ങൾ മറവുചെയ്തിരിക്കുന്നു. നിങ്ങളുടെ പേരിൽ അറസ്റ്റ് വാറണ്ടുണ്ട്. അതുകൊണ്ട് ഒപ്പം വരണ്ട. അതുമല്ല, ഇവിടെ പാരുലിന്റെ അടുക്കലും വേണമല്ലോ ഒരാൾ തുണയ്ക്ക്." അവർ പോയിക്കഴിഞ്ഞപ്പോൾ അളകൻ പടിവാതിൽ അടച്ചു തഴുതിട്ട് വരാന്തയിൽ നിൽക്കുന്ന പാരുലിനോട് പറഞ്ഞു: "കരയാതിരിക്കൂ. അച്ഛനമ്മമാർ എന്നും ജീവിച്ചിരിക്കുമോ?"

പാരുൽ കരഞ്ഞുകൊണ്ടുപറഞ്ഞു: "ഞാൻ ഈ വീട്ടിൽ ഒറ്റയ്ക്ക് എങ്ങനെ കഴിഞ്ഞുകൂടും അളകേട്ടാ? ഇവിടെ എന്നെ നോക്കാൻ ആരുണ്ട്?"

അളകൻ പാരുലിനെ സമാധാനിപ്പിക്കുവാൻ അവളുടെ തല തലോ

ടിക്കൊണ്ടു പറഞ്ഞു:

"ഞാനുണ്ടല്ലോ. ഞാൻ നിന്നെ നോക്കിക്കൊള്ളാം."

പാരുൽ ചോദിച്ചു: അളകേട്ടന് സമയം ഉണ്ടായിട്ടുവേണ്ടേ എന്നെ നോക്കാൻ? എന്തെല്ലാം ചെയ്യാനുണ്ട് അളകേട്ടന്?"

"ഞാൻ ഇനി എങ്ങും പോകുന്നില്ല പാരുൽ! പോകാൻ നിവൃത്തിയില്ല. പൊലീസ് വാറണ്ടുണ്ട് എന്റെ പേരിൽ. രണ്ടു പൊലീസുകാരെ കൊന്ന് ഒളിവിൽ നടക്കുകയാണ് ഞാൻ. എന്നെ പിടികിട്ടിയാൽ അവർ കഴുവിലേറ്റാതെ വിടില്ല. എന്റെ തലയ്ക്ക് പൊലീസ് പതിനായിരം ഉറുപ്പിക വില നിശ്ചയിച്ചിരിക്കുന്നു."

പാരുൽ ഇതുകേട്ട് ഭയംകൊണ്ട് ഞെട്ടിവിറച്ചു. അവൾ ചോദിച്ചു: "അപ്പോഴിനി?"

"ഇനിയെന്തെന്നു ചോദിച്ചാൽ ഒന്നുമില്ല. ഞാനിപ്പോഴത്തെപ്പോലെ തന്നെ അങ്ങനെയിരിക്കും."

"വല്ലവരും പറഞ്ഞുകൊടുത്താലോ?"

"ആരുപറഞ്ഞുകൊടുക്കും? ഞാനീ വീട്ടിലുണ്ടെന്ന് ആർക്ക് നിശ്ചയമുണ്ട്? ആർക്കും അങ്ങനെയൊന്ന് ഊഹിക്കാൻ പോലും സാധിക്കയില്ല. അതുമല്ല, ഇനി ആരെങ്കിലും പൊലീസിന് ഒറ്റിക്കൊടുത്താൽത്തന്നെ അവറ്റയ്ക്ക് ജീവനോടെ പിടിക്കാമെന്ന വ്യാമോഹം വേണ്ട."

"അളകേട്ടാ എനിക്ക് പേടിയാവുന്നു."

"ഒട്ടും പേടിക്കേണ്ട. ഞാൻ ഇവിടെ ഉള്ളിടത്തോളംകാലം നിനക്ക് ഒരു തരക്കേടും വരികയില്ല. ഇനി ഞാൻ ഇവിടെത്തന്നെ താമസിക്കും. ഊണും ഉറക്കവും ഒക്കെ ഇവിടെത്തന്നെ. നിഖിലനോട് പറഞ്ഞിട്ടുണ്ട്. നാളെത്തൊട്ട് അയാൾ വീട്ടാവശ്യങ്ങൾക്കുള്ള എല്ലാം വാങ്ങിക്കൊണ്ടു വരും."

"അപ്പോൾ താരകനോ? താരകനെവിടെ? കൽക്കത്തയിലില്ലെന്നുണ്ടോ? താരകൻ ഞങ്ങൾക്ക് വളരെയധികം ഉപകാരം ചെയ്തിട്ടുണ്ട്. അയാളില്ലായിരുന്നുവെങ്കിൽ ഈ കുടുംബം കുഴങ്ങിപ്പോകുമായിരുന്നു. അയാൾ ചെയ്ത സഹായത്തിന് പ്രത്യുപകാരം ചെയ്യുക ഈ ജന്മത്തിൽ സാധ്യമല്ല."

പാരുലിന്റെ ഈ വാക്കുകൾ അളകനെ നിരുത്സാഹപ്പെടുത്തിയെന്നു അയാളുടെ ശബ്ദം കേട്ടിട്ട് തോന്നി. അയാൾ പറഞ്ഞു:

"താരകൻ ഞാൻ പറഞ്ഞതനുസരിച്ച് പ്രവർത്തിച്ചുവെന്നേയുള്ളൂ. എന്റെ നിർദേശമനുസരിക്കുന്ന ഒരുവൻ മാത്രമാണ് അയാൾ. ഇതിൽ എന്താണിത്ര പരാക്രമം?"

"അങ്ങനെയല്ല, അളകേട്ടന് അയാളെ അറിഞ്ഞുകൂടാഞ്ഞിട്ടാണ് ഇങ്ങനെ പറയുന്നത്. താരകനെപ്പോലെ ഒരുവനില്ല."

ഇതുകേട്ടിട്ട് അളകന് എന്തുവികാരമാണ് മുഖത്തുണ്ടായതെന്ന് ഇരുട്ടുകാരണം സ്പഷ്ടമായില്ല. അതെന്തായാലും അയാൾ പറഞ്ഞു: "അതുകൊണ്ടായിരിക്കാം നീ അയാളോടൊപ്പം ഫോട്ടോ എടുക്കാൻ നിന്നുകൊ

ടുത്തത്."

പാരുൽ ഇതിനെന്തെങ്കിലുമൊരു മറുപടി പറയുംമുമ്പ് അപ്രതീക്ഷിതമായ ഒന്നു സംഭവിച്ചു. പെട്ടെന്ന് മുറ്റത്തൊരു കോണിൽ ആരോ നിൽക്കുന്നതുപോലെ അയാളുടെ കണ്ണിൽപ്പെട്ടു.

"ആര്? അവിടെ ആര്?"

അളകൻ വരാന്തയിൽനിന്ന് മുറ്റത്തേക്ക് ചാടിയിറങ്ങി ചെന്നുനിന്നത് താരകന്റെ മുമ്പിലായിരുന്നു.

"നീ, നീയിവിടെ?"

താരകൻ പറഞ്ഞു: "പോകുന്നതിനുമുമ്പ് ചിറ്റമ്മയെ ഒന്നു കാണാൻ വന്നതായിരുന്നു.

"പക്ഷേ, ഞാൻ താക്കീത് ചെയ്തിരുന്നില്ലേ. ഇവിടെ വരരുതെന്ന്? എന്നിട്ടും..."

"പറഞ്ഞില്ലേ ചിറ്റമ്മയുടെ അന്തിമദർശനത്തിന് വന്നതാണ്."

താരകന്റെ ശബ്ദം കേട്ട് പാരുലും ഇറങ്ങിച്ചെന്നു.

"താരകേട്ടനല്ലേ? എപ്പോൾ വന്നു ഇവിടെ?"

"കുറെ നേരമായി?"

"ഞാൻ അറിഞ്ഞേ ഇല്ലല്ലൊ. കുറെനേരമായെന്നോ വന്നിട്ട്?"

പിന്നെ അവൾ അളകന്റെ നേരെ തിരിഞ്ഞിട്ട് പറഞ്ഞു: "താരകേട്ടൻ കൽക്കത്തയിലില്ലെന്ന് അളകേട്ടൻ എന്നോട് പറഞ്ഞില്ലേ?"

അളകൻ അതിനു മറുപടിപറയാൻ കൂട്ടാക്കാതെ അവളെ ശാസിച്ചു: "നീ മിണ്ടാതിരുന്നോളൂ. ഞാൻ താരകനോടാണ് സംസാരിക്കുന്നത്. അതിനിടയ്ക്ക് വന്നു നിൽക്കണ്ട. അകത്തു കയറിയിരിക്കൂ."

പാരുൽ പറഞ്ഞു: "ഞാൻ ചോദിച്ചതിനുത്തരം തരൂ. അളകേട്ടന്റെ പ്രവൃത്തി എനിക്ക് മനസിലാക്കാൻ കഴിയുന്നില്ല."

"മനസിലാക്കിയിട്ടാവശ്യമില്ല. എന്തിനിടയ്ക്ക് ചാടിവീഴുന്നു നീ?"

താരകൻ പറഞ്ഞു: "ഞാൻ ഇനി ഇവിടെ നിൽക്കുന്നത് ഉചിതമല്ല. ഇനി ഇവിടെ വരികയുമില്ല. അളകൻ പറയുന്നത് അനുസരിച്ചോളൂ."

പിന്നെ പോകാൻപുറപ്പെട്ട അയാൾ വീണ്ടും തിരിഞ്ഞുനിന്ന് പറഞ്ഞു: "എന്നാലും ഒരു വാക്ക്."

അളകൻ ചോദിച്ചു: "എന്താണത്."

"അത് മറ്റാരും കേൾക്കാതെ പറയണമെന്നുണ്ട്."

അളകൻ പറഞ്ഞു: "പാരുൽ, നീ അകത്തുചെന്നിരിക്കൂ. താരകന് എന്തോ സ്വകാര്യം പറയാനുണ്ടത്രെ."

പാരുൽ പോയിക്കഴിഞ്ഞപ്പോൾ താരകൻ സ്വരം താഴ്ത്തി പറഞ്ഞു: "അളകേശ്, മറ്റൊന്നും വിചാരിക്കരുത്. എനിക്ക് ഒരു അപേക്ഷയുണ്ട്. സാധിപ്പിച്ചുതരണം."

"കേൾക്കട്ടെ എന്താണെന്ന്."

"പാരുലിനോടൊപ്പം എടുപ്പിച്ച ഫോട്ടോ വേണം."

അളകന് ഇതുകേട്ടപ്പോൾ വന്ന കോപം! പക്ഷേ, അതു നിയന്ത്രിച്ചു

കൊണ്ട് ചോദിച്ചു: “അതുകൊണ്ട് എന്തു ചെയ്യാനാണ് ഭാവം?”

“ഞാനത് സൂക്ഷിക്കുവാൻ ആഗ്രഹിക്കുന്നു. മറ്റൊന്നിനുമല്ല.”

അളകൻ നരിയെപ്പോലെ തീക്ഷ്ണമായ ദൃഷ്ടികളോടെ താരകനെ നോക്കി. ഒരക്ഷരവും പറയാൻ അയാൾക്ക് കഴിഞ്ഞില്ല.

താരകൻ പറഞ്ഞു: “തരൂ സഹോദരാ! എനിക്കാരുമില്ല, ഒന്നുമില്ല. നിങ്ങൾക്കെല്ലാമറിയാമല്ലൊ. എനിക്ക് വീടില്ല, കുടുംബമില്ല, അമ്മയുമില്ല. നിങ്ങളും എന്നെ ആട്ടിയോടിച്ചു. ഇനി ഞാനെന്തിൽ പിടിച്ചുനിന്ന് ജീവിക്കും? അതെനിക്കു തരൂ അളക്!”

അയാൾ അത് പറഞ്ഞ് അളകന്റെ കാൽ പിടിക്കുകതന്നെ ചെയ്തു.

എന്നാൽ ഈ ചേഷ്ട അളകനെ ക്രമാധികം കോപിപ്പിച്ചു. അയാൾ താരകനെ ഒറ്റച്ചവിട്ടുകൊടുത്ത് ചീറിക്കൊണ്ട് പറഞ്ഞു: സ്കൗൺഡ്രൽ! കടന്നുപോ ഇവിടന്ന്.”

ചവിട്ടേറ്റ താരകൻ സിമന്റിന്റെ പോട്ടിയറയിൽ വീണു.

“കടക്ക് ഇവിടന്ന് പുറത്ത്, ഈ നിമിഷം.”

ശബ്ദംകേട്ട് പാരുൽ പുറത്തേക്കോടിവന്നു.

“എന്തുപറ്റി അളകേട്ടാ! എന്തിനാണ് താരകനെ അടിക്കുന്നത്? എന്തു ചെയ്തു?”

അതിനിടെ അളകൻ താരകനെ തള്ളിപ്പുറത്താക്കി വാതിൽ കൊട്ടിയടച്ചുകഴിഞ്ഞിരുന്നു. അയാളും എല്ലാം കഴിഞ്ഞുനിന്നു കിതച്ചുതുടങ്ങി.

പാരുലിന് ഒന്നും മനസിലായില്ല. അവൾ ചോദിച്ചുകൊണ്ടിരുന്നു.

“എന്താണിത്ര കോപം അളകേട്ടാ? താരകൻ എന്തുകാട്ടി? അയാളെ എന്തിന് അടിച്ചു പുറത്താക്കി?”

അളകൻ പറഞ്ഞു: “അവനെ കൊല്ലുകയാണ് വേണ്ടിയിരുന്നത്? എന്താണവൻ ചെയ്തതെന്നറിയാമോ?”

“ചെയ്തതെന്തുമാവട്ടെ ഇങ്ങനെ അടിക്കരുതായിരുന്നു.”

“അവനെന്തു ചെയ്തുവെന്നറിഞ്ഞാൽ അപ്പോൾ നീ പറയും. ഇത്രയടിച്ചാൽ പോരായിരുന്നുവെന്ന്.”

“എന്തു ചെയ്തു താരകൻ?”

“അയാൾ ഞങ്ങളുടെ സ്ഥാപനത്തിന്റെ പണം മോഷ്ടിച്ചു.”

“അതുവ്വോ?”

“ഉവ്വ്. അവനെ ഞാൻ എല്ലാവരിലുമധികം വിശ്വസിച്ചു. അയാളെ ആയിരമായിരം ഉറുപ്പിക ഏൽപ്പിച്ചു. അതിനൊന്നും കണക്ക് ഹാജരാക്കുന്നില്ല അതിനാണ് അടിച്ചത്!”

“എന്താണീ പറയുന്നത്? താരകനെപ്പറ്റി ഇങ്ങനെയൊക്കെ എനിക്ക് ചിന്തിക്കാനേ കഴിയുന്നില്ല.”

വാതിലിന് പുറത്തുനിന്നുകൊണ്ട് വർത്തമാനമെല്ലാം താരകൻ കേൾക്കുന്നുണ്ടായിരുന്നു. ഇതിനിടെ രണ്ടുപേരും അകത്തേക്കു കടന്നുപോയതു കൊണ്ടാവാം പിന്നെ ശബ്ദമൊന്നും കേട്ടില്ല.

താരകൻ അവിടെത്തന്നെ നിന്നുകൊണ്ട് ഇനിയെന്ത് വേണമെന്ന്

ആലോചന തുടങ്ങി. ഇത്ര വലിയൊരു കുറ്റാരോപണത്തിന് അവിടെ വെച്ചുതന്നെ എതിർപ്പ് പ്രകടിപ്പിച്ചിരുന്നുവെങ്കിൽ പാരുലിന്റെ മുമ്പിൽ അഭിമാനം സംരക്ഷിക്കാമായിരുന്നു. ഇത്ര വലിയ ഒരു കെട്ടിച്ചമച്ച അപരാധം നിർവികാരനായിനിന്നു കേൾക്കുകയെന്നു വെച്ചാൽ തന്റെ ദൗർബല്യം പാരുലിന്റെ മുമ്പിൽ പ്രകടമാവുക എന്നാണർഥം. അളകേശനോടുള്ള തന്റെ സൗഹാർദം, ഈ ആരോപണം താൻ മരിക്കുംവരെ ചുമന്നു നടക്കാൻ മാത്രം വിലപിടിച്ചതാണോ? തനിക്ക് അയാളുടെ മൈത്രി ഒഴിച്ചുകൂടാത്ത ഒന്നാണോ?"

താരകൻ പിന്നെ അവിടെനിന്നില്ല. വന്ന ദിക്കുനോക്കി നടന്നു ഫയർ ബ്രിഗേഡിന്റെ കാവൽപ്പുരക്കടുത്തുതന്നെയുള്ള ട്രാംലെയ്നിലേക്ക്.

പതിനഞ്ച്

ലാൽബസാറിലെ ആ ഫയൽ ചുറ്റിത്തിരിഞ്ഞു ചുറ്റിത്തിരിഞ്ഞ് ചൗരംഗിയിലെ ഇലിഷിയം റോവിലെത്തിയിരിക്കുന്നു. ആ ഫയൽ ഇപ്പോൾ ഒന്നുകൂടി തടിച്ചിട്ടുണ്ട്. അതിൽ ഇപ്പോൾ ഒരു പേർകൂടി ചേർന്നിരിക്കുന്നു. അളകേശ് ചക്രവർത്തിയുടെ പേർ.

അളകേശന്റെ ആകൃതി അതിൽ ഇങ്ങനെ വർണിച്ചിരിക്കുന്നു. ഉയരം അഞ്ച് അടി എട്ടിഞ്ച്. ചുരുണ്ടുകറുത്തമുടി. പിന്നെയും ഒറ്റനോട്ടത്തിനു തിരിച്ചറിയാവുന്ന പലതും അതിൽ വിവരിച്ചിട്ടുണ്ട്. കുറെ ഏറെ നാളായി അയാളെ തിരക്കിത്തുടങ്ങിയിട്ട്. അയാളുടെ പിറകെ അനേകം സി ഐ ഡി കളെ വിട്ടിരിക്കുന്നു. അയാളെ അവസാനമായി കണ്ടത് ഫരീദ്പൂർ ട്രെയിൻകൊള്ള സമയത്താണ്. അയാളുടെ വെടിയേറ്റ് അന്ന് രണ്ട് പൊലീസുകാർ മരിച്ചു. അടുത്ത സ്റ്റേറ്റുകളിലേക്കും അയാളുടെ വിവരം അയച്ചിട്ടുണ്ട്. പിടിക്കുന്നവന് പതിനായിരം ഉറുപ്പിക ഇനാം. അന്വേഷണം മുറയ്ക്കുനടക്കുന്നു.

ജീവനോടെ പിടിക്കണമെന്നാണത്രെ മേലധികാരികളുടെ കൽപ്പന.

മി. ജോൺ സിംസൻ എല്ലാ ചാരപ്രവൃത്തിക്കാരോടും പറഞ്ഞുകഴിഞ്ഞിരുന്നു. ഏതു വിധവും അളകേശ് ചക്രവർത്തിയെ പിടിക്കതന്നെവേണം. രണ്ട് പൊലീസുകാരെ വധിച്ച ഒരുവനെ വെറുതെവിട്ടാൽ ബ്രിട്ടീഷ്ഭരണത്തിന് ഇവിടെ നിൽക്കക്കള്ളിയില്ലാതെ വന്നേക്കും. ഇന്ത്യയിൽനിന്ന് ബ്രിട്ടീഷ്ഭരണം കൈവിട്ടുപോയാലോ, ഫാർഈസ്റ്റ്, മിഡിൽ ഈസ്റ്റ്, വെസ്റ്റ് ഏഷ്യ, സൗത്ത് ഏഷ്യ എന്നിവിടങ്ങളിൽനിന്നുകൂടി അവർക്ക് ഒഴിഞ്ഞുപോകേണ്ടിവരും. യുദ്ധകാലത്ത് ഇന്ത്യ സൗത്ത് - ഈസ്റ്റ് ഏഷ്യയുടെ ഹെഡ്ക്വാർട്ടറാകുന്നു. അപ്പുറത്ത് ജർമനിയുടെ കളി അവസാനിക്കുകയായി. ജപ്പാനെയും പിടിച്ചുനിർത്താൻ കഴിഞ്ഞിരിക്കുന്നു. ആ സമയത്ത് ഇന്ത്യയിൽനിന്ന് ബ്രിട്ടീഷ് പവറിന്റെ പ്രസ്റ്റീജ് പൊയ്പ്പോകുവാൻ ഒരിക്കലും സമ്മതിച്ചുകൂടാ. അങ്ങനെ വന്നാൽ,

കോൺഗ്രസ്, മഹാത്മാഗാന്ധി, ജവാഹർലാൽ നെഹ്റു എന്നിവരുടെ പ്രസ്റ്റീജ് ഉയരും. അപ്പോൾ അവർ ആവശ്യപ്പെടുന്നതു കൊടുക്കേണ്ടിവരും. പിന്നെ ഹിന്ദു–മുസ്‌ലിം ലഹളകൾ വഴി കോൺഗ്രസിനെ ക്ഷീണിപ്പിക്കുക സാധ്യമാവുകയില്ല. അവർ കംപ്ലീറ്റ് ഇൻഡിപ്പെൻഡൻസ് ആവശ്യപ്പെടും. സമ്പൂർണ സ്വാതന്ത്ര്യം. പിന്നീട് ബ്രിട്ടീഷ് കോമൺവെൽത്തിൽ പിടിച്ചുവയ്ക്കാൻ പോലും കിട്ടിയില്ലെന്നുവരും.

യദുഭട്ടാചര്യലെയ്നിലെ പഴകിച്ചോരുന്ന പുരയിലിരുന്നുകൊണ്ട് അളകേശനും ഇതുതന്നെയാണ് പറഞ്ഞിരുന്നത്.

അയാൾ പറഞ്ഞു: "എന്നെ പൊലീസ് പിടിക്കുന്നതിൽ എനിക്ക് വിരോധമില്ല പാരുൽ. പക്ഷേ, എന്നെ പിടിച്ചാൽ പ്രഫുല്ലനെയും പിടികൂടിയേക്കും."

പാരുൽ പറഞ്ഞു: "അങ്ങനെ തോന്നരുത് അളകേട്ടാ! അളകേട്ടനെ പോലീസിനെക്കൊണ്ടു പിടിപ്പിച്ചിട്ട് എനിക്കെന്തുകിട്ടും?"

"ആ ഭയം വേണ്ട. എന്നെ ഉയിരോടെ പിടിക്കാനുള്ള കഴിവ് ബ്രിട്ടീഷ് പൊലീസിനില്ല. അതിനുമുമ്പ് ഞാൻ എന്റെ ജീവനെടുക്കും."

പാരുൽ ചോദിച്ചു: "ഞാനോ? എന്റെ കാര്യം ചിന്തിച്ചോ? അളകേട്ടൻ പോയാൽ ഞാനെന്തുചെയ്യും? ഒറ്റയ്ക്ക് ഞാനെങ്ങനെ കഴിഞ്ഞുകൂടും?"

"നിനക്ക് ഭയം തോന്നേണ്ടകാര്യമില്ല. ഞാൻ അത്ര വേഗം പോവില്ല. ഞാൻ ഇവിടെ ഉണ്ടെന്ന് ആർക്കും അറിയില്ല. ഞാൻ ഡൽഹിയിലോ ബോംബെയിലോ പോയി ഒളിച്ചിരിക്കുമെന്നാണ് അവർ വിചാരിക്കുന്നത്. പിന്നെ എന്നെ ആർ പിടിക്കും? എനിക്കുവേണ്ടി നീയും ബുദ്ധിമുട്ടുന്നുവല്ലോ എന്നാണ് എനിക്കു ദുഃഖം."

"എനിക്കെന്താണ് ബുദ്ധിമുട്ട്?"

"ഞാൻ വീട്ടിൽ അടച്ചിരിക്കുന്നു. നീ മാർക്കറ്റിൽ പോയി വീട്ടാവശ്യങ്ങൾക്ക് വേണ്ട വകകൾ വാങ്ങിക്കൊണ്ടുവരുന്നു."

വർത്തമാനത്തിനിടയ്ക്ക് പെട്ടെന്ന് വാതിൽക്കൽ മുട്ടുകേട്ടു.

"അതാ അവർ എത്തി. അളകേട്ടൻ അകത്തുകടന്ന് ഇരുന്നോളൂ. വേഗം വേഗം! ഇത് ഒരു പുതിയതരം മുട്ടലാണ്. ഞാൻ ചെന്ന് നോക്കട്ടെ."

അളകൻ എഴുന്നേറ്റ് അലമാരിക്കടിയിൽ ഒളിച്ചു.

പാരുൽ പടിവാതിൽക്കൽ നിന്നുകൊണ്ട് ചോദിച്ചു.

"ആരാണവിടെ?"

"ഞാൻ!"

"ഞാനെന്നുവെച്ചാൽ? പേര്?"

"നിഖിലൻ. വാതിൽ തുറക്കൂ."

പാരുലിന് ആശ്വാസമായി. വാതിൽ തുറന്നുകൊടുത്തിട്ടു പറഞ്ഞു:

"നിങ്ങളോടു പറഞ്ഞിട്ടില്ലേ വാതിൽക്കൽ മൂന്ന് തവണ മുട്ടണമെന്ന്? ഞങ്ങൾ പേടിച്ചുപോയി കടന്നുവരൂ. വാതിലടച്ചു സാക്ഷയിടട്ടെ."

നിഖിലന്റെ ശബ്ദം കേട്ട് അളകൻ പുറത്തേക്കു ചെന്നു. അയാൾ നിഖിലനോടു ചോദിച്ചു: "എന്തൊക്കെയുണ്ട് വർത്തമാനം? പണം

കൊണ്ടുവന്നിട്ടുണ്ടോ?"

"ഉവ്വ്"

"എത്ര പണം പിരിക്കാൻ കഴിഞ്ഞു?"

"ഇരുനൂറ്" നിഖിലൻ പണം അളകനു കൊടുത്തുകൊണ്ടു പറഞ്ഞു.

അളകൻ പണാ കീശയിൽ വെച്ചിട്ട് ചോദിച്ചു: "ആരാണ് പണം തന്നത്?"

"ബാരിസ്റ്റർ ശരത് ബോസ്."

"എൽജിൻ റോഡിലുള്ള ശരത്ബോസ്? താൻ അയാളെ അറിയും?"

നിഖിലൻ പറഞ്ഞു: "ജ്യോതിഷേട്ടൻ പറഞ്ഞതനുസരിച്ച് പോയതായിരുന്നു. തന്റെ പേരു പറഞ്ഞാൽ പണം കിട്ടാതിരിക്കില്ല എന്ന് അദ്ദേഹം പറഞ്ഞു. ഇങ്ങനെ ഒരാളെ കാണില്ലാത്രെ. അദ്ദേഹം ഒരാൾ മാത്രമാണ് ഇപ്പോൾ വിപ്ലവസംഘടനകൾക്ക് പണംകൊടുത്ത് സഹായിക്കുന്നതെന്നും ജ്യോതിഷേട്ടൻ എന്നോടു പറഞ്ഞു."

അളകൻ ചോദിച്ചു: "എന്റെ പേർ ബാരിസ്റ്ററോടു പറഞ്ഞോ?"

"ഉവ്വ്. പറഞ്ഞ ഉടൻ ചോദിച്ചു: ഫരീദ്പൂർ ട്രെയിൻ കൊള്ളക്കേസിലെ പ്രതിയല്ലെ? പേര് നല്ലപോലെ അറിയാം. ഈ വിധമുള്ള ചെറുപ്പക്കാരാണ് നമുക്ക് അത്യാവശ്യം. അയാളോടു പറഞ്ഞേക്കൂ. കേസ് കോടതിയിൽ വരുമ്പോൾ ഞാനുണ്ടെന്ന്, സഹായത്തിന്."

അളകൻ കീശയിൽനിന്ന് പണമെടുത്ത് പാരുലിന് കൊടുത്തിട്ടുപറഞ്ഞു: "ഇത് നിന്റെ കൈയിൽ ഇരിക്കട്ടെ. രണ്ടുദിവസമായി ഒന്നും ഭക്ഷിച്ചിട്ടില്ലല്ലോ. ഇഷ്ടമുള്ളതു വാങ്ങി ഭക്ഷിക്കൂ. ആരും തടയില്ല."

പാരുൽ പറഞ്ഞു: "ഞാൻ ആവലാതിപ്പെടുന്നത് എനിക്കുവേണ്ടി മാത്രമാണെന്നു വിചാരിച്ചോ? അളകേട്ടനെ ഓർത്തിട്ടാണ് എനിക്ക് ആധി. അറിയാമോ നിഖിലേട്ടാ, ഈ മനുഷ്യൻ ഒരത്ഭുതമാണ്. ഒരുമാസമായല്ലോ ഇവിടെ വന്നിട്ട്. വിശപ്പെന്നോ ദാഹമെന്നോ പറയുന്ന വല്ലതും ഇയാൾക്ക് ഉള്ളതായി എനിക്കനുഭവപ്പെട്ടിട്ടില്ല. ഏതു നേരവും നമ്മുടെ നാടിനെപ്പറ്റിയുള്ള ചിന്ത. ഞാൻ ഇവിടെ ഉണ്ടെന്നകാര്യം ഓർക്കാറുണ്ടോ എന്നുപോലും സംശയമുണ്ട്."

നിഖിലൻ പറഞ്ഞു: "എനിക്ക് എല്ലാം അറിയാം പാരുൽ."

"നിങ്ങൾക്കെത്രത്തോളം അറിയാൻകഴിയും നിഖിലേട്ടാ! എന്നെപ്പോലുള്ള ഒരുവളുടെ കണ്ണ് അതിനാവശ്യമാണ്. അളകേട്ടന്റെ ഹൃദയം എത്ര വിശാലമാണ്. സ്വന്തമാളുകളെ എന്തുമാത്രം സ്നേഹിക്കുന്നു. ഇതുവല്ലതും നിങ്ങൾക്കറിയാൻ കഴിയുമോ?"

അളകൻ പാരുലിനെ തടഞ്ഞു. "മതി, നിർത്തൂ എന്നെ സ്തുതിക്കുന്നത് കേൾക്കാൻ എനിക്ക് ഇഷ്ടമില്ല. എനിക്കെന്താണ് ചെയ്യാൻ കഴിഞ്ഞിട്ടുള്ളത് നിഖിൽ. ഖുദ്ദീറാമിനെപ്പോലെ നാടിനുവേണ്ടി രക്തസാക്ഷിയാകുവാൻ കഴിഞ്ഞോ? എന്റെ വെടിയേറ്റ് ഏതെങ്കിലും വെള്ളക്കാരൻ ചത്തിട്ടുണ്ടോ? എന്നാൽ ഖുദ്ദീറാം, ബട്കേശ്വർ ദത്ത്, ചന്ദ്രശേഖർ ആസാദ്, പ്രഫുല്ലചാക്കി, യതീൻദാസ്, സുഭാഷ് ബോസ് ഇവരൊക്കെ

ചെയ്യാതെയെന്തുണ്ട്! അവരെ നോക്കിയാൽ ഞാനെവിടെ കിടക്കുന്നു? ഞാനവരുടെ മുമ്പിൽ വെറും തൃണം."

അൽപ്പം നിർത്തിയിട്ട് വീണ്ടും തുടർന്നു: "അറിയാമോ, അന്നൊരു ദിവസം ഞാൻ പാരുലിനോട് പറഞ്ഞു. ഇനി ഈ വിധം ഒളിച്ചിരിക്കാൻ എനിക്കുവയ്യ. പൊലീസിനെ ഭയന്ന് ഞാൻ വെറും പെൺകുട്ടിയുടെ ചേലാഞ്ചലത്തിൽ ഒളിച്ചിരിക്കുന്നുവെന്നതല്ലേ സത്യം! ഇതിൽഭേദം മരണമായിരുന്നു."

പാരുൽ പറഞ്ഞു: "അതല്ല നിഖിലേട്ടാ. നിങ്ങൾ തന്നെ പറയൂ. എല്ലാം അറിഞ്ഞുകൊണ്ട് ഈ മനുഷ്യനെ പുറത്തേക്കുവിടുന്നത് ഭംഗിയാണോ? അറസ്റ്റ് വാറണ്ട് അളകേട്ടന്റെ പേരിൽ നിലവിലില്ലേ?"

നിഖിലൻ പറഞ്ഞു : "ശരിയാണ് പാരുൽ! നീ അളകേട്ടനെ ഇവിടെത്തന്നെ പിടിച്ചിരുത്തണം."

അളകൻ ചിരിച്ചുകൊണ്ട് പറഞ്ഞു: "പാരുൽ സാധാരണക്കാരിയാണെന്നാണോ വിചാരം? അവൾ പുറത്തേക്കിറങ്ങുമ്പോഴൊക്കെ പടിവാതിൽ താഴിട്ടുപൂട്ടും."

"എന്തിനായിട്ട്?"

പാരുൽ പറഞ്ഞു : "എന്തിനായിട്ടെന്നോ? ഈ മനുഷ്യനെ വിശ്വസിച്ചുകൂടാ. ഒരുദിവസം ആരോടും മിണ്ടാതെ വല്ല ദിക്കിലേക്കും ഇറങ്ങിപ്പോയ്ക്കളയും. അപ്പോൾ അളകേട്ടനെ പിടിച്ചുനിർത്താൻ കഴിയാത്തതിന് എല്ലാവരും എന്നെ കുറ്റപ്പെടുത്തും."

"ഞാൻ പൊയ്ക്കളയാൻ വിചാരിച്ചാൽ എന്നെ പിടിച്ചുനിർത്താൻ നിനക്ക് കഴിയുമെന്നാണോ വിചാരിച്ചിരിക്കുന്നത് പാരുൽ! പെരുത്ത കാവലും കോപ്പുകളുമുള്ള ബ്രിട്ടീഷുകാരുടെ ജയിലുകൾക്കുപോലും എന്നെ തടയാൻ കഴിഞ്ഞിട്ടില്ല. എത്രയോ തവണ അവരുടെ ജയിൽ ചാടിപ്പോന്നിരിക്കുന്നു. എന്നിട്ടാണോ തുച്ഛയായ ഒരു പെൺകുട്ടി?"

"എന്നെ എത്ര വേണമെങ്കിലും ശകാരിച്ചോളൂ. ഞാൻ ഒരക്ഷരം മിണ്ടില്ല. ക്ഷോഭിക്കുമെന്നും ധരിക്കണ്ട."

അളകൻ നിഖിലന്റെ നേരെ തിരിഞ്ഞുപറഞ്ഞു: "അറിയാമോ നിഖിൽ, ഞാൻ പാരുലിനെ എന്തെല്ലാം ചെയ്യുന്നു. അധിക്ഷേപിക്കുന്നു. തട്ടിക്കേറുന്നു, കോപിക്കുന്നു. അവൾക്ക് ഒരു ചാഞ്ചാട്ടവുമില്ല. അതിലൊന്നും ഒരു പരിഭവവും പ്രദർശിപ്പിക്കാറില്ല. വേറെയാരുമില്ലെങ്കിലും പാരുൽ ഒരുത്തിമതി, ഈ നാട് സ്വതന്ത്രമാക്കാൻ. അത്രയ്ക്കുണ്ട് അവളുടെ സഹനശക്തി."

പാരുൽ പറഞ്ഞു: "മതി മതി, അധികം കളിയാക്കണ്ട. ഞാൻ തുച്ഛയായ ഒരു യുവതി. എന്നെ പിടിച്ചുനിർത്തി ഇങ്ങനെ അപമാനിക്കരുത്. ഒരേ നാവുകൊണ്ട് രണ്ടുതരം വർത്തമാനം! ഒരിക്കൽ പറയും തുച്ഛയായ പെണ്ണെന്ന്. പിന്നെ അടുത്ത നിമിഷം വാനോളം പുകഴ്ത്തും!"

"ഞാൻ കളിയാക്കുകയാണെന്നോ? എന്തൊക്കെയാണ് നീ പറയുന്നത്? ഇത്രയും നാളായല്ലോ ഒന്നിച്ചു പാർക്കുന്നു. എന്നിട്ടും ഞാൻ കളി

യാക്കി പറയുന്നതും കാര്യമായി പറയുന്നതും തിരിച്ചറിയാൻ കഴിയാതെ പോയല്ലൊ."

പാരുൽ പറഞ്ഞു: "നിങ്ങളെ അറിയണമെങ്കിൽ ഇനിയൊരു ജന്മം വേണ്ടിവരും. അളകേട്ടന് എന്താണ് വേണ്ടത്. എന്തു ചെയ്താലാണ് സന്തോഷമാവുക, എന്ന് ഇന്നോളം അറിയാൻ എനിക്ക് സാധിച്ചിട്ടില്ല."

"കേട്ടില്ലേ നിഖിൽ! താനും ഇതുതന്നെയാണ് പറയുന്നത്. എന്റെ അച്ഛനമ്മമാരും സഹോദരന്മാരും പറഞ്ഞിരുന്നതും മറ്റൊന്നുമല്ല. എന്നെ എല്ലാവരും എന്തുകൊണ്ടാണാവോ ഇങ്ങനെ തെറ്റിദ്ധരിക്കുന്നത്! ഉള്ളത് വെട്ടിത്തുറന്നു പറയുന്നു ഞാൻ. അതുകൊണ്ടാണോ?"

പൊടുന്നനെ പുറത്ത് വാതിൽക്കൽ മുട്ടുകേട്ട് മൂവരും ഒന്നു ഞെട്ടിത്തെറിച്ചു. നിഖിലൻ ആംഗ്യംകൊണ്ട് ഒളിച്ചുകൊള്ളുവാൻ അളകനോട് നിർദേശിച്ചിട്ട് പടിവാതിൽക്കലേക്കു ചെന്നു ചോദിച്ചു: "ആര്?"

"വാതിൽ ഒന്ന് തുറന്നാട്ടെ?"

"എന്താണ് വേണ്ടത്?"

പുറത്തുനിന്ന് വീണ്ടും കേട്ടു: "തുറക്കൂ, എന്നിട്ടുപറയാം."

വാതിൽ തുറന്നു. പണ്ട് കണ്ടിട്ടില്ലാത്ത രണ്ടുപേർ.

"നിങ്ങൾക്ക് ആരെ കാണണം?"

"ഇതുതന്നെയല്ലെ ഹരിചരൺഗാംഗുലിയുടെ വീട്?"

"അതെ."

"അയാൾ എവിടെ?"

"അങ്ങോർ മരിച്ചിട്ട് നാൾ കുറെ ഏറെയായി. എന്താണ് സംഗതി?"

രണ്ടുപേരും ഒന്നിച്ചുതന്നെ പറഞ്ഞു: "അളകേശ് ചക്രവർത്തിയെ തിരക്കിവന്നവരാണ്. ഉണ്ടോ ഇവിടെ?"

നിഖിലൻ ഒന്നുമറിയാത്ത ഭാവം നടിച്ചു: "അളകേശ് ചക്രവർത്തി! ഏതാണീ മനുഷ്യൻ?"

"മഹിംഹാൽദാർ സ്ട്രീറ്റിലാണ് അയാളുടെ വീട്. അവിടെ ചെന്നിരുന്നു. അപ്പോഴാണ് ഇവിടെയുണ്ടെന്ന് അറിവായത്."

'നിങ്ങൾ കേട്ടത് തെറ്റായിരിക്കും. ഇവിടെ അങ്ങനെയൊരുവൻ ഇല്ല."

"നിങ്ങളുടെ പേർ?"

"നിഖിലൻ. നിഖിൽദാസ്."

"അപ്പോൾ, ഹരിചരൺഗാംഗുലിയുടെ ബന്ധത്തിൽപ്പെട്ട ആരുണ്ട് ഇവിടെ?"

"സ്വന്തമെന്ന് പറയാൻ ഒരു മകൾമാത്രം. അവളോട് വല്ലതും ചോദിക്കണമെന്നുണ്ടെങ്കിൽ വിളിക്കാം."

"അതുവേണ്ട. ശരി, ഞങ്ങൾപോകട്ടെ. നമസ്കാരം നിങ്ങളെ വെറുതെ ബുദ്ധിമുട്ടിച്ചു. ക്ഷമിക്കണം."

വാതിൽ വീണ്ടും ഭദ്രമായടച്ച് നിഖിലൻ പുരയ്ക്കകത്തേക്ക് ചെന്നു പാരുൽ ചോദിച്ചു: "അളകേട്ടനെ തിരക്കിവന്നവരാണോ?"

അളകൻ ഇതിനിടെ ഒളിച്ച ദിക്കിൽ നിന്നിറങ്ങിയെത്തി.

"അല്ലാതെ എന്തിന്? ഈ തലയ്ക്ക് പതിനായിരം ഉറുപ്പിക വില. അത്ര നിസ്സാരമല്ല."

നിഖിലൻ പറഞ്ഞു: "ഇനി ഇവിടെനിന്ന് പുറത്തേക്കിറങ്ങുകയേ വേണ്ട, അളകേട്ടൻ. കണ്ടില്ലേ? ഇവിടത്തോളം അവർ എത്തിയിരിക്കുന്നു."

പാരുൽ പറഞ്ഞു: "ഒന്ന് പറഞ്ഞ് സമ്മതിപ്പിച്ചിട്ടു പോകൂ നിഖിലേട്ടാ! ഞാൻ പറഞ്ഞാൽ കേൾക്കില്ല. എനിക്ക് എപ്പോഴും ഭയമാണ്. വല്ലതിനും പുറത്തേക്കുപോകുകയാണെങ്കിൽ തന്നെ വേഗം തിരിച്ചുവരുന്നു."

നിഖിലൻ പറഞ്ഞു: "ഞാൻ ഇനി പോയാലോ? വല്ല വർത്തമാനവും പുതിയതായി കിട്ടിയാൽവരാം. സൂക്ഷിച്ചിരുന്നോളൂ. പാരുൽ നീ കണ്ടവർക്കൊന്നും വാതിൽ തുറന്നുകൊടുക്കുകയേ വേണ്ട."

നിഖിലൻ പോയപ്പോൾ പാരുൽ പടിവാതിൽ അടച്ചു സാക്ഷയിട്ടു.

പതിനാറ്

മി. സിംസൻ ആലോചന തുടങ്ങിയിട്ട് ഏറെനാളായി. ഇനിവയ്യ. ഇത്ര വലിയൊരു രാജ്യം പൊലീസിനെക്കൊണ്ട് ഭരിക്കുക അസാധ്യം തന്നെ. സി ഐ ഡികൾ പലവിധം വാർത്തകൾ കൊണ്ടുവരുന്നു. അവർക്ക് പ്രതിഫലമായി കനത്തതുകകൾ നൽകപ്പെടുന്നു. പണം കാട്ടി കൊതിപ്പിച്ച് അവരൊക്കൊണ്ട് സമ്പാദിക്കുന്ന വാർത്തകൾ പകുതിയും പതിരുള്ളതായിരിക്കും.

അതിനിടയ്ക്കാണ് ഒരുദിവസം പത്രവാർത്ത കാണുന്നത്. കാബിനറ്റ് മിഷൻ വരുന്നു.

സിംസൻ ഡഗ്ലസിനോട് പറഞ്ഞു: "ഇത്തവണ നമുക്ക് നാടുവിടേണ്ടിവരുമെന്ന് തോന്നുന്നുവല്ലോ."

ഡഗ്ലസ് മറ്റൊരുജാതി പടപ്പായിരുന്നു. അയാൾ ചോദിച്ചു:

"നിങ്ങൾക്ക് ഭയം തോന്നുന്നു, അല്ലേ?"

"ഞാനെന്തിനു ഭയപ്പെടുന്നു? ഭയപ്പെടുന്നത് ബ്രിട്ടീഷ് ഗവൺമെന്റാണ്. ഇല്ലായിരുന്നെങ്കിൽ, ജപ്പാൻകാർ ബർമ പിടിച്ചെടുത്ത് നാലുദിവസമേ ആയുള്ളൂ? അപ്പോഴേക്ക് ഇങ്ങനെയൊരു മിഷനെ എന്തിനയക്കുന്നു? നല്ല ലക്ഷണമല്ല ഇത്."

ഡഗ്ലസിന്റെ ബുദ്ധി ഈവക കുന്ത്രഷ്ടാദികൾ മനസിലാക്കാൻ പാകത്തിലുള്ളതല്ല. അയാൾ പറഞ്ഞു:

"മി. സിംസൻ, നിങ്ങൾ വളരെ സെൻസിറ്റീവ് ആണ്. നിങ്ങൾ വിചാരിക്കുന്നുണ്ടോ, ബ്രിട്ടീഷ്ഗവൺമെന്റ് നേറ്റീവുകളുടെ ബോംബും വെടിയുണ്ടയും കണ്ട് വിറളിയെടുത്ത് അവറ്റയ്ക്ക് ഇൻഡിപെൻഡൻസ് വിളിച്ചുകൊടുക്കാൻമാത്രം ദുർബലമാണെന്ന്? അങ്ങനെയായിരുന്നെങ്കിൽ

സിപ്പായിലഹള സമയത്തുതന്നെ കൊടുക്കുമായിരുന്നുവല്ലൊ. അറിയാമോ എന്താണീ പറഞ്ഞ ലഹളയെന്ന്?"

"ഞാൻ ഓക്സ്ഫോർഡ് ഡിഗ്രിയുള്ളവനാണ്. നിങ്ങൾക്കറിയില്ലായിരിക്കും ഒരുപക്ഷേ ഇത്."

നേറ്റീവുകളുടെ വെടിയുണ്ടയെക്കുറിച്ചുള്ള ഭയംകൊണ്ടല്ല, ഡഗ്ലസിനെപ്പോലുള്ള ഭരണാധികാരികൾ കാരണം ഒരുദിവസം ബ്രിട്ടന് ഈ നാടുവിട്ട് പോകേണ്ടിവരും എന്നത്രെ സിംസന് പലപ്പോഴും തോന്നിയിരുന്നത്. ഇന്ത്യവിട്ടു പോകാൻ ബ്രിട്ടീഷുകാരെ നിർബന്ധിക്കുന്നവർ ഇക്കൂട്ടരാണ്.

എന്നാൽ ഇതൊക്കെ ആരോടെങ്കിലും പറയാൻ പറ്റുമോ? പറയാൻ പറ്റിയ ഒരാളെ ഇന്നാട്ടിൽ കാണാനും വിഷമം. ഇവിടെ പണിയെടുക്കാൻ വരുന്ന വെള്ളക്കാരും നാട്ടുകാരുമായി ഇടപഴകുക പതിവില്ല. അവരുടെ ചങ്ങാതികൾ റായ്സാഹബുമാരും റാവ് ബഹദൂർമാരും മാത്രം.

മി. സിംസൻ തന്നെ കാണാൻ വരുന്ന സി ഐ ഡികളോടു ചോദിക്കാറുണ്ട്: "നിങ്ങളെന്തിനാണ് നിങ്ങളുടെ സഹോദരന്മാർക്കെതിരെ പ്രവർത്തിക്കുന്നത്? മനഃസാക്ഷി വേദനിക്കുന്നില്ലേ നിങ്ങൾക്ക്?"

"ഇല്ല."

"എന്തുകൊണ്ട്?"

"അവറ്റ തെമ്മാടികളാണു സർ! കഴുവിലേറ്റേണ്ട വക."

"കഴുവിലേറ്റുന്നതുകൊണ്ട് നിങ്ങൾക്കെന്തു പുണ്യം കിട്ടും. അവർ ജീവിച്ചിരുന്നാൽ വല്ല നഷ്ടവും നിങ്ങൾക്കുവരാനുണ്ടോ?"

'ഉവ്വ് സർ, നഷ്ടമുണ്ട്."

"അപ്പോൾ ഇന്ത്യ സ്വതന്ത്രമാകേണ്ട എന്നാണോ നിങ്ങൾക്കു മോഹം!"

"ഇല്ല സർ, ഞങ്ങൾക്ക് ആ മോഹമില്ല. നിങ്ങളൊക്കെത്തന്നെ എന്നെന്നും ഭരിച്ചാൽമതി. നിങ്ങൾ പോയാൽ ഈ നാട് കുട്ടിച്ചോറാവും സർ..."

"നിങ്ങൾ ഗാന്ധിയെ സപ്പോർട്ടു ചെയ്യുന്നില്ലെന്നാണോ പറയുന്നത്?"

"അതെ, ഞങ്ങൾ ഗാന്ധിയുടെ സെറ്റിലില്ല. സാറിന്റെ കൂടെയാണ് ഞങ്ങളൊക്കെ."

സിംസൻ ഇവരെ ഉള്ളുകൊണ്ട് വെറുത്തു. ഇവരാണ് ദേശത്തിന്റെ യഥാർഥ ശത്രുക്കൾ. ഇംഗ്ലീഷുകാരല്ല.

ടാക്സിയിൽ കയറുന്ന സമയം ഇങ്ങനെയുള്ള ചിന്തകളായിരുന്നു സിംസന്റെ മനസുനിറയെ. അതൊക്കെ ഇന്ന് പഴങ്കഥകൾ. ഇന്ത്യ ഇപ്പോൾ സ്വതന്ത്രമായിരിക്കുന്നു. അയാൾ നാലുപാടും സൂക്ഷിച്ചുനോക്കിക്കൊണ്ടിരുന്നു. കൽക്കത്ത അന്നത്തെപ്പോലെത്തന്നെ ഇരിക്കുന്നു. അതേ ചൗരംഗി, അതേ മൈതാനം, മൈതാനത്തിലെ ഫുട്ബോൾ മാച്ചുകൾ. കുറച്ചു പടിഞ്ഞാറോട്ടു നീങ്ങി ഫോർട്ട് വില്യം. ഇടതുഭാഗത്ത് ആകാശം ഉരുമ്മി നിൽക്കുന്ന സ്കൈസ്ക്രാപ്പർ ഭവനങ്ങൾ.

വാസ്തവത്തിൽ ഈ മുപ്പതുവർഷംകൊണ്ട് ഒന്നും മാറിയിട്ടില്ല. ഒക്കെ പണ്ടത്തെപ്പോലെ. പാർക്സ്ട്രീറ്റിന്റെ തിരിവിൽ ട്രാഫിക്ക് സിഗ്നലിന്റെ ചുവന്ന വെളിച്ചം കണ്ട് ടാക്സി നിന്നു. ഈ പാർക്സ്ട്രീറ്റിനടുത്തുള്ള തെരുവിലെ ഇലിഷ്യം റോഡിലായിരുന്നു അയാളുടെ ഓഫീസ്. പൊടുന്നനെ ഒരു സ്റ്റാച്യുവിൽ നോട്ടം ചെന്നുനിന്നു.

അല്ലാ! ഇതു പഴയ സ്റ്റാച്യുവല്ലല്ലോ. സിപ്പായിലഹള അമർത്തിയ ബ്രിട്ടീഷ് സേനാപതി ജനറൽ ഔസ്രാമിന്റെ സ്റ്റാച്യുവിനുപകരം അവിടെ ഗാന്ധിയുടെ പ്രതിമ പ്രതിഷ്ഠിച്ചിരിക്കുന്നു. ഇന്ത്യക്കാർ മഹാത്മാഗാന്ധിയെന്നാണ് അദ്ദേഹത്തെ വിളിക്കുന്നത്. ഗുഡ്! വെരിഗുഡ്! വാർത്ത പത്രത്തിൽ വായിച്ചിരുന്നതാണ്. വീണ്ടും ഓർത്തത് ഇപ്പോൾ ഇതുകണ്ടപ്പോൾ മാത്രം.

ടാക്സിഡ്രൈവർ ചോദിച്ചു: "എവിടേക്ക് തിരിക്കണം സർ, വണ്ടി?"

"തെക്കോട്ടുവിടൂ."

"അതെ, തെക്കോട്ട്. സൗത്ത് കൽക്കത്ത. കൽക്കത്തയുടെ ഓരോ ഞരമ്പും സിംസനറിയാം. ഇവിടത്തെ ഓരോ ലെയ്നും ബൈലയ്നും കണ്ണുകെട്ടി നടന്നാലും തെറ്റില്ല. ഹാജ്രറോഡിന്റെ ക്രോസിങ്ങിലെത്തി കിഴക്കോട്ടു തിരിയണം. അതുകഴിഞ്ഞ് ഒരു ഫയർ ബ്രിഗേഡിന്റെ ബങ്കർ. നിർത്താതെ ചെന്നാൽ ഇടതുവശത്തായി പിന്നൊരു ലെയ്ൻ. അതിനു പേർ യദുഭട്ടാചാര്യ ലെയ്ൻ എന്ന്.

താരകനാണ് അതിന്റെ പേർ പറഞ്ഞുകൊടുത്തത്. താരക്സെൻ. താരകൻ ഒരു വിചിത്രമനുഷ്യൻ തന്നെയാണെന്ന് സിംസനുതോന്നി. അയാൾ ദുഃഖിതനായ ഒരു മനുഷ്യനായിരുന്നു അന്ന്. ജെന്നിയെ ഡൈവോഴ്സ് ചെയ്തത് ആയിടയ്ക്കായിരുന്നു. വിഷാദം മനസിനെ വല്ലാതെ ബാധിച്ചിരുന്നു. ജീവിതത്തോടുതന്നെ തോന്നി നൈരാശ്യം. യൂറോപ്പിൽ യുദ്ധം തുടങ്ങിയിട്ടുണ്ടായിരുന്നില്ല. ഉണ്ടായിരുന്നെങ്കിൽ പട്ടാളത്തിൽ ചേരുമായിരുന്നു. ഒരു വഴിയും കാണാതെ ഇന്ത്യയിലെ ഈ ഈസ്റ്റേൺ സൈഡിൽ എത്തി, കൽക്കത്തയിൽ.

പിന്നീടായിരുന്നു യുദ്ധത്തിന്റെ പുറപ്പാട്. യുദ്ധം മാത്രമല്ല, യുദ്ധത്തെത്തുടർന്നുള്ള കൽക്കത്തക്കാരുടെ പലായനവും. ഒറ്റരാത്രികൊണ്ട് കൽക്കത്ത മഹാനഗരം ജനശൂന്യമായി. ബ്ലാക്ക് ഔട്ട് സമയം രാത്രി നേരം താൻ നഗരം ചുറ്റി നടന്നിരുന്നുവെന്ന് അയാൾ ഓർത്തു. കൽക്കത്തയിലെ പ്രോസ്റ്റിറ്റ്യൂട്ടുകളുടെ സ്ഥിതിയാണ് അന്ന് ഏറ്റവും ദയനീയമായത്. ഒന്നാമത് അവരുടെ സമ്പാദ്യമാർഗം മുടങ്ങി. പോരെങ്കിൽ പൊലീസുകാരുടെ അതിക്രമങ്ങളും. പിന്നെ ജപ്പാൻകാരുടെ ബോംബു വീണു. നഗരത്തിൽ പിറകെയെത്തി ദുർഭിക്ഷം. ആയിരക്കണക്കിനാളുകൾ വഴിയിൽ ചത്തുകിടന്നു. ദുർഗന്ധംകൊണ്ട് വഴിനടക്കുക വിഷമമായി.

ഇതൊക്കെ ചരിത്രത്തിൽ കുറിച്ചുവെച്ചിട്ടുണ്ട്. ഇംഗ്ലണ്ടിൽ തിരിച്ചെത്തിയ കാലത്ത് അയാൾ അതൊക്കെ വായിച്ചുനോക്കുകയുണ്ടായി.

താനുമായി നാഡിയും ഞരമ്പുംപോലെ ബന്ധപ്പെട്ടിരുന്ന നാടിന്റെ ചരിത്രം വായിക്കുക രസമാണ് അയാൾക്ക്. പക്ഷേ, ഇതിൽ നിറയെ അസത്യമാണല്ലോ എഴുതി വിട്ടിരിക്കുന്നത്.

സ്നേഹിതന്മാർ സിംസനോട് ചോദിച്ചു: "കടലാസിൽ കണ്ടതെല്ലാം അസത്യമാണെന്നോ?"

സിംസൻ പറഞ്ഞു: "കുറച്ചുസത്യമുണ്ട്. പക്ഷേ, അസത്യമാണ് ഏറിയ ഭാഗവും."

"എന്നുവെച്ചാൽ? ഇന്ത്യയിലെ മാർവാഡികളല്ലേ ദുർഭിക്ഷം ക്ഷണിച്ചുവരുത്തിയത്?"

"അല്ല. ടേക് ഇറ്റ് ഫ്രം മി. ദുർഭിക്ഷത്തിന് ഇന്ത്യക്കാരല്ല ഉത്തരവാദികൾ. ബ്രിട്ടീഷുകാരാണ്."

"എന്താണ് പറയുന്നത്?"

"സത്യം. ഞാൻ ആ സമയത്ത് ഇന്ത്യയിലെ ഏറ്റവും വലിയ നഗരത്തിൽ ഉണ്ടായിരുന്നു കൽക്കത്തയിൽ. കൽക്കത്ത പൊലീസിൽ ഞാൻ ഡെപ്യൂട്ടി കമീഷണറായിരുന്നു. ഐ നോ എവ്രിതിങ്. ഈസ്റ്റേൺ കമാൻഡിന്റെ ഹെഡ്ക്വാർട്ടേഴ്സ് കൽക്കട്ടയിലായിരുന്നു. ജപ്പാൻകാർ വന്ന് കൽക്കത്ത കീഴടക്കുമെന്ന് ഭയപ്പെട്ട് അരിയും മറ്റ് അവശ്യവസ്തുക്കളും ഞങ്ങൾ ഗോഡൗണുകളിൽ അടച്ചുസൂക്ഷിച്ചു. അതുകാരണമാണ് ഇരുപതാംനൂറ്റാണ്ടിലെ ഏറ്റവും വലിയ ദുർഭിക്ഷം ഉണ്ടായത്."

"എന്നാൽ ഞങ്ങൾ കേട്ടത് മറിച്ചായിരുന്നുവല്ലോ."

"തെറ്റാണ് കേട്ടത്. ഞങ്ങൾ അങ്ങനെ പ്രചരിപ്പിക്കുകയാണുണ്ടായത്. ഞങ്ങളുടെ ബ്ലാക് പ്രോപ്പഗാൻഡാ. നേരോർത്താൽ ചരിത്രം തന്നെ അസത്യമാകുന്നു. ജർമനിയിൽ ഗീബൽസ് പറയുന്നത് അന്നാട്ടുകാർ അതേപടി വിശ്വസിച്ചിരുന്നു. ഞങ്ങൾ പറയുന്നത് ഞങ്ങളുടെ നാട്ടാർ സത്യമായി കരുതുന്നു. ഒരുദിവസം ഇന്ത്യ സ്വതന്ത്രമാവുമ്പോൾ ഇന്ത്യക്കാർ പകരം ചോദിക്കും. ടാരിഫിന്റെ നൂലാമാലയിലൂടെ മാഞ്ചസ്റ്ററിലെ തുണി വാങ്ങുവാൻ ഇന്ത്യക്കാരെ നിർബന്ധിതരാക്കുന്നതുപോലെ ഇന്ത്യക്കാർ ഇന്ത്യൻ മെയ്ഡ് തുണികൾ വാങ്ങാൻ നമ്മളെ ബാധ്യസ്ഥരാക്കും."

സിംസൻ പറഞ്ഞത് എല്ലാവരും ശ്രദ്ധിച്ച് കേൾക്കുന്നുണ്ടായിരുന്നു.

സിംസൻ തുടർന്നു: "ഞാൻ പറയുന്നതെല്ലാം ചരിത്രത്തിലുള്ളതല്ല. ചരിത്രത്തിൽ ഇതൊന്നും ഇല്ല. ചരിത്രമെഴുതുകയാണെങ്കിൽ അതിൽ ഇതെല്ലാം ഉണ്ടായാലായി."

ടാക്സി ചൗരംഗിയിലൂടെ മൂളിപ്പാഞ്ഞു. പൊടുന്നനെ സിംസൻ ഡ്രൈവറോടു ചോദിച്ചു: "ടാക്സി നിങ്ങളുടെ സ്വന്തമോ, അതോ വല്ല മുതലാളിയുടെയും വകയോ?"

ഒരു നല്ല വെള്ളക്കാരൻ നാട്ടുഭാഷ സംസാരിക്കുന്നതുകേട്ട് ഡ്രൈവർ അത്ഭുതപ്പെട്ടു.

മറുചോദ്യം ചോദിച്ചു: "സാറ് നല്ല ഒന്നാന്തരം നാടൻഭാഷയിൽ സംസാരിക്കുന്നുവല്ലോ. കൽക്കത്തയിൽ വന്നിട്ട് വളരെ നാളായോ?"

"ഇല്ല ഞാൻ ഇന്നലെ രാത്രി ഇവിടെ എത്തിയതേയുള്ളൂ."

"പിന്നെ എങ്ങനെ ഈ നാട്ടിലെ ഭാഷ ഇത്ര ഭംഗിയായി പറയുന്നു?"

"വളരെനാൾമുമ്പ് യുദ്ധകാലത്ത് ഞാൻ ഇവിടെ കുറെനാൾ താമസിക്കുകയുണ്ടായി. അന്ന് പഠിച്ചു. പക്ഷേ, ഇന്ന് അന്നത്തെ കൽക്കത്തയല്ല കാണുന്നത്. വളരെ വ്യത്യാസപ്പെട്ടിരിക്കുന്നു."

ഡ്രൈവർ പറഞ്ഞു: "ഇല്ല, സർ അത്രയൊന്നും മാറിയിട്ടില്ല. സാധനങ്ങളുടെ വില കണ്ടമാനം വർധിച്ചുവെന്നുമാത്രം. സാറിന്റെ കാലത്ത് സാധനങ്ങൾക്ക് ഇന്നത്തെ വിലയില്ല. തീപിടിച്ച വിലയാണ് ഇന്ന് ഓരോന്നിനും."

"ഒരുദിവസം നിങ്ങൾക്ക് ശരാശരി എന്തുവരവുണ്ട്?"

"ഏയ്! നിസ്സാരം, ലോൺ കൊടുത്തുകഴിഞ്ഞാൽ പത്തമ്പതുറുപ്പിക കിട്ടും."

"ലോൺ! എന്തുവക ലോൺ? ആർക്കു കടം?"

"ബാങ്കിൽനിന്ന് കിട്ടിയ ലോൺ. ഈ വണ്ടി വാങ്ങാൻ ലോൺ അനുവദിച്ചത് ബാങ്കാണ്. മാസഗഡുക്കളിൽ അത് തിരിച്ചടയ്ക്കണം. രണ്ട് കൊല്ലംകൊണ്ട് തുക അടച്ചുതീർത്താൽ പിന്നെ വണ്ടി സ്വന്തം. അതോടെ എന്റെ വരവ് ഇരട്ടിക്കും."

"ഇവിടെ പണ്ടത്തെമാതിരി പ്രൊസെഷനും മറ്റും ഇപ്പോഴില്ലേ? മണിക്കൂറുകളോളം മാർഗതടസ്സം ഉണ്ടാക്കുന്ന പ്രകടനങ്ങൾ."

"ഇല്ല സർ, അതൊക്കെ കുറഞ്ഞു."

ലണ്ടനിൽവച്ച് ഓരോരുത്തർ എന്തൊക്കെയാണ് പറഞ്ഞു പരത്തിയിരുന്നത്! കൽക്കത്തയിലെ ചുവരുകൾ തോറും പാർട്ടിസ്ലോഗനുകൾ എഴുതിനിറച്ചിരിക്കുന്നു – 'ചൈനയുടെ ചെയർമാൻ നമ്മുടെ ചെയർമാൻ" ..... എവിടെ? ഒരിടത്തും കാണുന്നില്ലല്ലോ. അങ്ങനെയുള്ള ചുവരെഴുത്തുകൾ! ഒക്കെ പച്ചനുണ. ആൾ റബ്ബിഷ്! താരക് സെന്നിനോട് സംസാരിച്ചാലേ സത്യാവസ്ഥ അറിയാൻ കഴിയൂ.'

"ഇനി ഏതു ദിക്കിലേക്ക് സർ? ഇത് ഹാജ്രറോഡ് വളവ്."

"ഇനി വലത്തോട്ട്."

ഡ്രൈവർ മര്യാദക്കാരനാണെന്ന് സിംസന് തോന്നി. ഏതാനും നിമിഷങ്ങൾക്കകം താൻ ആ ലേഡിയെ കണ്ടുമുട്ടും. ദാറ്റ് ഗ്രേറ്റ് ലേഡി. താരകൻ അവളെപ്പറ്റി കത്തിൽ എഴുതിയിട്ടുണ്ടായിരുന്നു. ആ സമയം താരകൻതന്നെ അവളെ വിവാഹം ചെയ്യുമെന്ന് വിചാരിച്ചിരുന്നില്ല.

ഓർക്കുകയാണ്, താൻ ജോലി രാജിവെച്ച ദിവസം. ഡഗ്ലസ് അയാളെ അന്തംവിട്ട വിധം നോക്കി.

ഏതാനും നിമിഷങ്ങൾ അങ്ങനെയിരുന്നുപോയ ഡഗ്ലസ് ചോദിച്ചു:

"എന്താണിത്?"

സിംസൻ ശാന്തസ്വരത്തിൽ പറഞ്ഞു: "ഞാൻ ജോലിയുപേക്ഷിച്ചു പോകാൻ തീരുമാനിച്ചു. ഇതെന്റെ റെസിഗ്നേഷൻ ലെറ്റർ."

"വാട്ട്? എന്താണ് പറയുന്നത്?"

ഡഗ്ലസ് അനക്കമറ്റിരുന്ന് സിംസനെത്തന്നെ തുറിച്ചുനോക്കി. യുദ്ധത്തിന്റെ ഈ അനിശ്ചിതാവസ്ഥയിൽ ഓരോ ബ്രിട്ടീഷ് ഓഫീസറും അടിപതറാതെ ചുമതലകൾ നിർവഹിച്ചുപോകേ ഈ അടിയന്തരഘട്ടത്തിൽ സിംസന് രാജിവയ്ക്കാനാണ് പൂതി.

"ആർ യു മാഡ്? ഈ സമയത്ത് ആരെങ്കിലും ഇതിന് തുനിയുമോ? എന്താണിതിന്റെ അർഥം? ഗവൺമെന്റിനെ ബുദ്ധിമുട്ടിക്കണമെന്നാണോ അഭിപ്രായം?"

സിംസൻ സ്പഷ്ടമായിത്തന്നെ അത് നിഷേധിച്ചു: "അല്ല"

"പിന്നെയെന്താണ് ധരിക്കേണ്ടത്? നിങ്ങൾക്ക് പണിയെടുക്കാൻ വയ്യ എന്നോ?"

സിംസൻ അതേ സ്വരത്തിൽ മറുപടി പറഞ്ഞു: "അതുമല്ല."

"അതുമല്ലെന്നോ? പിന്നെ? നിങ്ങൾക്ക് താൻ ഒറ്റയാണെന്ന തോന്നലോ? ആർ യു ഫീലിങ്ങ് ലോൺലി? നിങ്ങളുടെ ജെന്നി തിരിച്ചു ചെല്ലാനെഴുതീട്ടുണ്ടാവുമോ?"

"ഇല്ല"

"ഇല്ലേ? അപ്പോൾ? ഇവിടത്തെ ക്ലൈമറ്റ് പിടിക്കുന്നില്ലേ? മഞ്ഞുറയുന്ന നാട്ടിൽനിന്ന് ഈ ട്രോപ്പിക്കൽ ക്ലൈമെറ്റിൽ എത്തിപ്പെടുന്ന പലർക്കും ആദ്യമദ്യം ഒരു സുഖം തോന്നുകയില്ല. ആരോഗ്യം തകരാറായെന്നുവരും. അസുഖമാണ് കാരണമെങ്കിൽ കുറെനാൾ ലീവെടുക്കൂ. ഗോ ടു ഹിൽസ്, ഗോ ഡാർജിലിങ്ങ്. അവിടെ ചെന്നു റെസ്റ്റെടുക്കൂ. ലീവ് അനുവദിക്കാം."

"വേണ്ട. എന്റെ ഹെൽത്തിന് തകരാറൊന്നുമില്ല. ജോലിയുപേക്ഷിക്കുവാനാണ് ആഗ്രഹം."

"എന്തിനാണെന്നില്ലേ? ജോലിയുപേക്ഷിക്കുവാൻ യുക്തിക്ക് ചേർന്ന കാരണമൊന്നും കാണുന്നില്ല. തുറന്നു പറയൂ. എന്താണ് സത്യാവസ്ഥ?"

"ഞാൻ അസത്യം പറയുന്നവനാണ്. ഞാൻ ഗവൺമെന്റിനെ വഞ്ചിച്ചു. ഇനി ഈ സ്ഥാനത്തിരിക്കുവാൻ അയോഗ്യനാണ്."

ഡഗ്ലസിന് കൗതുകം നിയന്ത്രിക്കാൻ കഴിഞ്ഞില്ല.

"ഇരിക്കൂ സിംസൻ. വിശ്രമിക്കൂ. ഒന്ന് തണുക്കട്ടെ. നിങ്ങൾ പറയുന്നതെന്താണെന്ന് നിങ്ങൾക്കുതന്നെ നിശ്ചയമില്ല. നിങ്ങളുടെ തലയോട്ടിയിൽ എന്തൊക്കെയോ കുഴഞ്ഞുമറിയുകയാണെന്നാണ് എനിക്ക് സംശയം. നിങ്ങൾക്ക് വിശ്രമമാണ് ഇപ്പോഴാവശ്യം. നിങ്ങളുടെ പത്നിയെ ഇനിയും മറക്കാൻ നിങ്ങൾക്ക് കഴിഞ്ഞിട്ടില്ലെന്ന് തോന്നുന്നു. ഞാൻ അന്നേ പറഞ്ഞതല്ലേ ഇവിടത്തെ വല്ല ക്ലബിലും ചേരാൻ. ഇവിടത്തെ ഏതെങ്കിലും ഒരു സ്ത്രീയെ വിവാഹം ചെയ്യാനും ഞാൻ ഉപദേശിക്കുകയുണ്ടായി. അതിനുപകരം ഇപ്പോൾ ജോലി രാജിവെയ്ക്കാനാണ് പുറപ്പാട്."

"ഞാൻ അനീതി കാണിച്ചതിനാണ് ജോലി രാജിവക്കാൻ വിചാരി

ക്കുന്നത്."

"എന്ത് അനീതി ചെയ്തെന്നാണ് നിങ്ങൾ പറയുന്നത്?"

"ഗവൺമെന്റ് സർവീസിലിരുന്നുകൊണ്ട് ഗവൺമെന്റിനെതിരായി പ്രവർത്തിച്ചു."

"എന്ത്?"

"അതെ. നുണപറഞ്ഞു."

ഡഗ്ലസിന് എന്നിട്ടും ഒരുപിടിയും കിട്ടിയില്ല. അയാൾ ചോദിച്ചു:

"എന്തു നുണ? എവടെവെച്ച്? എപ്പോൾ?"

സിംസൻ പറഞ്ഞു: "നോക്കൂ മി. ഡഗ്ലസ്! നേറ്റീവുകൾ അപരിഷ്കൃതരും സംസ്കാരശൂന്യരുമാണെന്ന് നിങ്ങൾ എന്നെ പഠിപ്പിച്ചിട്ടുണ്ട്. ഞാൻ ഇവിടെ വരുംമുമ്പ് അവിടെവെച്ചു വായിക്കാറുണ്ടായിരുന്ന പത്രങ്ങളിലും നേറ്റീവുകൾക്കെതിരായ വാർത്തകളാണുണ്ടായിരുന്നത്. ഞാൻ ധരിച്ചുപോയതെന്താണെന്നോ? അവറ്റയൊക്കെ ഗുണ്ടകളാണ്. അവറ്റ ഈശ്വരനെ പ്രസാദിപ്പിക്കുവാൻ സ്വന്തം മക്കളെ ബലികൊടുക്കുന്നു. ചിലപ്പോൾ അവരെ നദിയിലെറിഞ്ഞുകളയുന്നു. ഈ വിശ്വാസം വെച്ചുപുലർത്തിക്കൊണ്ടായിരുന്നു അന്ന് ഞാനിവിടെവന്ന് ജോലിയിൽ പ്രവേശിച്ചത്. എന്നാൽ ആ ധാരണ പെട്ടെന്നു നീങ്ങി. ഈ ഇന്ത്യയിലുമുണ്ട് മനുഷ്യരെന്ന് ഞാൻ കണ്ടു. ഇവിടെയുള്ള സ്ത്രീകൾക്കും സ്നേഹമെന്തെന്നറിയാം. എന്താണ് 'റിയൽ ലവ്' എന്ന് എന്റെ പത്നി ജെന്നിക്കുമറിയില്ല. നമ്മുടെ നാട്ടിലെ ആർക്കുമറിയില്ല എന്നാണെന്റെ അഭിപ്രായം. നിങ്ങളും വിവാഹിതനാണല്ലോ. നിങ്ങളുടെ ആദ്യത്തെ ഭാര്യ എന്തിന് നിങ്ങളെ വിട്ടുപോയി?. എന്റെ പത്നി എന്നെവിട്ട് എന്തിന് പോയി? ഞാൻ എന്ത് കുറ്റം ചെയ്തിട്ടാണ് അവൾ എന്നോടീ അന്യായം പ്രവർത്തിച്ചത്? എന്നാൽ യഥാർഥ പ്രേമമെന്തെന്നറിയുന്ന ഒരു യുവതിയെ ഈ കൽക്കത്തയിൽത്തന്നെ കാണാൻ എനിക്ക് കഴിഞ്ഞു?"

"ഏതാണവൾ? എവിടെക്കണ്ടു?"

"ഈ കൽക്കത്തയിലെ യദുഭട്ടാചാര്യ ലെയ്നിൽ."

"എന്ത്! നിങ്ങളുടെ റിപ്പോർട്ടിൽ നിങ്ങളതു കാണിച്ചിട്ടില്ലല്ലൊ."

"ഞാൻ ഇല്ലാത്തതാണ് റിപ്പോർട്ടിൽ കാണിച്ചിട്ടുള്ളത്. അതുകൊണ്ടുതന്നെയാണ് ഞാനീ ജോലി രാജിവയ്ക്കുവാൻ പോകുന്നതും. യദുഭട്ടാചാര്യ ലെയ്നിൽ യഥാർഥത്തിൽ സംഭവിച്ചത് ഞാൻ വിവരിച്ചിട്ടില്ല. വിവരിച്ചിട്ടുള്ളതെല്ലാം നുണയാണ്."

"അപ്പോൾ അവിടെ സംഭവിച്ചതെന്ത്? അതൊന്നു കേൾക്കട്ടെ."

"അത് പറയാൻ എന്നെ നിർബന്ധിക്കരുത്, ഡഗ്ലസ്. പ്രാണൻപോയാലും ഞാനതു പറയില്ല. ആ സംഭവത്തിനുശേഷം എനിക്ക് ദുഃഖമേതുമില്ലാതെയായി. ജെന്നിയെയോർത്ത് എനിക്ക് ദുഃഖവും വേദനയും ഉണ്ടായിരുന്നു. ഇന്നെനിക്ക് സന്തോഷം തോന്നുന്നു. നൗ ഐ ആം ഹാപ്പി. സമാധാനപൂർവം നാട്ടിലേക്കെനിക്ക് മടങ്ങാമെന്നായി. ജെന്നിക്ക് മാപ്പുകൊടുക്കാൻ ഇനി എനിക്ക് കഴിയും."

"എന്നാലും യഥാർഥസംഭവമറിയാൻ എനിക്ക് മോഹമുണ്ട്. ഇത്രയേറെ സമാധാനിക്കാൻ മാത്രം എന്തുണ്ടായി?"

സിംസൻ പറഞ്ഞു: "അത് ഞാൻ പറയില്ല. ആ സംഭവം റിക്കാർഡാക്കാനെനിക്ക് വയ്യ. അത് ചരിത്രത്തിൽ രേഖപ്പെടുത്താൻ പാടില്ല. ഇങ്ങനെയുള്ള പ്രേമം ഇവിടെയുണ്ടെന്ന് ചരിത്രമറിയരുത്. അത് എന്റെ മനസിൽമാത്രം ഇരിക്കട്ടെ. അത് എന്റെ മനസിന്റെ അപൂർവസമ്പത്താണ്. അതുകൊണ്ട് ഞാനീ രാജ്യം വിടുന്നു."

പതിനേഴ്

രാഷ്ട്രീയവും സാമൂഹ്യവുമായ നീതിയെ ചിന്തിച്ചുമാത്രമേ ചരിത്രം തലപുകയ്ക്കാറുള്ളൂ. അതിനാൽ ചരിത്രത്തിൽ വ്യക്തികളുടെ സുഖദുഃഖങ്ങളെപ്പറ്റി ഒന്നുംതന്നെ കാണുകയില്ല. മഹാത്മാഗാന്ധിയുടെ കഥ അതിൽ കണ്ടെന്നുവരും. നേതാജി സുഭാഷ് ചന്ദ്രബോസിന്റെ കഥ, മൗണ്ട് ബാറ്റന്റെ കഥ, രാഷ്ട്രത്തിന്റെ തലപ്പത്തുള്ളവരുടെ വിവരണം കൊണ്ട് ഏടുകൾ നിറയ്ക്കുകയത്രെ ചരിത്രം ചെയ്യുന്നത്. എന്നാൽ അളകേശ് ചക്രവർത്തി, താരക്സേൻ, നിഖിൽദാസ്, കാളീപദ് മുതലായവരോ? ചരിത്രത്തിന്റെ ദൃഷ്ടിയിൽ അവർ കല്യാണപ്പന്തലിൽനിന്ന് തുത്തെറിയപ്പെട്ട എച്ചിലിലകൾ. അവർക്ക് ചീഞ്ഞുനാറുന്ന എച്ചിൽക്കുപ്പയിലാണ് സ്ഥാനം.

പാരുൽബാലമാരോ?

അവരുടെ കാര്യം പറയുകയേ വേണ്ട. ശരത്ചന്ദ്രനെപ്പോലുള്ള എഴുത്തുകാരില്ലെങ്കിൽ അവരെ ഒരിടത്തും തപ്പിയാൽ കിട്ടുകയില്ല. അവരുടെ സുഖദുഃഖങ്ങളും ദുരിതങ്ങളും ആരുമറിയുകയില്ല.

അന്നത്തെ കൽക്കത്തയെ ഇന്നത്തേതിനോട് പൊരുത്തപ്പെടുത്തുന്നത് ശുദ്ധമേ ഭോഷത്തമാകുന്നു. അല്ലായിരുന്നുവെങ്കിൽ പുറത്ത് കാലുകുത്താത്ത പാരുലിന് അത്യാവശ്യസാധനങ്ങൾ വാങ്ങുവാൻ പീടികയിലേക്ക് പോകേണ്ടിവന്നപ്പോൾ നാലുപുറത്തുനിന്നുമുള്ള തുറിച്ചുനോട്ടങ്ങളിൽനിന്ന് ഒഴിഞ്ഞു മാറാൻ കഴിയാതെ വിഷമിക്കേണ്ടിവരുമായിരുന്നോ?

സന്ധ്യക്ക് വീടിന്റെ പടിവാതിൽ അടച്ചുപൂട്ടിയിട്ടാണ് കടയിൽ പോകുക പതിവ്. അവൾ തിരിച്ചുവരുന്നതുവരെ അളകൻ പുരയ്ക്കകത്ത് അങ്ങോട്ടുമിങ്ങോട്ടും ഉലാത്തിക്കൊണ്ടിരിക്കും. പുറത്ത് വാതിൽതുറക്കുന്ന ശബ്ദം കേൾക്കുമ്പോൾ ശ്വാസം നേരെ വീഴും.

"ഹാവൂ, എത്തിയല്ലോ?"

"എന്തു വിചാരിച്ചു? തിരിച്ചുവരില്ലെന്നോ?"

"അങ്ങനെ വിചാരിച്ചല്ല. ഞാൻ കാരണമാണല്ലോ നിനക്കീ ബുദ്ധിമുട്ടൊക്കെ എന്നായിരുന്നു വിചാരം."

"ഞാൻ കാരണം നിങ്ങൾ ബുദ്ധിമുട്ടുന്നില്ലെന്നാണോ പറയുന്നത്?"

അയ്യോ! എനിക്കെന്താണ് ബുദ്ധിമട്ട്? ഞാൻ ഒരു പുരുഷൻ. ബുദ്ധിമുട്ടുന്നതിനുള്ളതാണ് പുരുഷജന്മം. എന്നെപ്പോലെയാണോ നീ? എനിക്കു വേണ്ടിയല്ലേ നിനക്ക് പുറത്തിറങ്ങി നടക്കേണ്ടിവരുന്നത്? ഭക്ഷണം പാകംചെയ്യുക, തുണി തിരുമ്മുക, എന്തൊക്കെ കഷ്ടപ്പാടുകൾ!"

"കഷ്ടപ്പെടാതെ കണ്ണൻ പ്രസാദിക്കില്ല."

"കണ്ണൻ ലോകത്തിൽ ഒരാളെ ഉള്ളു. രണ്ടുണ്ടാവില്ല."

"അത് നിങ്ങൾക്ക് മനസിലാവുന്നില്ല. ജനങ്ങൾ നിങ്ങളെ പൂജിക്കുന്ന ഒരു കാലം വരുമെന്ന് നിങ്ങൾ കണ്ടോളൂ. ഇപ്പോൾ നിങ്ങളെ ആരും അറിയുന്നില്ലെന്നേയുള്ളൂ."

അളകൻ പറഞ്ഞു: "ജനങ്ങൾ എന്നെ പൂജിക്കണമെന്ന ആഗ്രഹമേ എനിക്കുള്ളൂവെന്നാണോ വിചാരിക്കുന്നത്? അതിനുവേണ്ടിയല്ല ഞാൻ പ്രവർത്തിക്കുന്നത്. എങ്കിലും ഇടയ്ക്ക് ചിന്തിക്കാറുണ്ട്. ആ ദിവസം യഥാർഥമായും വരികയാണെങ്കിൽ എന്നെക്കാൾ അധികം സന്തോഷിക്കുന്നവർ വേറെയുണ്ടാവില്ല."

പെട്ടെന്ന് പാരുൽ എന്തോ ഓർത്തു. തുണിത്തുമ്പിലെ കെട്ട് അഴിച്ച് ഒരു തേക്കിലയിൽനിന്ന് കുറച്ച് പൂവും സിന്ദൂരവും ഒരു കഷ്ണം 'സന്ദേശും'* എടുത്തു. പിന്നെ ഇടതുകൈയിന്റെ ചെറുവിരൽകൊണ്ട് സിന്ദൂരമെടുത്ത് അളകന്റെ അടുക്കലേക്കു ചെന്നു.

അവൾ പറഞ്ഞു: "ഞാൻ തീരെ മറന്നേപോയി. എന്താണിത്? മാറി നിന്നതെന്തിന്? അങ്ങോട്ട് നീങ്ങിനിൽക്കൂ. കുറച്ചുകൂടി മതി. ഇനി അനങ്ങരുത്?"

അളകന് ഒന്നും മനസിലായില്ല. അയാൾ ചോദിച്ചു:

"എന്താണിതൊക്കെ?"

"പേടിക്കേണ്ട അളകേട്ടൻ. ഇതുകൊണ്ട് നല്ലതേ വരുള്ളൂ."

ഇതും പറഞ്ഞ് അവൾ അളകന്റെ നെറ്റിയിൽ സിന്ദൂരപ്പൊട്ടു തൊടുവിച്ചു. പിന്നെ സന്ദേശ് എടുത്ത് നീട്ടിക്കൊണ്ടുപറഞ്ഞു:

"വായ പൊളിക്കൂ വേഗം."

അളകൻ രണ്ടു ചുവട് പിറകോട്ട് വെച്ചിട്ട് ചോദിച്ചു:

"എന്തൊക്കെയാണ് എനിക്ക് തിന്നുവാൻ തരുന്നത്?"

"പേടിക്കേണ്ടെന്ന് പറഞ്ഞില്ലേ. ഞാൻ നിങ്ങൾക്ക് വിഷം തരുകയും മറ്റുമില്ല. ഇത് ദേവന്റെ പ്രസാദമാണ്. ഇതുകൊണ്ട് നിങ്ങൾക്ക് നല്ലതേ വരൂ."

"പെട്ടെന്ന് എന്താണിങ്ങനെയൊക്കെ തോന്നാൻ?"

"ആദ്യട്ടെ പറഞ്ഞത് കേൾക്കൂ. നിങ്ങൾക്കിതുകൊണ്ട് ഒരു ദോഷവും വരില്ല നല്ലതേ വരൂ."

"എനിക്കിതുകൊണ്ട് എന്ത് നന്മവരുമെന്നാണ് പറയുന്നത്? ഞാൻ

---

* 'സന്ദേശ്'– ഒരു മധുര പലഹാരം.

രാജാവാകുമെന്നോ?"

"ഛീ! ഇങ്ങനെയൊക്കെ പറഞ്ഞാൽ ദൈവകോപമുണ്ടാവും."

"പാപവും പുണ്യവും! എനിക്കിതൊന്നും കേൾക്കണ്ട. ഒന്നുമാകാൻ എനിക്ക് മോഹമില്ല!"

"നിങ്ങൾക്കില്ലെങ്കിൽ വേണ്ട. എനിക്കുണ്ട്."

"നിനക്കെന്തിനാണ് എന്റെ നന്മയെപ്പറ്റി ഇത്രവലിയ ചിന്ത?"

"നിങ്ങളെപ്പോലെ നന്മതിന്മകളെപ്പറ്റി ചിന്തിച്ച് ഓരോ കാര്യവും ചെയ്യാൻ എനിക്കാവില്ല. എനിക്ക് നല്ലതെന്ന് തോന്നുന്നത് ചെയ്യുന്നു."

"നുണ, എനിക്കുവേണ്ടി കാളീഘട്ടിലെ ദേവിക്ക് നീ നേർച്ച കഴിച്ചത് എന്തുദ്ദേശ്യം വെച്ചുകൊണ്ട്? അത് പറയാതെ സമ്മതിക്കില്ല."

പാരുൽ അതിനുത്തരം പറയാതെ അളകനെ കടന്ന് അടുക്കളയിലേക്ക് നടന്നുകൊണ്ട് പറഞ്ഞു:

"എനിക്ക് നിങ്ങളോട് നാവിട്ടടിക്കാനരുത്. ആദ്യം ഭക്ഷണം പാകം ചെയ്യട്ടെ എന്നിട്ടാവാം."

എന്നാൽ അളകൻ അവളെത്തന്നെ മിഴിച്ചുനോക്കിക്കൊണ്ട് നിൽക്കുന്നതുകണ്ട് അവൾ വീണ്ടും പറഞ്ഞു:

"നിങ്ങൾ അകത്തേക്കുപോകൂ. ഞാനിപ്പോൾ വരാം."

"പറ്റില്ല. ചോദിച്ചതിനുത്തരം ആദ്യം തരൂ."

പാരുൽ പറഞ്ഞു: "നോക്കൂ, ഇത്ര ഉറക്കെയുറക്കെ സംസാരിച്ചാൽ വല്ലവരും കേൾക്കും പിന്നെ കുഴപ്പമാവും. ചുറ്റുവട്ടത്തുള്ളവരുടെ ധാരണ ഞാൻ ഇവിടെ ഒറ്റയ്ക്കാണെന്നാണ്. ചെല്ലൂ ചെല്ലൂ, എന്റെ അളകേട്ട നല്ലേ? ഉണ്ണാനിരിക്കുമ്പോൾ ഞാൻ എല്ലാം പറഞ്ഞുതരാം. നിങ്ങളുടെ ഒച്ച കേട്ടാൽ എല്ലാവർക്കും സംശയമാവും. നിൽക്കണ്ട, അകത്തേക്കു ചെല്ലൂ വേഗം. ഞാനിതാ വന്നു."

അവൾ വേഗം അടുക്കളയിലേക്ക് കടന്നുപോയി.

ഉണ്ണാനിരുന്നപ്പോൾ അളകേശന് അത്ഭുതം തോന്നി.

"എന്താണിത്? ഞാനൊറ്റയ്ക്കോ? നീയിരിക്കാത്തതെന്തുകൊണ്ട്?

പാരുൽ പറഞ്ഞു: "എനിക്ക് ഇന്ന് ഉണ്ണാൻ പാടില്ല."

അത് അയാളെ ഒന്നുകൂടി അത്ഭുതപ്പെടുത്തി. എന്തുകൊണ്ട് ഉണ്ടുകൂടാ? ഇന്നെന്താണ് ഒരു വിശേഷം? എന്നും ഒപ്പമിരുന്നാണ് ഭക്ഷണം പതിവ്.

അയാൾ ചോദിച്ചു: "ഉണ്ടുകൂടാ? കാരണം?"

"ഇന്നുമാത്രം. നാളെ മുതൽ ഒന്നിച്ചുതന്നെ."

അളകന് ഇതിന്റെ അർഥം മനസിലായില്ല.

അയാൾ ചോദിച്ചു: "ഇന്നുമാത്രമെന്താണൊരു പ്രത്യേകത? നീ ഭക്ഷണം കഴിക്കുന്നില്ലെങ്കിൽ എനിക്കും വേണ്ട".

"ഛീ ഛീ! എന്താണിത്? ഇന്നുമാത്രം മതിയെന്നു പറഞ്ഞില്ലേ? നാളെത്തൊട്ട് എല്ലാം പതിവുപോലെ തന്നെ."

"ഇന്ന് ഭക്ഷണം ഒപ്പമിരുന്ന് കഴിച്ചാലെന്താണ് തരക്കേട്? അതാണ്

ചോദിക്കുന്നത്."

"ഇങ്ങനെ നിർബന്ധിച്ചാൽ എന്തുചെയ്യും? എന്നാൽ പറയാം, കേട്ടോളൂ. ഇന്ന് ഉണ്ണാൻ പാടില്ല. ഞാൻ ഒരു വ്രതം എടുത്തിരിക്കയാണ്."

"വ്രതം? എന്തുവ്രതം? എന്തിനായിട്ടുള്ളത്?"

"സാവിത്രീവ്രതം. ഇപ്പോൾ മനസിലായില്ലേ? ഇനി തുടങ്ങിക്കോളൂ."

"സാവിത്രീവ്രതം? അത് സ്ത്രീകൾ ഭർത്താവിന്റെ ദീർഘായുസിനുവേണ്ടി ചെയ്യുന്നതല്ലെ?"

"ഞാൻ നിങ്ങളുടെ പത്നിയല്ലെങ്കിലും നോൽക്കുന്നു."

"എന്നാൽ വ്രതം ഫലിക്കുകയില്ല."

"ഭേഷ്! കാളീഘട്ടിലെ പരദേവതയ്ക്ക് അറിയാൻ വയ്യാത്ത കാര്യം? ഇത് നിങ്ങളെങ്ങനെ അറിഞ്ഞു?"

അളകൻ പറഞ്ഞു: "പക്ഷേ, എനിക്ക് ഒരു കാര്യം തീരെ മനസിലാവുന്നില്ല. നീ എനിക്കുവേണ്ടി എന്തിനിത്ര ബുദ്ധിമുട്ടുന്നു?"

"എന്തു ബുദ്ധിമുട്ട്?"

"കൊള്ളാം. പട്ടിണി കിടക്കുന്നത് ബുദ്ധിമുട്ടല്ലേ?"

"സ്ത്രീയായി ജനിച്ചാലെ അതറിയാൻ പറ്റുള്ളൂ. ഞങ്ങൾക്ക് ഉപവാസം ഒരു ബുദ്ധിമുട്ടേ അല്ല. ഇനി ഭക്ഷണം തുടങ്ങിക്കൊള്ളൂ."

അളകൻ ആഹാരം കഴിക്കാൻ തുടങ്ങി. അയാൾ ചോദിച്ചു:

"ഈ നേരം ഒന്നുംതന്നെ കഴിക്കാൻ ഭാവമില്ലേ? വെറും വയറോടെ കിടന്നുറങ്ങാനാണോ പോകുന്നത്?"

"എന്തിന്? ഞാൻ പ്രസാദം കൊണ്ടുവന്നിട്ടുണ്ടല്ലോ. അതു കഴിക്കും!"

"എപ്പോൾ?"

"നിങ്ങളുടെ ആഹാരത്തിനുശേഷം."

അളകൻ പറഞ്ഞു: "നീ എന്നെ സത്യമായും അത്ഭുതപ്പെടുത്തുകയാണ്. പാരുൽ അറിയാമോ, പ്രഫുല്ലന്റെ ഉപദേശമനുസരിച്ച് ഞാൻ സ്ത്രീകളിൽനിന്ന് അകന്നു നിൽക്കുന്നു. സ്ത്രീകളുടെ അടുത്ത് പെരുമാറുന്നവരെ ഞാൻ എപ്പോഴും സംശയത്തോടെ വീക്ഷിക്കുന്നു. ഇപ്പോൾ അത് എന്റെ തെറ്റിദ്ധാരണയാണെന്ന് എനിക്ക് തോന്നുന്നു. ഇതുവരെ അതിനെ വെച്ചുവളർത്തുകയായിരുന്നു."

പാരുൽ ചിരിച്ചുകൊണ്ട് പറഞ്ഞു:

"മതി, മതി. എനിക്കാരുടെയും മുഖസ്തുതി കേൾക്കണ്ട."

"മുഖസ്തുതിയല്ല. നേരാണ് പറയുന്നത്, നിന്നെ വിവാഹം ചെയ്യുന്നവൻ ഭാഗ്യവാനായിരിക്കും."

"ഒന്നു മിണ്ടാതിരിക്കൂ. ഇതൊക്കെ കേട്ടാൽ എന്റെ കാൽ പിന്നെ നിലത്തൊന്നുമാവില്ല നിൽക്കുന്നത്."

"സത്യം പറഞ്ഞാലും കളിയാക്കുകയാണെന്ന് നീ വിചാരിച്ചാൽ ഞാൻ തോൽക്കുകയേ ഉള്ളൂ."

"അതൊക്കെ ഇരിക്കട്ടെ. നിങ്ങളുടെ ഊണുകഴിഞ്ഞല്ലോ. ഇനി

എണീക്കൂ. എനിക്കും വല്ലതും കഴിക്കണം. എനിക്കു വിശപ്പില്ല എന്നാണോ വിചാരം?"

അളകൻ എഴുന്നേറ്റു. പുറത്ത് പൈപ്പിൽനിന്ന് വെള്ളമെടുത്ത് മുഖവും കൈയും കഴുകി. തിരിച്ചുവന്നപ്പോൾ പാരുൽ നിലം വൃത്തിയാക്കി അവിടെയിരുന്ന് പ്രസാദം കഴിക്കുന്നതുകണ്ടു.

അളകൻ ചോദിച്ചു: "ഇതാണോ നിന്റെ സാവിത്രീവ്രതം?"

അവൾ പറഞ്ഞു: "എന്നെ തൊടരുത്. അതിലേ നീങ്ങി അകത്തു പോയി കിടന്നോളൂ."

"നിന്നെ തൊട്ടാലെന്താണ് കുഴപ്പം?"

"ഛീ! ദൈവത്തെ തൊട്ടുകളിക്കാതിരിക്കൂ."

"ദാ, നിന്നെ ഞാൻ തൊട്ടു."

അളകൻ വാസ്തവത്തിൽ ഒരു വിരൽകൊണ്ട് പാരുലിന്റെ പുറം തൊടുക തന്നെ ചെയ്തു.

പാരുൽ ഞെട്ടി.

"ഛീ! എന്താണീ ചെയ്തത്? ഇനി എന്തുചെയ്യും ഞാൻ? എന്നെ തൊട്ടല്ലോ... ഞാനിനി..."

"പ്രസാദം തിന്നു കഴിഞ്ഞല്ലോ? ഇനി മീതേ ഒരു ഗ്ലാസു വെള്ളം കൂടി കുടിച്ച് വയറുനിറച്ചോളൂ."

"നിങ്ങളെന്തൊക്കെയാണ് പറയുന്നത്? ഇതാണെനിക്കു ദേഷ്യം വരുന്നത്. നിങ്ങൾക്ക് ലേശംപോലുംമില്ലേ അറിവും ബുദ്ധിയും? നിങ്ങൾ എന്തു വിചാരിച്ചിട്ടാണ് എന്നെ തൊട്ടത്? പരദേവത നിങ്ങൾക്കു പാപം ഉണ്ടാക്കും."

"പരദേവത തേങ്ങാക്കുലയാണുണ്ടാക്കുക. നിന്റെ പരദേവതയ്ക്ക് അത്രയൊക്കെയുണ്ട് ദിവ്യശക്തിയെങ്കിൽ എന്റെ ആഗ്രഹം സാധിപ്പിച്ചു തരില്ലേ?"

"ഞാനില്ല നിങ്ങളോട് തർക്കിക്കാൻ."

അവൾ എഴുന്നേറ്റ് കിണ്ണവും ഗ്ലാസും എടുത്ത് പുറത്തേക്കുപോയി. കുറച്ചുനിമിഷത്തിനകം തിരിച്ചുവന്ന അവൾ പെട്ടെന്നൊരു പണി ചെയ്തു. മുട്ടുകുത്തി അളകന്റെ മുമ്പിൽ നിലത്ത് തലമുട്ടിച്ച് നമസ്കരിച്ചു.

അളകേശൻ ഞെട്ടി കാൽവലിച്ചെടുത്തുകൊണ്ട് പറഞ്ഞു:

"എന്താണിത്? എന്തൊക്കെയാണ് കാണിക്കുന്നത് നീ?"

പാരുൽ എഴുന്നേറ്റുനിന്നപ്പോൾ അളകൻ രണ്ടുകൈയും നീട്ടി അവളെ ഭീഷണിപ്പെടുത്തിക്കൊണ്ട് പറഞ്ഞു:

"ഇനി നിന്നെ തൊട്ടാലോ? അപ്പോഴെന്താണുണ്ടാവുക? പരദേവത കോപിക്കു....!"

മുഴുവനാക്കുംമുമ്പുതന്നെ എവിടെനിന്നോ പലരുടെയും കാൽപ്പെരുമാറ്റം കേൾക്കുന്നതായി അളകനു തോന്നി.

അയാൾ പെട്ടെന്ന് ബോധവാനായി.

"ആര്? ആരാണത്?"

പാരുൽ ഭയപ്പെട്ടു. മുൻവശത്തുനിന്നാണ് ശബ്ദംകേട്ടതെന്ന് ആദ്യം തോന്നി. പിന്നെ അല്ല പിൻവശത്തുനിന്നാണ് എന്നായി. അവൾ പേടിച്ച് അളകനോടു ചേർന്നുനിന്നു.

ഈ അസമയത്ത് അസാധാരണ ശബ്ദംകേട്ട് അയൽക്കാർ ഉണർന്നു. എന്തു സംഭവിച്ചു? ആരുടെ ഭവനത്തിൽ ബോംബുവീണു? എവിടെനിന്നാണ് ഹേ ഈ ശബ്ദം കേൾക്കുന്നത്? ഹരിമുക്തിയാറിന്റെ വീട്ടിലാണെന്നു തോന്നുന്നു. പക്ഷേ, അവിടെ ഒരു പെൺകുട്ടിമാത്രമല്ലേ ഉള്ളു: അവിടെനിന്ന് ബോംബിന്റെ ശബ്ദം വരാൻ വഴിയില്ലല്ലോ.

ഈ ഭവനത്തിലെ ജനാലയിലൂടെ ആ ഭവനത്തിലെ ജനാലയ്ക്കൽ നിൽക്കുന്നവരുമായി ചോദ്യോത്തരങ്ങൾ നടക്കുന്നു. സംശയം ഇരട്ടിക്കുന്ന ചോദ്യോത്തരങ്ങൾ. സംഭവം എന്താണെന്ന് ആർക്കും പിടിയില്ല. കുറെനാളായി എന്തോ ഒരു സംശയം തുടങ്ങിയിട്ട്. എല്ലാവർക്കും തന്നെ സംശയം ആ ഭവനത്തിന്റെ കാര്യത്തിൽതന്നെയായിരുന്നു. എല്ലാവരുടെയും കൗതുകം ഉണർത്തുന്ന ഒന്നായി കഴിഞ്ഞിരുന്നു അത്. അവരുടെ പെരുമാറ്റം സംശയകരമായിരുന്നു. ഹരിമുക്തിയാറിന്റെ മരണത്തെത്തുടർന്നു പെരുകിവന്ന സംശയമായിരുന്നു അത്.

ആരൊക്കെയോ വരുന്നു. രണ്ടുപേർക്കും അരികൊടുക്കുന്നു. പണം കൊടുക്കുന്നു. ശുശ്രൂഷിക്കുന്നു. സഹായിക്കുന്നു. ചെറുപ്പക്കാരായ ചില ആളുകൾ. അവർക്കെന്താണ് ഇവരോടിത്ര സഹതാപം തോന്നാൻ? ലോകത്തിൽ ദയ എന്ന ഭാവം ഇത്ര ദുഷ്പ്രാപ്യമായിരിക്കുന്ന സമയത്ത്. അവർ ഈ രണ്ടുപേർക്കും യാതൊരു പിശുക്കുംകാട്ടാതെ ദയയും ദാനവും സ്നേഹവും സേവനവും നൽകുന്നു. സ്വന്തക്കാരാരുമല്ല. എന്നിട്ടുമെന്തിനുവേണ്ടി ഈ ദയാദാക്ഷിണ്യങ്ങൾ? എന്തു കണ്ടിട്ട്? അവിടെയൊരു ചെറുപ്പക്കാരിയുള്ളതാണോ ഇതിനൊക്കെ കാരണം?

"ആർക്കറിയാം ചങ്ങാതി! എല്ലാം സംഭവിക്കാം. ഇന്നത്തെ കാലത്ത് ആരെയും വിശ്വസിച്ചുകൂടാ."

"രാത്രി അസമയത്തും ആ പുരയിൽ വിളക്കു കാണാം സർ! അതറിയാമോ നിങ്ങൾക്ക്? ഞാൻ കണ്ടിട്ടുണ്ട്. എന്നാൽ ആ വീട്ടിലെ സ്ഥിതിയാണെങ്കിൽ ഒരു പെൺപിള്ള മാത്രമാണ് അവിടെ ആകെക്കൂടിയുള്ളത്."

"ഹരിമുക്തിയാറിന്റെ മകൾ അല്ലേ?"

"അതെ, അവളുടെ കല്യാണമാണെങ്കിൽ കഴിഞ്ഞിട്ടില്ല. ഇതുവരെ വയസിത്തള്ളയുണ്ടായിരുന്നു. അവളുടെ കണ്ണടഞ്ഞതിൽപ്പിന്നെയാണ് ഈ മാമാങ്കങ്ങൾ."

"അപ്പോൾ പീടികയിൽ പോകാനും മറ്റുമോ? ആരുണ്ട്?"

"ചോദിക്കാനുണ്ടോ? ആ ചെക്കന്മാർതന്നെ."

"അതിനൊക്കെ അവർക്ക് പണം കൊടുക്കുന്നതോ? ആരാ?"

"അവർ തന്നെയാവും. അല്ലാതാരുകിടക്കുന്നു?"

"ഈ ചുറ്റുവട്ടത്തിൽ ഇങ്ങനെയൊരന്യായം നടന്നിട്ട് നിങ്ങളൊക്കെ എല്ലാം കണ്ടുകൊണ്ട് നിൽക്കയാണല്ലേ. അവറ്റയെ പിടിച്ച് പൊലീസി

ലേൽപ്പിക്കേണ്ടതായിരുന്നു. അയലത്ത് ഇങ്ങനെ ചിലത് നടക്കുമ്പോൾ വെറുതെ കൈയും കെട്ടി നോക്കിക്കൊണ്ടിരിക്കയാണല്ലേ?"

"എന്റെ പൊന്നേ! ഇന്നത്തെ ചെക്കന്മാരുടെ മട്ടും മാതിരിയും നിങ്ങൾക്കറിയാവുന്നതല്ലേ? അവറ്റയെ ശുണ്ഠി പിടിപ്പിച്ചാലുള്ള ഫലവും നിങ്ങളറിയാത്തതല്ലല്ലോ. ഞങ്ങൾക്കും എവിടെയുണ്ട് സമയം? നിത്യ വൃത്തിക്കുവേണ്ടവക കാണാനുള്ള ഓടിനടത്തത്തിനിടയ്ക്ക് അന്യന്റെ വീട്ടിലെന്തു നടക്കുന്നുവെന്നന്വേഷിക്കാൻ ആർക്കുണ്ട് ഇട?"

ഹരിമുക്തിയാറിന്റെ മരണം തൊട്ട് അയാളുടെ വീട്ടിൽ, കണ്ട ചെറുപ്പക്കാർ കയറിയിറങ്ങുവാൻ തുടങ്ങിയതാണ്. രണ്ടു നേരവും വീട്ടിൽനിന്ന് മത്സ്യമാംസാദികൾ പാകംചെയ്യുന്നതിന്റെ ഗന്ധവും വരാറുണ്ട്. എവിടെന്നാണിതിനൊക്കെ പൈസ?

ഒരു ദിവസം അയൽവക്കത്തെ ഒരു മാന്യൻ ഈ പോക്കുവരത്തുകാരിൽ ഒരുവനോട് ചോദിക്കുകയുണ്ടായി. "അനുജാ? നിങ്ങളൊക്കെ ഏതാണ്? ഇവിടങ്ങളിലുള്ളവർതന്നെയോ?"

ചെക്കൻ തിരിച്ചൊരു ചോദ്യം: "എന്തിനാണ് സർ, അതൊക്കെ അന്വേഷിക്കാൻ വരുന്നത്. നിങ്ങൾക്ക് വല്ലചേതവും ഉണ്ടാക്കിയോ ഞങ്ങൾ?"

"ഹേയ്! അതുകൊണ്ടല്ല. പരിചയമില്ലാത്ത മുഖങ്ങൾ കണ്ടിട്ടു ചോദിച്ചെന്നേയുള്ളൂ. എവിടെയാണ് താമസം?"

"മഹിംഹാൽദാർ സ്ട്രീറ്റിൽ."

"ഈ ഹരിമുക്തിയാറിന്റെ വീട്ടുകാരുമായി നിങ്ങൾക്കെന്താണ് ബന്ധം?"

"അവർക്ക് കഴിഞ്ഞുകൂടാൻ വകയില്ലാത്തതുകൊണ്ട് ഞങ്ങൾ പണം പിരിച്ചുകൊടുക്കുന്നു. അത് അന്യായമാണെന്നാണോ പറയുന്നത്?"

"അതു ശരി അത്രയേ ആ മാന്യൻ ഇത് കേട്ടിട്ട് പറഞ്ഞുള്ളൂ. അന്നു തൊട്ട് തുടങ്ങിയതാണ് ആ ദിക്കിൽ പിറുപിറുപ്പ്. പക്ഷേ, അതൊക്കെ വീട്ടിനകത്തുവെച്ചുമാത്രം. അതും വൃദ്ധകൾ തമ്മിൽ. എന്നാൽ അന്നു രാത്രി നടന്ന സംഭവം അവരുടെ വായ തുറപ്പിച്ചു. ഓരോരുത്തരും അവരവർക്ക് തോന്നിയ മട്ടിൽ ഉറക്കെത്തന്നെ ഓരോന്നു പറയാൻ തുടങ്ങി.

"ഇന്നലെരാത്രി എന്തുണ്ടായി സാറേ, ഹരിമുക്തിയാറിന്റെ പുരയിൽ? വെടിപൊട്ടുന്ന ശബ്ദം കേട്ടല്ലോ."

ഒരാൾ പറഞ്ഞു: "പൊലീസുകാർ വന്നിരുന്നു. അറിഞ്ഞില്ലെന്നോ?"

"പൊലീസ് ? എന്തിനു വന്നു? പൊലിസുകാർ?"

"പൊലീസ് ഏതോ ഒരുവനെ വെടിവെച്ചുകൊന്നു."

"ആരെ? ആരെ കൊന്നു?"

"ഒരു ചെക്കനെ."

പലർക്കും കേട്ടിട്ട് അവിശ്വാസമാണ് തോന്നിയത്. "എവിടെനിന്നെത്തി ചെക്കൻ രാത്രി ഈ അസമയത്ത്? അവിടെ ചെക്കന്മാരാരും

താമസമില്ലല്ലൊ. ഹരിമുക്തിയാറുടെ മരണശേഷം മകളായിട്ടുണ്ടായിരുന്ന ആ പെണ്ണ് ഒറ്റയ്ക്കല്ലേ താമസം? അവൾ പുറത്തേക്കിറങ്ങുമ്പോഴൊക്കെ പടിവാതിൽ അടച്ചുപൂട്ടിക്കൊണ്ടുപോകുന്നത് കാണാറുള്ളതല്ലേ? അതിനിടയ്ക്ക് പെട്ടെന്നെവിടെന്ന് കേറിവന്നു ഒരു ചെക്കൻ?"

"അയ്യോ അതൂഹിക്കാനെന്താണ് പാട്? ആ ചെക്കൻ അവിടെ ഇല്ലായിരുന്നുവെങ്കിൽ അവളെങ്ങനെ പട്ടിണികൂടാതെ കഴിഞ്ഞുകൂടും?"

"അതിരിക്കട്ടെ. അവിടെ എന്താണ് രാത്രി നടന്നത്? വല്ലതുമറിയാമോ? എന്തുണ്ടായി ഇതിനുശേഷം?"

"അതിനുശേഷം പൊലീസ് ചെക്കനെ വണ്ടിയിലിട്ട് എവിടേക്കോ കൊണ്ടുപോയി. കണ്ടിടത്തോളം അവൻ അധികനേരം ജീവിച്ചിരിക്കുമെന്ന് തോന്നുന്നില്ല. ദേഹം മുഴുവൻ ചോരത്തളം. പൊലീസ് ഓഫീസർ ഒപ്പം വന്നിട്ടുണ്ടായിരുന്നു. ഹൃദയത്തിൽത്തന്നെയാണ് വെടിയുണ്ട തറച്ചത്. എന്തുഭയങ്കരമായ കാഴ്ച! എന്താണ് ഞാൻ പറയുക സാറേ?"

ഇതിനിടെ അവരുടെ കൂട്ടത്തിൽ കൂടിയ ഒരു വിദ്വാൻ പറഞ്ഞു:

"ആ മനുഷ്യൻ ചത്തു കൂട്ടരേ! ഞാൻ നേരിട്ട് കണ്ടിട്ടുവരികയാണ്. ആസ്പത്രിയിൽനിന്ന്."

"ഏതാണ് കക്ഷി?"

"ചോദിക്കാനുണ്ടോ? ഒരു ഗുണ്ട. രാത്രി ആ വീട്ടിൽ ഒളിച്ചിരിക്കുകയായിരുന്നത്രെ. പൊലീസ് ഏറെ നാളായി കാത്തിരിക്കുന്നു. വിവരമറിഞ്ഞ ഉടൻ പിടികൂടി. പൊലീസിനെക്കണ്ടതോടെ ഓടിക്കളയാൻ നോക്കി. അപ്പോൾ മറ്റെന്തു ചെയ്യാനാണ്? പൊലീസ് വെടിവെച്ചു. അവരുടെ കുറ്റമല്ല."

പിന്നെ ഓഫീസ് സമയമായതോടെ ആൾക്കൂട്ടമൊഴിഞ്ഞു. യദുഭട്ടാചാര്യലെയ്ൻ കാലിയായി. യുദ്ധകാലത്ത് ലോകമാകെ കോടിക്കോടി ജനങ്ങൾ ചത്തൊടുങ്ങിക്കൊണ്ടിരിക്കെ പൊട്ടിപ്പൊളിഞ്ഞ് പന്നാസായ ഒരു പുരയിൽ നടന്ന മരണം എത്രതന്നെ ദാരുണമായിക്കോട്ടെ, ആരുടെയെങ്കിലും മനസിനെ ശല്യപ്പെടുത്തുന്നതാണോ? ലോകത്തിന്റെ മണ്ണിലും വിണ്ണിലും മരണത്തിന്റെ മണം. ചരിത്രത്തിന്റെ താളുകൾ നിർമമമായ കൂട്ടക്കൊലകളെക്കൊണ്ട് മലീമസം. ലോകത്തിൽ പിറന്ന മഹാപുരുഷന്മാരുടെ പ്രേതാത്മാക്കളെല്ലാം കുഴിമാടങ്ങളിൽനിന്ന് പുറത്തുകടന്ന് പകൽവെളിച്ചത്തിൽ വന്നു നിൽക്കുന്നു. അവരുടെ അശരീരികളായ ആത്മാക്കൾ താരസ്വരത്തിൽ പറയുന്നു. 'നിർത്തുവിൻ', നിങ്ങളുടെ ഈ താണ്ഡവലീല നിർത്തുവിൻ! ഞങ്ങളുടെ ബലിദാനം ഈ വിധം വൃഥാവിലാക്കാതിരിക്കുവിൻ?"

എന്നാൽ ആരുണ്ട് കേൾക്കാൻ. ചരിത്രനിർമാതാക്കൾക്ക് മൂക്കില്ല. ചെവിയില്ല, കണ്ണില്ല. അവരുടെ നിയമം നിരങ്കുശമെന്നപോലെ നിഷ്ഠൂരവുമാകുന്നു. ദയ, കരുണ, സ്നേഹം ഇതിനൊന്നും അവർക്ക് വിലയില്ല. തന്റേതെന്നോ അന്യന്റേതെന്നോ ഉള്ള വിവേചനവുമില്ല. ചരിത്രത്തിന്റെ ഗതിയെ കടിഞ്ഞാണിട്ടു പിടിക്കുന്നതിനുള്ള കരുത്തും ആർക്കുമില്ല.

പതിനെട്ട്

പിറ്റേന്നാൾ എല്ലാ ദിവസവുമെന്നപോലെ മി. ഡഗ്ലസ് ആപ്പീസിലെത്തി. സിംസൻ റിപ്പോർട്ടുമായി മുമ്പിൽത്തന്നെ കസാലയിൽ ഇരിക്കുന്നുണ്ടായിരുന്നു.

ഡഗ്ലസ് റിപ്പോർട്ട് കുറച്ച് വായിച്ചുനിർത്തിയിട്ട് ചോദിച്ചു: "എന്ത്? നിങ്ങൾ അവനെ പിടിച്ചു? ആ സ്കൗണ്ഡ്രലിനെ!"

"ഉവ്വ്, റിപ്പോർട്ട് മുഴുവൻ നോക്കൂ."

"മുഴുവൻ!"

വായിച്ചുവായിച്ച് ഒടുവിലത്തെ ഖണ്ഡികയിലെത്തിയപ്പോൾ അയാൾ ഞെട്ടിത്തെറിച്ച മട്ടിലായി.

"എന്ത്? നിങ്ങൽ അളകേശ് ചക്രവർത്തിയെ കൊന്നു? ഉയിരോടെ പിടിക്കാൻ കഴിഞ്ഞില്ല? ഓടാൻ നോക്കിയെന്നോ?"

സിംസൻ പറഞ്ഞു: "അതെ."

"പക്ഷേ, കൊല്ലാൻ പുറപ്പെട്ടതെന്തിന്? അറിയരുതോ? അളകേശ് ചക്രവർത്തി പല പൊലീസുകാരെയും വധിച്ചിട്ടുണ്ട്. അയാളെ പിടിക്കുന്നവന് പതിനായിരം രൂപ സമ്മാനം പ്രഖ്യാപിച്ചിട്ടുള്ള കഥയും മറന്നോ? എന്താണ് സംഭവിച്ചത്? എന്താണ് മിണ്ടാതെ നിൽക്കുന്നത്?"

സിംസൻ പറഞ്ഞു. "ഞാനെന്തു പറയാനാണ്? പറയാനുള്ളതെല്ലാം റിപ്പോർട്ടിൽ ഉണ്ട്."

"അപ്പോൾ ചക്രവർത്തി നിങ്ങളെക്കാൾ ക്ലെവറാണെന്നാ പറഞ്ഞുവരുന്നത്? പിന്നെ നിങ്ങൾ എന്തിനായിട്ടാണ് പന്ത്രണ്ട് പൊലീസുകാരെ കൂടി കൂട്ടിനു വിളിച്ചുകൊണ്ടുപോയത്? ജീവനോടെ പിടിക്കാൻ വയ്യായിരുന്നുവെങ്കിൽ നിങ്ങൾ പോകേണ്ടതുണ്ടായിരുന്നില്ല. അതിന് വെറും പൊലീസുകാർമതി."

ഇതിനു മറുപടി പറയാൻ വയ്യാതെ സിംസൻ ഒന്നു പരുങ്ങി.

ഡഗ്ലസ് പറഞ്ഞു: "ശരിക്കും നടന്നതെന്താണെന്നു പറയൂ."

"അത് പറയുവാൻ ബുദ്ധിമുട്ടാണ്."

"എന്തേ?"

"അത് പറഞ്ഞാൽ എന്റെ റിപ്പോർട്ട് അസത്യമാവും."

"എന്നുവെച്ചാൽ?"

"എന്നുവെച്ചാൽ എന്താണെന്ന് ഇപ്പോൾ പറയാം."

അയാൾ അവിടെത്തന്നെ ഇരുന്നുകൊണ്ട് കടലാസിൽ 'കറപറ'യെന്ന് എന്തൊക്കെയോ കുത്തിക്കുറിക്കുവാൻ തുടങ്ങി. അതുകഴിഞ്ഞപ്പോൾ അത് ഡഗ്ലസിന്റെ നേരെ നീട്ടിയിട്ടുപറഞ്ഞു:

"ഇതാണതിനുത്തരം."

ഡഗ്ലസ് അത് വായിച്ചുനോക്കി തലയുയർത്തി ചോദിച്ചു:

"നിങ്ങളെന്തൊക്കെയാണ് ഇതിൽ എഴുതിയിരിക്കുന്നത്?"

സിംസൻ സ്പഷ്ടമാക്കി:

"ഞാൻ ജോലി രാജിവയ്ക്കുന്നു ഡഗ്ലസ്. ഞാൻ റിപ്പോർട്ടിൽ പറഞ്ഞിട്ടുള്ളത് അസത്യമാകുന്നു. അതിലെ ഓരോ വാക്കും അക്ഷരവും നുണ. നേറ്റീവുകളെപ്പറ്റി ബ്രിട്ടീഷുകാർ പറഞ്ഞിട്ടുള്ളതെല്ലാം നുണയാണെന്ന് എന്റെ ഇവിടത്തെ ജോലിക്കിടയിൽ ഞാൻ മനസിലാക്കിയിരിക്കുന്നു. നാം തോക്കിനിരയാക്കുന്ന, കഴുവിലേറ്റുന്ന, തടിയിലാട്ടുന്ന, നാടുകടത്തുന്ന, ടെററിസ്റ്റ് എന്ന് മുദ്രകുത്തിയിരിക്കുന്ന, ഓരോരുത്തനും മനുഷ്യൻ, മഹാമാനവൻ ആകുന്നു. ഇവരെ പിടിച്ചുനിർത്തുവാനുള്ള കരുത്ത് ബ്രിട്ടീഷ് പാർലമെന്റിനില്ല. ഇവരുടെ നേരെ നാം കാട്ടുന്ന ക്രൂരതക്ക് ഒരുകാലത്ത് നമ്മൾ ഉത്തരം പറയേണ്ടിവരും. അന്ന് ഞാൻ പറയുന്നത് നിങ്ങളോർക്കും ഡഗ്ലസ്! ഇന്ത്യ എന്നെങ്കിലും ഒരുദിവസം സ്വതന്ത്രമാവും. അത് ഞാൻ പറഞ്ഞുവയ്ക്കുന്നു. ഹിന്ദു–മുസ്‌ലിം ലഹള കുത്തിപ്പൊക്കിയതുകൊണ്ടൊന്നും ആ സ്വാതന്ത്ര്യം തടഞ്ഞുവയ്ക്കാനാവില്ല. അന്ന് ഈ ഇന്ത്യക്കാരുടെ മുമ്പിൽ ജീവിക്കുവാൻവേണ്ടി നമുക്ക് പിച്ചക്കൈ നീട്ടേണ്ടിവരും. മുഗളന്മാരുടെ കാലത്ത് ചെയ്തപോലെ ഇവിടത്തെ മില്ലുകളിൽ നിർമിക്കുന്ന തുണി നമ്മൾ വിലയ്ക്കുവാങ്ങേണ്ടിവരും. ആ ദിവസം അധികം ദൂരെയല്ല."

"വാട്ട്! ആർ യു മാഡ്?"

സിംസൻ ഭ്രാന്തനെപ്പോലെതന്നെ വീണ്ടും തുടങ്ങി "അതെ, നിങ്ങൾ ഇന്ന്, എന്നെ ഭ്രാന്തനെന്ന് വിളിക്കുമെന്ന് എനിക്കറിയാം. ആയിരമായിരം ജനങ്ങളെ ജാലിയൻവാലാബാഗിൽ വെച്ച് കൂട്ടക്കൊല ചെയ്ത ജനറൽ ഒഡയറെ നാം ഭ്രാന്തനെന്നു വിളിച്ചില്ല എന്നതാണ് തെറ്റ്. ഖുദ്ദീറാമിനെയും ഭഗത് സിങ്ങിനെയും ബട്കേശ്വർ ദത്തിനെയും കഴുമരം കയറ്റിയപ്പോൾ നമ്മുടെ തല നിലയ്ക്കല്ല നിന്നിരുന്നത്. അന്ന് നമ്മൾ ഭ്രാന്തരായിരുന്നു എന്ന്, ഇപ്പോഴല്ല ഇവിടുന്നു പോയിക്കഴിയുമ്പോൾ നമ്മളറിയും."

ഡഗ്ലസ് ഏതാനും നിമിഷം മിണ്ടാതെയിരുന്നു. പിന്നെ ചോദിച്ചു: "ജോലി ഉപേക്ഷിച്ചാൽ നിങ്ങൾ എങ്ങനെ കഴിഞ്ഞുകൂടും സിംസൻ?"

"ജോലിയില്ലാത്തവർ കഴിഞ്ഞുകൂടുന്നില്ലേ ഡഗ്ലസ്; ഈ ഇന്ത്യയിൽത്തന്നെയുണ്ട് കോടി കോടി ജനങ്ങൾ. അവരും ജീവിക്കുന്നു."

"നിങ്ങൾ ഇവിടന്ന് പോകുന്നതായിരിക്കും നല്ലത്. നിങ്ങൾ ഇവിടെത്തന്നെ നിന്നാൽ ബ്രിട്ടനു ചീത്തപ്പേരാവും."

"ബ്രിട്ടന് ചീത്തപ്പേരുണ്ടാക്കുന്നത് നിങ്ങളാണ് ഡഗ്ലസ്! ബ്രിട്ടനിലെ വളർന്നുവരുന്ന തലമുറ ഈ ചീത്തപ്പേരിന് നിങ്ങളോടാണ് സമാധാനം ചോദിക്കുക, ഓർമയിരിക്കട്ടെ. ഇന്ന് പട്ടാളക്കാർക്കിടയിലും അതൃപ്തി വളർന്നുവരുന്നുണ്ട് ബോംബെയിൽ നടന്ന നേവിവിപ്ലവത്തിനും നിങ്ങൾ തന്നെയാണ് മൂലം."

പിന്നെ ഏതാനും ക്ഷണം മൗനമായിരുന്നശേഷം സിംസൻ ചെയറിൽനിന്ന് എഴുന്നേറ്റ് വാതിൽക്കലേക്ക് നടക്കാനൊരുങ്ങിക്കൊണ്ട് പറഞ്ഞു:

"ഞാൻ പോകുന്നു ഡഗ്ലസ്! ഗോഡ് സെയ്‌വ് ദി കിങ്!"

ഇതൊക്കെ എത്രയെത്ര നാളുകൾക്ക് മുമ്പുള്ളകാര്യങ്ങൾ! ടാക്സിയിലിരിക്കുന്ന സിംസൻ ഇവ ഓരോന്നായി ഓർക്കുകയായിരുന്നു. അന്ന് ഡഗ്ലസിനോടു പറഞ്ഞതെല്ലാം സത്യമായിരിക്കുന്നു. ഒരുകാലത്ത് എല്ലാത്തിലും മുമ്പിലായിരുന്ന ബ്രിട്ടൻ ഇന്ന് അധികാരംകൊണ്ട് നോക്കിയാൽ യൂറോപ്പിലെ ഏറ്റവും ചെറിയ പവർ ആയിരിക്കുകയാണ്. ഇന്ന് അതേ ബ്രിട്ടൻ ഇന്ത്യയിൽനിന്ന് തുണി വാങ്ങുന്നു. ഇപ്പോൾ ബ്രിട്ടനിലെ പുത്തൻതലമുറ, തങ്ങൾ 'ഔട്ട്സൈഡർ'മാരാണെന്നു പറയുന്നു. തങ്ങളെ അവർ 'ഹംഗ്രി ജനറേഷൻ' എന്നുവിളിക്കുന്നു. ഇപ്പോൾ ഏഷ്യയിലെ കറുത്തവർഗക്കാരെക്കൊണ്ടു നിറഞ്ഞിരിക്കുന്നു ഇംഗ്ലണ്ട്.

ടാക്സി യദുഭട്ടാചാര്യ സ്ട്രീറ്റിലേക്ക് കടന്നു.

ഇതാണ് ആ യദുഭട്ടാചാര്യ സ്ട്രീറ്റ്. ഇവിടെ ആ ഭവനത്തിൽ കണ്ണുവയ്ക്കുവാൻ അക്കാലത്ത് എത്രയെത്ര സി ഐ ഡികളെയും സ്പൈകളെയുമാണ് അയയ്ക്കാറുണ്ടായിരുന്നത്! ആർക്കും യഥാർഥ കുറ്റവാളിയായ അളകേശ് ചക്രവർത്തിയെ പിടിക്കാൻ കഴിഞ്ഞില്ല. പൊലീസുകാരുടെ വരവുണ്ടെന്ന് എങ്ങനെയോ മണത്തറിഞ്ഞ് അയാൾ ഓടിയൊളിച്ചുകളഞ്ഞിരുന്നു. സത്യം തന്നെ, ചെക്കൻ അതിചതുരൻ. ബഹുസൂത്രക്കാരൻ.

അവസാനം ഒരു യുവാവ് തന്റെയടുക്കൽ വന്നു.

പതുങ്ങിപ്പതുങ്ങിവന്നു പറഞ്ഞു: "സർ അളകേശ് ചക്രവർത്തിയെ ഞാൻ പിടിച്ചുതരാം."

സിംസൻ ചോദിച്ചു: "നീ ആര്? ഹു ആർ യു?"

യുവാവ് താനാരാണെന്നു പറഞ്ഞു.

സിംസൻ അതുകൊണ്ട് സംതൃപ്തനായില്ല. ചോദിച്ചു:

"അയാളെ പിടിച്ചതുകൊണ്ട് നിനക്കെന്തുനേട്ടം?"

"നേട്ടം പണം തന്നെ. എനിക്ക് നിങ്ങൾ പതിനായിരം രൂപ ഇനാം തരും."

പണത്തിനുവേണ്ടി!

സിംസന് സംഗതി തിരിഞ്ഞു. അയാൾ ചോദിച്ചു:

"നിങ്ങൾക്കുറപ്പുണ്ടോ? അളകേശ് ചക്രവർത്തി ആ പുരയിൽത്തന്നെ ഉണ്ടാവുമോ?"

"ഉവ്വ്, ഉറപ്പുതരാം. ചെന്നു നോക്കൂ."

"ഇല്ലെങ്കിൽ?"

"ഇല്ലെങ്കിൽ എനിക്ക് ഒരു പൈസയും തരണ്ട. എങ്കിലും ഒരു കാര്യം. സാറ് പൊലീസുകാരെ വിശ്വസിച്ചാൽ പറ്റില്ല. സാറുതന്നെ വരണം."

"ഞാൻ തന്നെ എന്തിന്?"

"അളകേശ് ചക്രവർത്തി ഒന്നാന്തരം മറിമായക്കാരനാണെന്നതുകൊണ്ടു തന്നെ, അയാളുടെ കൈയിൽ തോക്കുണ്ട് സർ! നിങ്ങൾ ആദ്യം വീടുവളഞ്ഞ് മതിൽചാടി അകത്തു കടക്കണം."

"വീടിന്റെ കിടപ്പ് പറഞ്ഞുതരുവാൻ നിനക്ക് കഴിയുമോ?"

"പറയാം. വീടിന്റെ പടിവാതിൽ കിഴക്കോട്ട്. അതു കടന്നാൽ ചെറിയ മുറ്റം. മുറ്റത്തിന്റെ വടക്കുഭാഗത്ത് കോണിലായി ടിൻമേഞ്ഞ അടുക്കള. അതിന്റെ പടിഞ്ഞാറ് ഒരു പൂമുഖം. അതിനുപിറകിൽ രണ്ടുമുറി. രണ്ടിന്റെയും വാതിൽ പൂമുഖത്ത്. വലതുവശത്തെ മുറി പാരുലിന്റേത്."

"പാരുൽ? ആരാണവൾ?"

"ആ വീട്ടുകാരി. പാരുൽബാല ഗാംഗുലി"

"കല്യാണം കഴിച്ചിട്ടില്ലേ?"

"ഇല്ല സർ, അൺമാരീഡ്."

"അവൾക്ക് ആരൊക്കെയുണ്ട്?"

"ആരുമില്ല. അച്ഛൻ ഉണ്ടായിരുന്നു. മുക്തിയാർ. മരിച്ചിട്ട് കുറെയായി. വിധവയായ അമ്മ മരിച്ചിട്ട് ഏറെയായില്ല. അവൾക്കിപ്പോൾ ബന്ധുക്കളായിട്ട് ആരുമില്ല. ആ അളകേശ് ചക്രവർത്തി അവളുടെ കൂടെ താമസിക്കുന്നു."

സിംസന് അത്ഭുതമായി.

"താമസിക്കുന്നുവെന്നുവെച്ചാൽ? അവളുടെ വിവാഹം കഴിഞ്ഞിട്ടില്ല. എന്നിട്ടും ഒന്നിച്ച്? ഇന്ത്യക്കാർ അങ്ങനെ പതിവില്ലല്ലോ. എന്നിട്ട് അയൽക്കാർ ഒന്നും പറയുന്നില്ല?"

"അവർക്കറിയില്ല. എന്നാലല്ലേ പറയുള്ളു?"

"അപ്പോൾ അളകേശ് ചക്രവർത്തിയും പാരുൽബാലയും തമ്മിലുള്ളബന്ധം എന്ത്?"

"ബന്ധം എന്ന് പറയാനെന്തുണ്ട്? സ്നേഹം! അളകേശ് പുറത്തിറങ്ങാറില്ല. വാതിൽ അടച്ച് അകത്തിരിക്കും. ഇല്ലെങ്കിൽ ആരാനും കണ്ടെങ്കിലോ?"

"ആരാണ് പുറംപണികൾക്ക്? വേലക്കാരി?"

"ഇല്ല, അതിനൊക്കെ പണം എവിടുന്നാണ്? അതൊക്കെ ചെയ്യുന്നത് അളകേശന്റെ ചങ്ങാതികൾ. അവർക്കും ആ വീട്ടിൽ എപ്പോഴും ചെല്ലാൻ പേടിയാണ്. അവർ ഇടയ്ക്ക് ചെന്ന് പണം കൊടുത്തിട്ട് പോകും. അവൾതന്നെ അങ്ങാടിസാമാനങ്ങളും മറ്റും വാങ്ങും."

"ചെറുപ്പക്കാരി ചന്തയ്ക്കും മറ്റും പോവുകയോ?"

"അല്ലാതെന്തുചെയ്യും സർ! അളകേശന് പുറത്തിറങ്ങിക്കൂടല്ലോ. അയൽക്കാർ കാണില്ലേ? അവൾ പുറത്തേക്കിറങ്ങുന്ന സമയം പടിവാതിൽ പൂട്ടും."

അയാൾ പറഞ്ഞതെല്ലാം സിംസൻ എഴുതിയെടുത്തു. പിന്നെ യുവാവിന്റെ പേർ ഒന്നുകൂടി ചോദിച്ച് അതിനടിയിൽ കുറിച്ചുവെച്ചിട്ട് അയാളുടെ മേൽവിലാസം അന്വേഷിച്ചു.

അയാൾ പറഞ്ഞു: "സർ, എനിക്ക് മേൽവിലാസമൊന്നുമില്ല."

"ഇല്ലെന്നോ? പിന്നെ താമസിക്കുന്നതോ? അതിനൊരിടം വേണമല്ലോ."

"എനിക്ക് സ്ഥിരമായി ഒരിടം പാർക്കാനില്ല സർ! ഞാൻ ദരിദ്രനാണ്. എനിക്ക് ഉറ്റവരെന്നു പറയാൻ ആരുമില്ല. ചിലദിവസം ഹൗറ റെയിൽവേ സ്റ്റേഷനിൽ കിടന്നുറങ്ങും. അല്ലെങ്കിൽ കാളീഘട്ടിലെ തീർഥയാത്രക്കാർക്കുള്ള സത്രത്തിൽ, ഫുട്പാത്തിലും ചിലപ്പോൾ രാത്രി കഴിച്ചുകൂട്ടാറുണ്ട്."

സിംസനു കാര്യം മനസിലായി.

"ശരി നീ പോ! ഇനിയൊരു ദിവസം വന്ന് അന്വേഷിച്ചുനോക്ക്. ആ മനുഷ്യനെ പിടികിട്ടിയെങ്കിൽ സമ്മാനത്തുക നിനക്ക് ലഭിക്കുന്നതാണ്."

"ഒരു കാര്യം സർ!"

"എന്താണത്?"

"എന്റെ പേർ രഹസ്യമായി വയ്ക്കണം സർ! പുറത്തുവിടരുത്."

"അങ്ങനെതന്നെ. രഹസ്യമായിരിക്കും. പേടിക്കണ്ട."

സിംസൻ പിന്നെ അമാന്തിച്ചില്ല. ഡഗ്ലസിനെ വിവരമറിയിച്ച് ഏർപ്പാടുകൾ ചെയ്തു. പതിനഞ്ചു പൊലീസുകാർ. എല്ലാവരും സാധാരണ വേഷത്തിൽ. അന്ന് അർധരാത്രിതന്നെ വീടുവളഞ്ഞു. രണ്ടുപേർ മതിൽചാടി അകത്തുകടന്നു. വാതിൽ തുറന്നു, യാതൊരു അനക്കവും ഉണ്ടാക്കാതെ. സിംസനും സിവിൽ ഡ്രസിൽതന്നെ. മുറിയിൽ വാതിൽ പകുതി മലർന്നുകിടക്കുന്നു. വിളക്കു കത്തുന്നു. ഉറങ്ങിയിട്ടില്ല ആരും. ഒരു യുവതി ഒരു യുവാവിന്റെ കാൽക്കൽ പ്രണമിക്കുന്നത് സിംസൻ കണ്ടു. യുവാവ് പറയുന്നു. "എന്നെ എന്തിന് നമസ്കരിക്കുന്നു? ഞാൻ നിനക്കാരുമല്ല." യുവതി പറയുന്നു: "നിങ്ങൾ എന്റെ ഗുരുവാകുന്നു. സാവിത്രീവ്രതം കഴിഞ്ഞാൽ ഗുരുജനങ്ങളെ വണങ്ങണം. നിങ്ങളല്ലാതെ എനിക്കാരുണ്ട് ഗുരുവായിട്ട്?"

യുവാവിനെ കണ്ടപ്പോൾ സിംസൻ തിരിച്ചറിഞ്ഞു. തന്റെ ഫയലിൽ ഇരിക്കുന്ന അളകേശ് ചക്രവർത്തിയുടെ ഫോട്ടോയുമായി നല്ലപോലെ യോജിക്കുന്ന ആകൃതി.

അയാൾ പൊലീസുകാർക്ക് അകത്തുകടക്കാൻ ആംഗ്യത്താൽ കൽപ്പന കൊടുത്തു.

മറുവശത്തുനിന്ന് അവരും ഉറക്കെ ചോദ്യം തുടങ്ങി: "ആർ ആരവിടെ?"

അളകേശ് ചക്രവർത്തിയെ ജീവനോടെ പിടിക്കണമെന്നാണ് കൽപപ്പന. അവരെ കണ്ട ഉടൻ പാരുൽ അളകനെ കെട്ടിപ്പിടിച്ചു:

"ഇല്ല! ഇല്ല! സമ്മതിക്കില്ല!"

പത്തൊമ്പത്

ടാക്സിഡ്രൈവർ പെട്ടെന്ന് ചോദിച്ചു : "ഏതാണ് വീട് സർ?"

അപ്പോഴാണ് സായ്പ് മനോരാജ്യത്തിൽനിന്നുണർന്നത്. വളരെ

നാളുകൾക്കുശേഷമാണ് വീണ്ടും ഈ തെരുവിൽ വരുന്നത്. താനെവിടത്തുകാരൻ? ഈ കൽക്കത്തയെവിടെ? കൽക്കത്തയെന്നും പറഞ്ഞുകൂടാ. കൽക്കത്തയിലെ അപ്രസിദ്ധമായൊരു സബർബൻ തെരുവ് – യദു ഭട്ടാചാര്യസ്ട്രീറ്റ്. ഇത്രയും കൊല്ലങ്ങൾക്കുശേഷം അന്ന് അർധരാത്രി ഈ നഗരപ്രാന്തത്തിലെ തെരുവിൽക്കണ്ട വീട് കണ്ടുപിടിക്കുക എളുപ്പമാണോ?

എന്നിട്ടും അയാൾ തിരിച്ചറിഞ്ഞു. വീട്ടുനമ്പർ ഓർമയുണ്ടായിരുന്നു. അതെ, ഇതുതന്നെ ആ വീട്. ലോകത്തിന് എന്തെല്ലാം മാറ്റങ്ങൾ സംഭവിച്ചു! ചരിത്രംതന്നെ മാറിയിരിക്കുന്നു. ചരിത്രംമാത്രമല്ല, ഭൂമിശാസ്ത്രം കൂടി. ഒപ്പം തന്നെ ഭൂപടത്തിലെ നിറങ്ങൾക്കും സംഭവിച്ചു മാറ്റം. എന്നാൽ യദുഭട്ടാചാര്യലെയ്നിലെ ഈ വീടിന് ഒരു മാറ്റവും സംഭവിച്ചിട്ടില്ല.

ടാക്സിക്കാരന് വാടക കൊടുത്ത് അയാളെ യാത്രയാക്കി.

ഇത്രനേരത്തെ ഒരു സായ്പ് അവിടെ വന്നുവശായതു കണ്ട് അയൽക്കാർ വന്നുകൂടി.

ഒരു മനുഷ്യൻ ഇംഗ്ലീഷിൽത്തന്നെ ചോദിച്ചു: "വല്ലവരെയും അന്വേഷിക്കയാണോ സർ?"

"താരകൻ ഇവിടെയല്ലേ താമസം? താരക്സേൻ?"

"അതെ സർ! ഇവിടെത്തന്നെ."

അയാൾ വാതിലിൽ ഉറക്കെ മുട്ടിത്തുടങ്ങി. "താരകേട്ടാ! താരകേട്ടാ!"

അകത്തുനിന്ന് ഒരു സ്ത്രീസ്വരം കേട്ടു: "ഇവിടെയില്ല."

വാതിൽക്കൽ മുട്ടിയവൻ വിളിച്ചുപറഞ്ഞു: "വാതിൽ തുറക്കൂ ചിറ്റമ്മേ! ഒരു സായ്പുണ്ട് വന്നിരിക്കുന്നു. താരകേട്ടനെ കാണാൻ."

വാതിൽ തുറന്നപ്പോൾ സിംസൻ വളരെ നാൾമുമ്പ് ഒരിക്കൽ കണ്ടിട്ടുള്ള മുഖം കണ്ടു. മുഖം അതുതന്നെയാണെന്നേയുള്ളൂ. പ്രായത്തിന്റെ കുറിപ്പുകൾ സ്പഷ്ടമായും അവിടെ കാണാമായിരുന്നു.

സിംസൻ മുറി ബംഗാളിയിൽ ചോദിച്ചു:

"എന്നെ മനസിലായോ ചേച്ചിക്ക്?"

പാരുൽ ആദ്യംതന്നെ തലവഴി സാരിത്തുമ്പ് ഇട്ടിരുന്നു. ഇതുകേട്ടപ്പോൾ അത് ഒന്നുകൂടി മുഖത്തേക്ക് വലിച്ചിട്ടു. സിംസൻ പറഞ്ഞു:

"താരക്സേൻ ഈ വീടിന്റെ മേൽവിലാസമാണ് തന്നിരുന്നത്. അയാളെ കാണണം എനിക്ക്."

പാരുൽ ചോദിച്ചു: "നിങ്ങളുടെ പേർ ജോൺ സിംസൻ എന്നാണോ?"

'അതെ, ചേച്ചീ!"

"വരൂ, അകത്തേക്ക്."

സിംസൻ അകത്തുകടന്ന ഉടൻ പാരുൽ വാതിൽ അടച്ചു സാക്ഷയിട്ടു. പിന്നീട് പറഞ്ഞു:

"അദ്ദേഹം നിങ്ങളെ കാണാനെന്നും പറഞ്ഞ് രാവിലെതന്നെ ഇവിടന്ന് എണീറ്റുപോയതായിരുന്നു."

സിംസൻ പറഞ്ഞു: "ഞാൻ ഹോട്ടലിൽ വളരെനേരം കാത്തിരുന്നു.

കാണാഞ്ഞിട്ട് നേരെ ഇങ്ങോട്ടുപോന്നു."

"ഇന്നലെ രാത്രിയും നിങ്ങളെ കാണാൻ വന്നിരുന്നില്ലേ?"

"ഉവ്വ് എന്റെ വിമാനം എത്താൻ വൈകിപ്പോയി. അതുകാരണം അധികം സംസാരിച്ചുനിൽക്കാൻ കഴിഞ്ഞില്ല. അതുകൊണ്ട് ഇന്നുരാവിലെ വരാൻ പറഞ്ഞതായിരുന്നു."

സിംസൻ വീട് നാലുപാടും കണ്ണോടിച്ചുനോക്കി. ഈ മുറിയിൽ മുമ്പൊരിക്കൽ വന്നിട്ടുണ്ട്. ഈ മുറിയിലായിരുന്നു ബ്രിട്ടന്റെ പരമശത്രു വെടിവെപ്പിൽ കൊല്ലപ്പെട്ടത്. അന്ന് ഈ മുറിയിൽ ചോരകൊണ്ടൊരു പ്രളയം സൃഷ്ടിക്കപ്പെടുകയുണ്ടായി. ഈ സംഭവത്തെത്തുടർന്നാണല്ലോ താൻ ജോലി രാജിവെച്ച് തിരിച്ചുപോയത്. ഇന്ന് അതേ മുറിയിൽ ആ പെൺകുട്ടിയോടൊപ്പം ഇരുന്ന് സംസാരിക്കുന്നു. ഒരുകാലത്തെ ശത്രു ഇന്ന് പരമബന്ധുവായിത്തീർന്നിരിക്കുന്നു. മനുഷ്യന്റെ ഒരു ജീവിതം!

പാരുൽ ഒരുകപ്പ് ചായയുമായി അകത്തേക്ക് കടന്നു.

"ചായ കുടിക്കൂ. ഇവിടെ വേറെയൊന്നുമില്ല. വെറും ചായ."

സിംസൻ പറഞ്ഞു: "ചേച്ചിയെന്തിനാണ് വെറുതെ ബുദ്ധിമുട്ടിയത്? ഞാൻ ഹോട്ടലിൽനിന്ന് ചായകുടിച്ചിട്ടാണ് വന്നത്."

"സാരമില്ല. ബുദ്ധിമുട്ടെന്താണിതിൽ? നിങ്ങൾ എത്ര അകലെനിന്ന് വരുന്നു! ഒരുകപ്പ് ചായപോലും സൽക്കരിച്ചില്ലെങ്കിലോ?"

സിംസൻ ചായക്കപ്പിൽ ചുണ്ടുവെച്ചു. അപ്പോഴാണ് കണ്ടത് പാരുൽ തന്നെത്തന്നെ സൂക്ഷിച്ചുനോക്കുകയാണ്. അന്ന് ഈ മുറി ചോരക്കളമായ സമയത്തും ഇതുപോലൊരു നോട്ടം നോക്കുകയുണ്ടായില്ലേ.

സിംസൻ പാരുലിനെ നോക്കിപ്പറഞ്ഞു. "ചേച്ചീ അന്നത്തെ ആ സംഭവത്തിന് എനിക്ക് മാപ്പുതരാൻ ഒരുക്കമില്ലെന്ന് തോന്നുന്നു."

"നിങ്ങൾ നിങ്ങളുടെ ഡ്യൂട്ടി ചെയ്തു അല്ലാതെന്താണ്?"

"ഇല്ല, ഞാൻ ശരിക്കും എന്റെ ഡ്യൂട്ടി ചെയ്തില്ല."

"എന്നുവെച്ചാൽ?"

"ചേച്ചിക്കറിയില്ല എന്നു തോന്നുന്നു. അന്ന് ഡ്യൂട്ടിക്ക് പോയിരുന്നെങ്കിൽ ഞാൻ എന്റെ റിപ്പോർട്ടിൽ സത്യമായത് മാത്രം എഴുതുമായിരുന്നു. എന്നാൽ അതുണ്ടായില്ല. മേലധികാരികൾക്ക് ഞാൻ കള്ള റിപ്പോർട്ടാണ് കൊടുത്തത്."

അപ്പോഴും കാര്യം മനസിലാവാതെ പാരുൽ ചോദിച്ചു :

"പറഞ്ഞത് എനിക്ക് മനസിലായില്ല."

"ഞാൻ എന്റെ റിപ്പോർട്ടിൽ കളവാണ് പറഞ്ഞത്. അതിനാൽ അന്നുതന്നെ ഞാൻ പണി രാജിവെച്ച് എന്റെ നാട്ടിലേക്കു തിരിച്ചുപോയി."

"എന്തിന് ? അത്ര വലിയ കുറ്റമാണോ നിങ്ങൾ ചെയ്തത്?"

സിംസൻ പറഞ്ഞു: "അല്ല ചേച്ചി! ശരിക്കും കുറ്റമല്ല. ചേച്ചിയോട് പറഞ്ഞാൽ ഒരുപക്ഷേ, കുറച്ചൊക്കെ മനസിലാക്കാൻ കഴിയും. ഇവിടെ വരുംമുമ്പ് ഞാൻ വിവാഹം കഴിച്ചിട്ടുണ്ടായിരുന്നു. പത്നിയുടെ പേർ ജെന്നി. ജെന്നി കാഴ്ചയ്ക്കു ചേച്ചിയെപ്പോലെത്തന്നെ ഇരുന്നു. ഇത്ര

ഭംഗിയുള്ള രൂപം ഞാൻ കണ്ടിട്ടില്ല. അതുകൊണ്ടെന്തുകാര്യം? അവൾ എന്നെ വിട്ടുപോയി. പിന്നീട് അവൾ വേറൊരാളെ കല്യാണംകഴിച്ചു. ഞാൻ ഒരുദിവസം ആത്മഹത്യക്കുതന്നെ പുറപ്പെട്ടതായിരുന്നു. അതിനു കഴിഞ്ഞില്ല. അതുകൊണ്ട് ജോലിസ്വീകരിച്ച് ഇങ്ങോട്ടുപോന്നു."

"പിന്നെ വിവാഹം കഴിച്ചില്ലേ?"

"ഇല്ല. മനുഷ്യജീവിതത്തിൽ പ്രേമം ഒരിക്കലേ ഉദിക്കു. പിന്നെ വിവാഹംചെയ്യാൻ തീരെ മോഹം തോന്നിയില്ല. എന്റെ മേലധികാരി യൂറോപ്യൻ ക്ലബിൽ മെമ്പറായിചേർന്ന് ഇംഗ്ലീഷ് ഗേൾസുമായി ചങ്ങാത്തം കൂടാൻ ഉപദേശിച്ചു. എനിക്കതിനു കഴിഞ്ഞില്ല. ഞാൻ അയാളോടും പറഞ്ഞത് അതേ ഉത്തരം തന്നെ. പ്രേമം ഒറ്റത്തവണയേ ഒരു ജന്മത്തിൽ ഉണ്ടാവൂ."

"എന്നിട്ട്?"

"എന്നിട്ട് ഞാൻ ഈ കൽക്കത്തയിൽവന്നു. പണിത്തിരക്കിൽ തല പൂഴ്ത്തി വയ്ക്കാൻ ശ്രമിച്ചു. ജെന്നിയെ മറക്കാൻ നോക്കി. പക്ഷേ, ആദ്യത്തെ പ്രേമം മറക്കുക അത്ര എളുപ്പമാണോ? ഇന്ത്യയിൽ ടെററിസ്റ്റുകളുടെ പ്രവർത്തനം മുറയ്ക്ക് നടക്കുന്നകാലം. നിങ്ങളുടെ മഹാത്മാഗാന്ധി ക്വിറ്റ് ഇന്ത്യാ പ്രക്ഷോഭണം ആരംഭിച്ചുകഴിഞ്ഞിരുന്നു. ആയിരക്കണക്കിനാളുകൾ റെയിൽലൈൻ പൊളിച്ചുകളഞ്ഞുകൊണ്ടിരുന്നു. വെള്ളക്കാരെ കാണുന്ന നിമിഷം വെടിവയ്ക്കുക, തീവണ്ടി കൊള്ളചെയ്യുക ഇതൊക്കെയായിരുന്നു പരിപാടി. സുഭാഷ് ചന്ദ്രബോസ് ജപ്പാൻകാരുടെ റേഡിയോവിൽ ബ്രിട്ടീഷുകാർക്കെതിരെ വിഷം വമിക്കുകയായിരുന്നു. ഇന്ത്യയിലാകെ അരക്ഷിതാവസ്ഥ നടമാടി. അതൊക്കെ ചേച്ചിക്കും ഓർമയുണ്ടായിരിക്കും."

പാരുൽ പറഞ്ഞു: "ഉവ്വ്. ഓർക്കുന്നുണ്ട്."

സിംസൻ തുടർന്നു : "അതെ, ആ സമയത്താണ് ചേച്ചിയെ കണ്ടത്."

"എന്നെ കണ്ടു?"

"അതെ, കണ്ടു. കണ്ടപ്പോൾ ജെന്നിയുടെ കാര്യം വീണ്ടും ഓർത്തുപോയി. ഒരു സമയം ചേച്ചിയെപ്പോലെ ധാരാളം യുവതികൾ ഇന്ത്യയിൽ ഉണ്ടായെന്നുവരാം. അവരെയൊന്നും ഞാൻ കണ്ടിട്ടില്ല. അവരെപ്പറ്റി കേട്ടിട്ടുമില്ല. ഞാൻ കണ്ടിട്ടുള്ളതും അറിയുന്നതും ചേച്ചിയെ മാത്രം. ലോകത്തിൽ ഇത്രയും പാവനമായ പ്രേമമോ? അളകേശ് ചക്രവർത്തിയെ ചേച്ചി സ്നേഹിച്ചതുപോലെ ജെന്നി എന്നെ സ്നേഹിച്ചിരുന്നെങ്കിൽ? അന്ന് എനിക്ക് അളകേശ് ചക്രവർത്തിയോട് കലശലായ അസൂയ തോന്നി. എന്നെ ആരെങ്കിലും ഇങ്ങനെ സ്നേഹിച്ചിരുന്നെങ്കിൽ എനിക്ക് പുനർജന്മം കിട്ടുമായിരുന്നു ചേച്ചി! ചേച്ചിയെ കണ്ടപ്പോൾ എന്റെ തോക്ക് കൈയിൽത്തന്നെ ഇരുന്നുപോയി. അതിനാൽ എന്റെ തോക്കിൽനിന്ന് ഒറ്റ ഉണ്ടയും പൊട്ടിയില്ല. ഞാൻ മുഗ്ധനും വിസ്മിതനുമായിപ്പോയി, അളകേശ് ചക്രവർത്തിയോട് ചേച്ചിക്കുള്ള പ്രേമം കണ്ടിട്ട്."

പാരുൽ ഒരക്ഷരവും പറഞ്ഞില്ല. സിംസന്റെ വർത്തമാനം ശ്രദ്ധിച്ചു

കേട്ടുകൊണ്ടിരുന്നു.

"അതിനുശേഷം അളകേശ് ചക്രവർത്തിയുടെ മൃതദേഹംകൊണ്ട് ചെയ്യേണ്ടതെല്ലാം ഞാൻ ചെയ്തു. അതിനെ പൊലീസ് ഹോസ്പിറ്റലിലേക്കയച്ചു. ഡോക്ടർമാർ മൃതദേഹം പരിശോധിച്ചിട്ട് അഭിപ്രായപ്പെട്ടു:

"ദി പേഷ്യന്റ് ഹാസ് എക്സ്പയേർഡ് - രോഗി മരിച്ചു."

സിംസൻ ഇടയ്ക്ക് നിർത്തി. അയാളുടെ രണ്ട് കണ്ണും നനഞ്ഞുവെന്ന് തോന്നുന്നു. ഉറുമാലെടുത്ത് കണ്ണുതുടച്ചു.

വീണ്ടും തുടങ്ങി: "പിന്നെ ഞാൻ ഒരിക്കലും ചെയ്യാത്തതു ചെയ്തു. ചക്രവർത്തി ഓടിപ്പോകാൻ ശ്രമിച്ചുവെന്നും തുടർന്ന് ഞാൻ റിവോൾവർകൊണ്ട് അയാളെ വെടിവെച്ചുകൊന്നുവെന്നുമായിരുന്നു റിപ്പോർട്ട് ചെയ്തത്."

പാരുൽ ചോദിച്ചു: "എന്തിനാണ് റിപ്പോർട്ടിൽ നുണ പറഞ്ഞത്?"

"ഞാൻ പറഞ്ഞില്ലേ, ഇങ്ങനെയൊരു പ്രേമം ഞാൻ മുമ്പൊരിടത്തും കണ്ടിട്ടില്ലായിരുന്നു. എല്ലാ യുവതികളും ജെന്നിമാരല്ലെന്ന് ചേച്ചി എനിക്ക് കാണിച്ചുതന്നു. ഈ ലോകത്തിൽ ചേച്ചിയെപ്പോലെയുള്ളവരും ഉണ്ട്."

"എന്നിട്ടോ?"

"എന്നിട്ട് കളവ് പറഞ്ഞതിനുള്ള ശിക്ഷ ഞാൻ തന്നെ ഏറ്റെടുത്തു. എന്റെ മേലധികാരി ഡഗ്ലസിന്റെ മുമ്പിൽവെച്ചുതന്നെ ഞാൻ രാജിക്കത്തെഴുതി. പിന്നെ രണ്ടുദിവസം കഴിഞ്ഞ് നാട്ടിലേക്ക് മടങ്ങി. ഇന്ത്യ വിട്ടുപോകുന്ന സമയം മറ്റൊന്നും മനസിലുണ്ടായിരുന്നില്ല. കേവലം ചേച്ചിയെപ്പററിയുള്ള വിചാരം മാത്രം. ചേച്ചിയുടെ അനന്യപ്രേമമൊന്നുമാത്രം. ഈ ലോകത്തിൽ ചേച്ചിയെപ്പോലുള്ളവരുണ്ട്. ചേച്ചിയുടേതുപോലുള്ള അചഞ്ചലപ്രേമമുണ്ട് എന്നാലോചിച്ചു തൃപ്തിപ്പെട്ടു. നാട്ടിലെത്തിയശേഷവും യഥാർഥപ്രേമം എന്തെന്നറിയണമെങ്കിൽ കൽക്കത്തയിൽ പോകുവാൻ ഞാൻ എന്റെ നാട്ടുകാരോട് ഉപദേശിച്ചു. കൽക്കത്തയിലെ യദുഭട്ടാചാര്യ ലെയ്നിലെ പാരുൽചേച്ചിയെ ചെന്നു കണ്ടിട്ടു വരുവാൻ. അതുകൊണ്ട് ചേച്ചിയെപ്പറ്റി താരകൻ എനിക്കെഴുതിയപ്പോൾ വളരെ വിഷമം തോന്നി."

പാരുൽ ചോദിച്ചു: "എന്താണെഴുതിയത്?"

"താരകനെഴുതി; ചേച്ചിക്ക് സാമ്പത്തികമായ ഞെരുക്കം നേരിട്ടിരിക്കുന്നു. അതുകൊണ്ട് സാറ് വന്ന് മന്ത്രിമാരെ യഥാർഥ സംഭവം അറിയിക്കുകയാണെങ്കിൽ അവൾക്ക് പെൻഷൻ അനുവദിക്കുവാൻ സാധ്യതയുണ്ട്. സത്യാവസ്ഥ എനിക്കും സാറിനും മാത്രമേ അറിയുകയുള്ളുവല്ലൊ. പൊലീസ് റിപ്പോർട്ടിൽ അസത്യമാണ് എഴുതിയിരിക്കുന്നത്. ഫ്രീഡം ഫൈറ്റേഴ്സിന് ഗവൺമെന്റ് ഇരുന്നൂറും മുന്നൂറും ഉറുപ്പിക പെൻഷൻ നൽകിവരുന്നു. ചേച്ചിക്കും അത് കിട്ടുവാൻ അവകാശമുണ്ട്. ചേച്ചിയും സ്വാതന്ത്ര്യസമരത്തിൽ പങ്കെടുത്തിട്ടുണ്ട്. ഇതെല്ലാം മിനിസ്റ്ററെക്കണ്ട് ധരിപ്പിക്കുവാൻ ഞാൻ വിചാരിക്കുന്നു."

പെട്ടെന്ന് പാരുൽ പറഞ്ഞു: "നിൽക്കു. ഞാനിപ്പോൾ വരാം.

നിങ്ങൾക്കു വല്ലതും ലഘുഭക്ഷണത്തിന്..."

"ഏയ്! അതൊന്നുംവേണ്ട. ഞാൻ ഹോട്ടലിൽനിന്ന് ലഘുഭക്ഷണം കഴിച്ചിട്ടാണ് പോന്നത്."

"അതൊന്നും പറഞ്ഞാൽ സമ്മതിക്കില്ല."

അവൾ വേഗം പുറത്തേക്കുപോയി.

ഇരുപത്

താരകൻ സിംസനെ കാണുവാൻ ഹോട്ടലിൽ എത്തിയപ്പോഴേക്ക് നേരം കുറെയേറെയായി.

ബെയറർ ചോദിച്ചു "നിങ്ങളാണോ താരക്സെൻ?"

"അതെ, സായ്പ് എവിടേക്ക് പോയ്ക്കളഞ്ഞു?"

"സായ്പ് കുറെനേരം നിങ്ങളെ കാത്തിരുന്നു. പിന്നെ പുറത്തേക്കിറങ്ങി. നിങ്ങൾ വന്നാൽ ഇരിക്കാൻ പറയണമെന്നേൽപ്പിച്ചിട്ടുണ്ട്."

താരകൻ ബഞ്ചിലിരുന്നു. ഹോട്ടലിൽ നല്ല പണിത്തിരക്ക്. ബോയ്മാരും ബെയറർമാരും പരക്കംപാഞ്ഞുനടക്കുന്നു. ലിഫ്റ്റ് ഉയരുന്നു, താഴുന്നു. എത്രയെത്ര സായ്പന്മാരും മദാമ്മമാരുമാണ് വന്നുപൊയ്ക്കൊണ്ടിരിക്കുന്നത്! ഇംഗ്ലീഷുകാരുടെ ഭരണകാലത്ത് ഉണ്ടായിരുന്നപോലെയൊക്കെത്തന്നെ. ലോകമാകെ ഈ ഹോട്ടലിനെ കേന്ദ്രമാക്കി ചുറ്റിക്കറങ്ങുകയാണോ?

താരകൻ ക്ലോക്കിലേക്കു നോക്കി. മണി ഒമ്പത്. പിന്നെ നോക്കിക്കൊണ്ടിരിക്കെ സൂചി പത്തിലേക്ക് നീങ്ങി. അതുകഴിഞ്ഞ് പതിനൊന്നിലേക്ക്.

പെട്ടെന്ന് സിംസൻ ഗെയ്റ്റ് കടന്നുവരുന്നത് കാണപ്പെട്ടു.

താരകൻ അരികിലേക്കിറങ്ങിച്ചെന്നു.

"ഗുഡ്മോർണിങ് സർ!"

സിംസൻ ചോദിച്ചു: "വരാൻ വൈകിയതെന്തുകൊണ്ട്?"

"സർ, ബസ് വരാൻ വൈകി. സാറു പോയിക്കഴിഞ്ഞപ്പോഴേക്ക് ഞാനും എത്തി."

സിംസൻ നടക്കുന്നതിനിടയ്ക്കു പറഞ്ഞു:

"ഞാൻ നിങ്ങളുടെ വീട്ടിലേക്കാണ് പോയിരുന്നത്. അവിടന്നു വരികയാണ്."

"എന്റെ വീട്ടിലേക്കോ?"

"അതെ, ഇന്ത്യയിലേക്കു പുറപ്പെട്ടതിന്റെ ഉദ്ദേശ്യം തന്നെ നിങ്ങളെയൊക്കെ ഒന്നു കാണുകയെന്നതാണ്."

ലിഫ്റ്റിലൂടെ മുകളിലെത്തി സ്വന്തം മുറിയിൽ കടന്ന സിംസനെ താരകൻ അനുഗമിച്ചു.

സിംസൻ പറഞ്ഞു : "ഞാൻ ഇന്നുതന്നെ പോകാൻ വിചാരിക്കുന്നു

താരക്!"

"എന്താണിത് സർ! അപ്പോൾ എന്റെ കാര്യമോ? സാറ് പാരുലിനു വേണ്ടി ഒന്നും ചെയ്തുകൊടുക്കാതെ പോകയാണോ?"

സിംസൻ പറഞ്ഞു: "ഞാൻ വാക്കുതന്നതല്ലേ? അത് പാലിക്കുക തന്നെ ചെയ്യും. ഇന്നുതന്നെ നിങ്ങളുടെ മിനിസ്റ്ററെ ചെന്നുകാണുന്നുണ്ട്. എന്താണ് മിനിസ്റ്ററുടെ പേരെന്നാണു പറഞ്ഞത്?"

"പ്രഫുല്ല ചൗധരി. പിടിച്ചുകൊടുക്കുന്നവർക്ക് റിവാർഡ് പ്രഖ്യാപിച്ചിരുന്നില്ലേ സാറിന്റെ ഗവൺമെന്റ്. ആ പ്രഫുല്ലചൗധരി തന്നെ. ഫരീദ്പുർ തീവണ്ടിക്കൊള്ളക്കേസിലെ ഒന്നാംപ്രതി. അദ്ദേഹമാണ് ഹോം മിനിസ്റ്റർ. അന്ന് അളകേശ് ചക്രവർത്തി അദ്ദേഹത്തിന്റെ വലം കൈയായിരുന്നു."

"അയാളാണോ ഫ്രീഡം ഫൈറ്റേഴ്സിന്റെ കേസ് കൈകാര്യം ചെയ്യുന്നത്?"

"അതെ, സർ!"

"അപ്പോൾ നിങ്ങൾ ഇതുവരെ അയാളെ ചെന്നുകാണാതിരുന്നതെന്തുകൊണ്ട്?"

കണ്ടു സർ! അപ്പോൾ പറഞ്ഞു. ആറുമാസമെങ്കിലും ജയിലിൽ കിടന്നവർക്കേ പെൻഷൻ കിട്ടുകയുള്ളുവെന്ന്."

സിംസൻ എന്തോ ആലോചിക്കുവാൻ തുടങ്ങി. അയാളെ ഏതോ പ്രശ്നം വലയ്ക്കുന്നതുപോലെ. പിന്നെ പൊടുന്നനെ പറഞ്ഞു:

"അതല്ല താരക്, നിങ്ങളാണോ പാരുൽബാലയെ വിവാഹം ചെയ്തത്."

താരകൻ ഒന്നു ലജ്ജിച്ചെന്നു തോന്നുന്നു.

"അതെ സർ! ഞാൻ തന്നെ"

"പക്ഷേ, ഇക്കാര്യം എന്നെ ഒരിക്കലും അറിയിക്കുകയുണ്ടായില്ല. എഴുത്തിലും ഇല്ല, ഇന്നലെ രാത്രി കണ്ടപ്പോഴുമില്ല."

"അത് മറന്നു സർ! പാരുൽ വല്ലതും പറയുകയുണ്ടായോ സാറിനോട്?"

"പാരുൽ എന്തിനാണ് പറയുന്നത്? പെട്ടെന്ന് അവളുടെ ചേലാഞ്ചലം തലയിൽനിന്ന് ഊർന്നുവീണപ്പോൾ ഞാൻ നെറ്റിയിൽ കുങ്കുമം കണ്ടു. അപ്പോഴെ ഞാൻ സംശയിച്ചു. ചോദിച്ചപ്പോൾ അവൾ സമ്മതിച്ചു."

"അവളോട് സാറു വല്ലതും പറഞ്ഞോ? ഞാനാണ് അളകേശന്റെ വിവരം തന്നതെന്ന് അവളെ അറിയിക്കുകയുണ്ടായോ?"

സിംസൻ പറഞ്ഞു: "പറയാതെ പറ്റുമോ? പറഞ്ഞില്ലെങ്കിൽ അവൾക്കറിയാൻ കഴിയുമോ? യദുഭട്ടാചാര്യലെയ്നിലെ പാരുലിന്റെ പുരയിൽ അളകേശ് ഉണ്ടെന്ന് നിങ്ങൾ അറിവുതരാതെ ഞാനെങ്ങനെ അറിയും?"

"അളകേശൻ ഒളിച്ചിരിക്കുന്ന ഇടം ഞാൻ തന്നെയാണ് പറഞ്ഞുതന്നതെന്ന് അവളെ അറിയിച്ചുവെന്നോ?"

"അതുമാത്രമല്ല, അതിന് നിങ്ങൾക്ക് പതിനായിരം രൂപ റിവാർഡ് കിട്ടിയെന്നും അറിയിച്ചു."

താരക് തലയ്ക്ക് കൈകൊടുത്ത് ഇരുന്നുപോയി.

അയാൾ പറഞ്ഞു:

"സർ, എന്റെ സർവവും സാറു നശിപ്പിച്ചു. എല്ലാം തുലച്ചു. ഇനി ഞാൻ വീട്ടിൽ ചെല്ലുമ്പോൾ പാരുലിനോട് എന്തുപറയും സർ! ഞാൻ അവളെ എങ്ങനെ മുഖമുയർത്തി നോക്കും? എനിക്ക് സാറുവരുത്തിവെച്ച മഹാനാശം എത്ര വലിയതാണെന്ന് സാറിന് ഊഹിക്കാൻപോലും കഴിയില്ല."

"അപ്പോൾ നിങ്ങൾ പൊലീസ് സ്പൈ ആണെന്ന് പാരുലിനെ അറിയിച്ചിരുന്നില്ലേ?"

"ഇല്ല സർ! അറിയിച്ചെങ്കിൽ അവൾ എന്നെ വിവാഹം ചെയ്യുമെന്ന് വിചാരിക്കുന്നുണ്ടോ?"

"അപ്പോൾ നിങ്ങൾക്ക് അവളോട് പ്രേമമുണ്ടായിരുന്നോ?"

"ഉവ്വ് സർ! അവളോടൊപ്പംനിന്ന് ഒരു ഫോട്ടോ എടുപ്പിച്ചതിനായിരുന്നു അളകൻ എന്നെ പാർട്ടിയിൽനിന്ന് പുറത്താക്കിയത്. ഒരുദിവസം ഞാൻ അവളുടെ വീട്ടിൽചെന്നതിന് അളകൻ എന്നെ ചവിട്ടിപ്പുറത്താക്കി. എനിക്ക് ആ അപമാനം സഹിക്കാൻ കഴിഞ്ഞില്ല. അതിന് പകരംവീട്ടുകയായിരുന്നു ഉദ്ദേശ്യം. അളകേശനെ ഈ ലോകത്തിൽനിന്നില്ലായ്മ ചെയ്താൽ മാത്രമേ എനിക്ക് പാരുലിനെ കിട്ടുകയുള്ളൂവെന്ന് ഞാൻ ആശിച്ചു."

സിംസൻ വളരെനേരം ഇതൊക്കെ കേട്ട് ആലോചനയിൽ മുഴുകി ഇരുന്നു.

അയാൾ പറഞ്ഞു: "നിങ്ങൾ നിങ്ങളുടെ സ്വന്തം വിനാശത്തിനെപ്പറ്റി മാത്രമാണ് ചിന്തിച്ചത് താരക്. എന്നാൽ നിങ്ങൾ എനിക്ക് വരുത്തിവെച്ച കെടുതി എത്ര വലിയതാണെന്ന് നിങ്ങൾക്കറിയില്ല. എന്റെ ഇന്നോളമുള്ള സ്വപ്നത്തെ നിങ്ങൾ ചുട്ടുകരിച്ചുകളഞ്ഞിരിക്കുന്നു."

"എന്താണിത് സർ! ഞാൻ എന്തു കെടുതി വരുത്തിയെന്നാണ് പറയുന്നത്?"

"അത് നിങ്ങൾക്ക് മനസിലാവില്ല. അതറിയാനുള്ള കഴിവും നിങ്ങൾക്കില്ല. നിങ്ങൾ പാരുലിന്റെ ജീവിതം മാത്രമല്ല, എന്റെ ജീവിതവും തുലച്ചു."

"സാറു പറയുന്നതൊന്നും എനിക്ക് മനസിലാവുന്നില്ല."

സിംസന്റെ മുഖം ഗംഭീരമായി.

അയാൾ പറഞ്ഞു: ശരി, സംഭവിക്കേണ്ടത് സംഭവിച്ചു. നിങ്ങൾക്ക് ഉറപ്പുതരുന്നു. പാരുലിനുവേണ്ടി മി. ചൗധരിയെ, നിങ്ങളുടെ ഹോംമിനിസ്റ്ററെ, ചെന്ന് കാണുന്നതാണ്. വരു. നേരം പോയി. നടക്കൂ."

അന്ന് സിംസൻ പറഞ്ഞതെല്ലാം പ്രഫുല്ലചൗധരി മനസിരുത്തി കേട്ടു. ഒരുകാലത്തെ കൊലപ്പുള്ളി ഇന്ന് മിനിസ്റ്ററായിരിക്കുന്നു. പഴയ കഥകളെല്ലാം അയാൾ മറന്നിരുന്നു. സിംസൻ പറഞ്ഞുതുടങ്ങിയപ്പോൾ പ്രഫു

ല്ലൻ പറഞ്ഞു:

"ആ യുവാവ് കറകളഞ്ഞ ദേശഭക്തനായിരുന്നു മി. സിംസൻ! ഇന്ന് ജീവിച്ചിരിപ്പുണ്ടായിരുന്നെങ്കിൽ എനിക്ക് വലിയ സഹായമാകുമായിരുന്നു. നാടിനുവേണ്ടി പലതും ചെയ്യാൻ കഴിയുമായിരുന്നു."

സിംസൻ പറഞ്ഞു: "ഞങ്ങൾ സത്യമായും അയാളെ കൊല്ലാനാഗ്രഹിച്ചിരുന്നില്ല. മി. ചൗധരി."

പ്രഫുല്ലൻ ചോദിച്ചു : "പിന്നെയെന്തിനായി നിങ്ങൾ നിഷ്ഠുരമാം വിധം വെടിവെച്ചുകൊന്നു?"

"അത് പറയാനാണ് ഞാൻ വന്നിരുന്നത്."

"തക്കം കിട്ടിയിരുന്നെങ്കിൽ നിങ്ങൾ എന്നെയും കൊല്ലുമായിരുന്നു."

"ഇല്ല, അതില്ല. അന്നത്തെ ഓർഡർ എന്തായിരുന്നുവെന്നു വെച്ചാൽ, ടെററിസ്റ്റുകളെ ജീവനോടെ പിടിക്കണമെന്നായിരുന്നു. പിന്നെ കോടതി വിചാരണയ്ക്കുശേഷം എന്താണ് വിധിക്കുകയെന്നുവെച്ചാൽ അതനുസരിച്ച് ചെയ്യും. ജർമൻകാരെപ്പോലെ കണ്ടവരെയെല്ലാം ചുട്ടുകരിക്കുവാനല്ല ബ്രിട്ടീഷ് ഗവൺമെന്റ് ഓർഡർ കൊടുത്തിരുന്നത്."

പ്രഫുല്ലൻ പറഞ്ഞു: "ഞാൻ ഹോംമിനിസ്റ്ററെന്നനിലയ്ക്ക് നിങ്ങളുടെ ആ ഫയലുകൾ നോക്കുകയുണ്ടായി. നിങ്ങൾ ഒട്ടേറെ നിരപരാധികളെ കഴുവിലേറ്റിയിട്ടുണ്ട്."

"അങ്ങനെ സംഭവിച്ചിട്ടുണ്ടാകാം. പക്ഷേ, മഹാത്മാഗാന്ധിയുടെ കാര്യം തന്നെയെടുക്കൂ. വേറെ ഏത് ഗവൺമെന്റായിരുന്നാലും ഗാന്ധിയെ തൂക്കിലിടുമായിരുന്നു. അദ്ദേഹത്തെ പലപ്പോഴും ജയിലിലടച്ചു. ശരി തന്നെ, അതിലേറെ ഒന്നും ചെയ്തിട്ടില്ല."

അൽപ്പനേരത്തെ മൗനത്തിനുശേഷം സിംസൻ തുടർന്നു:

"നിങ്ങൾക്കറിയില്ല ആ അളകേശ് ചക്രവർത്തിയുടെ കേസിനുശേഷമാണ് ഞാൻ രാജിവെച്ചത്."

"എന്തിന്? അളകന്റെ മരണവുമായി നിങ്ങളുടെ ജോലിക്കെന്തു ബന്ധം?"

"അത് പറയാനാണ് ഞാനിവിടെ വന്നിരിക്കുന്നത് എന്ന് നേരത്തെ പറഞ്ഞുവല്ലൊ. നിങ്ങൾക്ക് പണിത്തിരക്കുണ്ടാവും, ഏറെ നേരം എടുക്കുകയില്ല. നിങ്ങളുടെ അടുക്കൽ ഒരു ഫയലുണ്ടാവും അളകേശ് ചക്രവർത്തിയെ സംബന്ധിച്ചത്. അതിൽ അളകേശ് പൊലീസിനെ കണ്ടമാത്രയിൽ ഓടിക്കളയാൻ ശ്രമിച്ചതായി വിവരിച്ചിട്ടുണ്ട്. രക്ഷപ്പെടാതിരിക്കാൻ ഞാൻ വെടിവെച്ചുവെന്നും. അതിൽ എഴുതിയിരിക്കുന്നത് കാണാവുന്നതാണ്."

"ഞാൻ ആ ഫയൽ വരുത്തിനോക്കാം."

"പക്ഷേ, അതിലെ റിപ്പോർട്ട് തെറ്റാണ്, കളവാണ് ഞാൻ അതിലെഴുതിവെച്ചത്. വാസ്തവത്തിൽ ഞാൻ കൊന്നതല്ല."

"പിന്നെയാരു കൊന്നു?"

"പാരുൽ ബാല ഗാംഗുലി."

"എന്ത്? പാരുലിന്റെ ഭവനത്തിലല്ലെ അളകൻ താമസിച്ചിരുന്നത്?"

"അതെ, ഞാൻ അളകേശന്റെ നേരെ തോക്കുചൂണ്ടുന്നുവെന്ന് പാരുൽ ബാല കണ്ടപ്പോൾ അളകേശിനെ രക്ഷിക്കാൻ വേറെ ഉപായമൊന്നുമില്ലെന്നും അയാളെ പൊലീസുകാർ പിടിച്ചുകൊണ്ടുപോകുമെന്നും പിന്നീട് തൂക്കിക്കൊല്ലുമെന്നും മനസിലാക്കിയ അവൾ തലയണച്ചുവട്ടിൽനിന്ന് റിവോൾവറെടുത്ത് അളകേശിനെ വെടിവെച്ചു."

കേട്ടിട്ട് സ്തംഭിച്ചുപോയ പ്രഫുല്ലൻ ചോദിച്ചു:

"അപ്പോൾ പാരുലിന്റെ വെടിയേറ്റിട്ടാണോ അളകൻ മരിച്ചത്? വെരി സ്ട്രേയ്ഞ്ച്"

"ശരിയാണ്. വെരി സ്ട്രേയ്ഞ്ച്! പാരുൽ അളകേശനെ എത്രമാത്രം സ്നേഹിക്കുന്നു. അവൾ നാടിനെ എത്രയേറെ സ്നേഹിക്കുന്നു. എന്നതിന് ഏറ്റവും വലിയ തെളിവാണ് ഇത്. അളകേശൻ പിടിക്കപ്പെട്ടാൽ അതോടൊപ്പം ഒട്ടേറെപ്പേർ പിടിക്കപ്പെടുമെന്ന് പാരുലിനറിയാമായിരുന്നു. അന്ന് അവൾ അളകേശനെ വധിക്കുകവഴി അനേകം അളകേശന്മാരെ രക്ഷിക്കുകയത്രെ ചെയ്തത്.

പ്രഫുല്ലന് ഏതാനും നിമിഷം ഒറ്റഅക്ഷരവും പറയാൻ കഴിഞ്ഞില്ല.

സിംസൻ പറഞ്ഞു: "ഞാൻ ഇന്ന് രാവിലെ പാരുലിന്റെ ഭവനത്തിൽ ചെന്ന് അവളെ കാണുകയുണ്ടായി. അവൾ പണമില്ലാതെ വല്ലാതെ കഷ്ടപ്പെടുന്നു. നിങ്ങൾ ഫ്രീഡം ഫൈറ്റേഴ്സിന് പെൻഷൻ കൊടുക്കുന്നുണ്ടല്ലോ. പാരുലിനും അത് കൊടുപ്പിക്കുവാൻ വഴിയില്ലേ? അവളും ഫ്രീഡം ഫൈറ്റർ ആണല്ലോ. അതിനുവേണ്ടി അവളുടേതായ കോൺട്രിബ്യൂഷനൊന്നുമില്ലേ? അത്ര നിസ്സാരമാണോ?"

"അതെല്ലാം ശരിതന്നെ. എന്നാൽ ആറുമാസമെങ്കിലും ജയിൽവാസമനുഭവിച്ചവർക്ക് മാത്രം മതി പെൻഷൻ, മറ്റാർക്കും വേണ്ട എന്നാണ് ഇന്ത്യാഗവൺമെന്റ് നയം."

''പക്ഷേ ഫ്രീഡംഫൈറ്റേഴ്സിന്റെ പിറകിൽ അവരെ അതിന് സഹായിച്ചുകൊണ്ട് സമയത്തിന് ഊർജം നൽകിയവുരടെ ത്യാഗം നിസ്സാരമാണോ?"

"നിങ്ങളുടെ പോയന്റ് പര്യാലോചിക്കത്തക്കതാണ്. മി. സിംസൻ ഞാൻ ഇത് സംബന്ധിച്ച ഒരു നോട്ട് ഡൽഹിക്കയക്കാം. സാങ്ഷനായാൽ പാരുലിന് വല്ല സഹായവും ലഭിക്കുവാൻവേണ്ട നടപടി എടുക്കാമെന്ന് ഞാൻ ഉറപ്പുതരുന്നു."

ഇതിനുശേഷം അയാൾ സ്റ്റെനോഗ്രാഫറെ വിളിച്ച് ഒരു നോട്ട് എഴുതിച്ചു.

സിംസൻ പതുക്കെ പുറപ്പെടാനെഴുന്നേറ്റുകൊണ്ടു പറഞ്ഞു:

"വളരെ വളരെ നന്ദി മി. ചൗധരീ! ആവുന്നതും ശ്രമിച്ചുനോക്കൂ. വാസ്തവത്തിൽ ഞാൻ ഇത്ര ദൂരം സഞ്ചരിച്ചുവന്നതിന്റെ മുഖ്യ ഉദ്ദേശ്യം ഇതാണ്."

സിംസൻ റൈറ്റേഴ്സ് ബിൽഡിങ്ങ് ഗേറ്റ് കടന്ന് നടന്നു തുടങ്ങിയ

പ്പോൾ താരകനും പിറകെ ചെന്നു.

അയാൾ ചോദിച്ചു: "എന്തായി സർ! മിനിസ്റ്റർ സമ്മതിച്ചു? പാരുലിനെപ്പറ്റി വിസ്തരിച്ചു പറഞ്ഞുകേൾപ്പിച്ചില്ലേ. സർ? അവർ എത്രവലിയ സാമ്പത്തിക തകർച്ചയിലാണെന്ന് ധരിപ്പിച്ചല്ലോ, ഇല്ലേ? ഇരുന്നൂറ് ഉറുപ്പികയില്ലെങ്കിൽ വേണ്ട. നൂറ്റിയൻപത് ആയാലും വലിയ കാര്യമാവുമായിരുന്നു. ഒന്നുമില്ലാത്തതിൽ ഭേദം ഒരുമാസത്തെ റേഷനുള്ള വക."

സിംസൻ ഒന്നുംതന്നെ പറഞ്ഞില്ല.

ഹോട്ടലിലേക്ക് മടങ്ങി. വിമാനം ഏഴിനാണ്. അതിനുമുമ്പ് ലഞ്ച് കഴിക്കണം.

താരകൻ വീണ്ടും ചോദിച്ചു. "അപ്പോൾ, അവസാനം എന്തുതീരുമാനിച്ചു? വല്ലതും അനുവദിക്കുമോ?"

സിംസൻ പൊടുന്നനെ ചോദിച്ചു: "താരക്! നിങ്ങൾക്ക് പാരുലിനെ എങ്ങനെ വിവാഹം ചെയ്യാൻ കഴിഞ്ഞു? അവളെ എന്തുപറഞ്ഞു സമ്മതിപ്പിച്ചു?"

"എനിക്ക് ഇതിനായി നന്നെ വിഷമിക്കേണ്ടിവന്നു സർ! അന്ന് എന്റെ കൈവശം പതിനായിരം ഉറുപ്പിക വന്നുചേർന്നു. പാരുലിന്റെ കൈയിലാണെങ്കിൽ ഒറ്റക്കാശും ഇല്ല. അളകൻ മരിച്ചശേഷം അവളെ നോക്കാൻ ആരുമില്ലാതായി. ആ സമയത്താണ് ഞാൻ അവളെ സമീപിച്ചത്. ഒരു അനാഥയുവതി. എങ്ങനെയാണവൾ കഴിഞ്ഞുകൂടുക? ഒരു ഗതിയുമില്ല. ആ സമയം എന്റെ പതിനായിരം ഉറുപ്പിക വളരെ പ്രയോജനപ്പെട്ടു സർ. വളരെ നാളത്തെ അനുനയങ്ങൾക്കുശേഷം അവൾ അൽപ്പം അലിഞ്ഞു. ആ സമയത്ത് ഞാനല്ലാതെ അവൾക്ക് വേറെ ഗതിയുണ്ടായിരുന്നില്ല. പാരുലിന്റെ ആ ഗതികേട് ഞാൻ ശരിക്കും ഉപയോഗിച്ചു സർ! ഒരുദിവസം കാളീഘട്ടിൽ ചെന്ന് ഞങ്ങൾ വിവാഹം നടത്തി. വിവാഹം നടത്തുക മാത്രമേ ഉണ്ടായുള്ളൂ. ഭാര്യാഭർത്താക്കന്മാരായി, അത്രമാത്രം. എനിക്കവളുടെ ഹൃദയം ലഭിച്ചില്ല സർ! അവളുടെ ഹൃദയത്തിൽ ഇപ്പോഴും അളകേശൻ തന്നെയാണുള്ളത്. രാപകൽ അയാളെത്തന്നെ ധ്യാനിക്കുന്നു. ഞാൻ പേരിനുമാത്രം ഹസ്ബൻഡ്."

സിംസൻ കേട്ടുകൊണ്ടിരുന്നു. അഭിപ്രായമൊന്നും പറഞ്ഞില്ല. താരകൻ ചെവിക്കരികിൽനിന്ന് എന്തൊക്കെയോ പറഞ്ഞുകൊണ്ടിരുന്നു. ഒന്നും ചെവിക്കകത്തേക്കു കടന്നില്ല. അയാൾ ആഹാരംകഴിച്ച് ടാക്സിയിൽ കയറി. താരകനും പിറകെ കയറി. ടാക്സി ഡംഡം വിമാനത്താവളത്തിനുനേരെ പുറപ്പെട്ടു. സമയം സന്ധ്യയോടടുക്കാറായി. ഓഫീസുകൾ വിട്ട സമയം. നിരത്തുകളിൽ വണ്ടികളുടെയും ജനങ്ങളുടെയും തിരക്ക്. വാഹനങ്ങളിൽ ജനം തൂങ്ങിപ്പിടിച്ചുകിടക്കുന്നു.

സിംസൻ അവിടേക്കുതന്നെ സൂക്ഷിച്ചുനോക്കിക്കൊണ്ടിരുന്നു. അയാൾക്ക് തോന്നി – ഇവർ മനുഷ്യരല്ല സമയമാണ്.

ടൈം. അവർ ബസിന്റെയും ട്രാമിന്റെയും കമ്പികളിൽ തൂങ്ങിപ്പിടിച്ചു കിടന്ന് സഞ്ചരിക്കുന്നു, ചരിത്രം രചിക്കുന്നതിന്. അവരെല്ലാം ഒരുദിവസം

ഒന്നിച്ച് ചരിത്രമാവും. ആ ചരിത്രത്തിൽ ആരുടെയും സുഖദുഃഖങ്ങളോ നേട്ടങ്ങളൊ കോട്ടങ്ങളോ വിവരിച്ചിരിക്കുകയില്ല. വിവരിച്ചിരിക്കുക രാജാക്കന്മാരെയും ചക്രവർത്തിമാരെയും പ്രസിഡന്റുമാരെയും പ്രൈംമിനിസ്റ്റർമാരെയുംപറ്റി മാത്രം, നമ്മളുടെയോ? ട്രാമിലും ബസിലും തൂങ്ങിപ്പിടിച്ചുകിടക്കുന്ന നമ്മുടെ ചരിത്രം കാലപ്രവാഹത്തിൽ ഒലിച്ചുപോകും. നമ്മുടെ ചരിത്രം ആരും രചിക്കില്ല. ഭൂതകാലത്തിലെന്നപോലെ ഭാവിയിലും അങ്ങനെയൊന്നുണ്ടാവില്ല. അതിനാൽ അളകേശന്റെ ചരിത്രവും ചരിത്രത്തിലുണ്ടാവില്ല.

താരകൻ വീട്ടിലേക്കു തിരിച്ചു. രാത്രി കുറെയേറെയായി. സിംസന്റെ വിമാനം ഏഴിനാണ് വിടേണ്ടത്. എന്നാൽ വിട്ടപ്പോൾ മണിപത്തായി. ഡംഡമിൽനിന്ന് വീട്ടിലെത്തിയപ്പോഴേക്ക് മണി ഒന്നുകഴിഞ്ഞു.

എന്നാൽ താരകൻ പ്രസന്നനായിരുന്നു. മിനിസ്റ്റർ വാക്കുകൊടുത്ത സ്ഥിതിക്ക് വല്ലഗുണവും ഉണ്ടാവാതിരിക്കില്ല.

ട്രാംലെയ്നിൽനിന്ന് താരകൻ യദുഭട്ടാചാര്യലെയ്നിലേക്ക് കടന്ന് വാതിൽക്കൽ മുട്ടി വിളിച്ചു: "പാരുൽ! വാതിൽ തുറക്കൂ"

അകത്ത് അനക്കമില്ല. പിന്നെയും മുട്ടി. എന്നിട്ടുമില്ല. ഏതാണ്ട് അരമണിക്കൂറോളം അങ്ങനെ കഴിഞ്ഞപ്പോൾ സംശയമായി. എന്താണിങ്ങനെ? അപ്പോൾ കാര്യം.....

അയൽക്കാരിൽ ചിലർ ജനാലപ്പൊളിയിലൂടെ എത്തിനോക്കി. പഴകിദ്രവിച്ച വാതിൽ. ഒന്നു ചവിട്ടിയപ്പോൾ പൊളിഞ്ഞുവീണു. മുറ്റത്തേക്ക് കടന്നു. അവിടന്ന് പൂമുഖത്തേക്ക്. പാരുലിന്റെ മുറിയും അടച്ചിരിക്കുന്നു. അതും പഴയതുതന്നെ. മുറ്റത്തുനിന്ന് ഒരു മുട്ടിയെടുത്തുകൊണ്ടുവന്ന് ഒരു തട്ടുകൊടുത്തതോടെ അതും മലർക്കെ തുറന്നു. അകത്തു കടന്ന് സ്വിച്ചിട്ടു. ഒപ്പംതന്നെ തലയ്ക്ക് ഇടിത്തീ വീണു.

കഴുക്കോലിൽ കെട്ടിയ സാരിയുടെ തുമ്പിൽ പാരുൽ തൂങ്ങിക്കിടക്കുന്നു.

ഭയംകൊണ്ട് വിറച്ചുപോയി താരകൻ. പെട്ടെന്ന് ഒരു കത്ത് കണ്ണിൽപ്പെട്ടു. അതെടുത്ത് വായിച്ചു.

"ഞാൻ പോകുന്നു. നിങ്ങൾ എന്നെ ഈവിധം വഞ്ചിക്കുമെന്ന് സ്വപ്നത്തിലും വിചാരിച്ചിരുന്നതല്ല. സിംസൻ സായ്പ് രാവിലെ ഇവിടെ വന്നിരുന്നു. അയാൾ വന്നില്ലായിരുന്നുവെങ്കിൽ ഇതൊന്നും ഞാനറിയില്ലായിരുന്നു. അയാൾ പറഞ്ഞപ്പോഴാണ് നിങ്ങൾ പൊലീസ് ഇൻഫോർമർ ആണെന്ന് ഞാനറിഞ്ഞത്. നിങ്ങളാണല്ലൊ പതിനായിരം ഉറുപ്പിക പ്രതിഫലത്തിന് അളകനെ അന്ന് ഒറ്റിക്കൊടുത്തത്? ഇത് നേരത്തെ അറിഞ്ഞിരുന്നുവെങ്കിൽ എന്റെ ജീവിതം മറ്റൊരുവഴിക്ക് ഒഴുകുമായിരുന്നു. എന്നാൽ ഇനി ഉപായമൊന്നുമില്ല. ഇപ്പോൾ ഞാൻ തെരഞ്ഞെടുത്ത വഴിക്ക് പോവുകമാത്രമേ ഇനി ചെയ്യാനുള്ളു. നിങ്ങൾ എന്നെ വഞ്ചിച്ചതിന് ഞാൻ എന്നോടുതന്നെ പ്രതികാരം ചെയ്യുന്നു.

പാരുൽ.'

www.ingramcontent.com/pod-product-compliance
Lightning Source LLC
LaVergne TN
LVHW100342051026
849518LV00003B/870